అతిగా ఆలోచించడం ఆపండి

నిక్ ట్రెంటన్

అనువాదం: ఆకురాతి భాస్కర్ చన్ద్ర

MANJUL
మంజుల్ పబ్లిషింగ్ హౌస్

First published in India by

MANJUL

Manjul Publishing House

Corporate and Editorial Office

• 2nd Floor, Usha Preet Complex, 42 Malviya Nagar, Bhopal 462 003 – India

Sales and Marketing Office

• C-16, Sector 3, Noida, Uttar Pradesh, 201301 – India

Website: www.manjulindia.com

Distribution Centres

Ahmedabad, Bengaluru, Kochi, Kolkata, Chennai,
Hyderabad, Mumbai, New Delhi, Pune

Telugu translation rights arranged with PKCS Mind, Inc.
through TLL Literary Agency

Telugu translation of *Stop Overthinking: 23 Techniques to Relieve Stress, Stop Negative Spirals, Declutter Your Mind, and Focus on the Present* © 2021 by Nick Trenton

This edition first published in India in 2024
Second impression 2026

ISBN 978-93-5543-652-8

Translator: Akurati Bhaskar Chandra

Printed and bound in India by Repro India Limited

విషయ సూచిక

అధ్యాయం 1

అతిగా ఆలోచించడం అనేది అతిగా ఆలోచించడం గురించి కాదు

జేమ్స్ అనే యువకుడు ఉన్నాడని ఊహించుకోండి. జేమ్స్ దయగలవాడు, తెలివైనవాడు, స్వీయ-అవగాహన ఉన్నవాడు. కాకపోతే కాస్త ఎక్కువ స్వీయ-అవగాహనతో ఉంటాడు. జేమ్స్ ఎప్పుడూ ఏదో ఒక దాని గురించి బాధపడుతూ ఉంటాడు. ఇవ్వాల్టి రోజున చిన్న ఆరోగ్య సమస్య మీద తన దృష్టిని పెట్టి ఆరోగ్యం గురించి ఆందోళన చెందుతున్నాడు. ఆరోగ్య సమస్య గురించి ఇంటర్నెట్లో పరిశోధించాడు. సమస్య గురించి తెలుసుకునేకొద్దీ క్రమక్రమంగా మరింత ఆందోళన చెందాడు. ఆ క్షణంలో అతను కాస్త నెమ్మదించి, ఆలోచనచేసి "నేను బహుశా ఎక్కువగా ఆలోచిస్తున్నానేమో!" అని అనుకున్నాడు.

ఆ తర్వాత అతను తన ఆరోగ్యం గురించి ఆందోళన చెందడం మానేసి, ఆరోగ్య విషయమై తన ఆలోచనల గురించి ఆందోళన చెందాడు. అతనికి నిజంగా చికిత్స అవసరం. అయితే, అది ఏ రకమైన చికిత్స? అతని బుర్రలో ఆలోచనలు గింగరాలు తిరుగుతుంటాయి. దానితో అతను వైద్యుల సలహా కోసం ఆలోచిస్తాడు, తనలో తాను చర్చించుకుంటాడు, తనతో తానే వాదించుకుంటాడు, తనపై తాను విచారణ చేసుకుంటాడు, తనను తాను సమర్థించుకుంటాడు, తనను తాను ప్రశ్నించుకుంటాడు, జ్ఞాపకాల వలయంలో చిక్కుకు పోతాడు, ఏవేవో అంచనాలు, అంతులేని భయాలు! కొద్ది సమయం ప్రశాంతంగా నిలబడి, తనని తాను చూసుకుని

ఆశ్చర్యపోయాడు, "ఆందోళనతో ఉండటం అంటే ఇదేనా? భయాందోళనలు దాడి చేయడం అంటే ఇదేనా? లేదా నాకు ఏదైనా మానసిక వ్యాధి ఉందా? ఆ వ్యాధి నాకున్నట్టు యింత వరకూ తెలియలేదా? తనకు కలిగిన బాధలు మరెవరికీ ఉండవని మరింత కలత చెందుతాడు. వాస్తవానికి, అతనికి ఆ ఆలోచన వచ్చిన క్షణంలో, గడచిపోయిన రోజుల్లో అతనిపై యితరులు చేసిన విమర్శల వెల్లువ అతని బుర్రలో సుడులు తిరుగుతూ ఉంది.

అప్పుడతను తన లోపాలన్నింటినీ భూతద్దంలో చూడటం ప్రారంభించాడు. ప్రతి చిన్న విషయం పట్ల తాను ఎలా ప్రవర్తించాడో జ్ఞాపకానికి తెచ్చుకుని, తను ఆ క్షణంలో ఎందుకు అలా ఉన్నాడో అని ఆశ్చర్యపోతూ, "సరే వదిలేయ్" అని ఉండిపోతాడు. ఇది జరిగిన ఒక గంట తర్వాత, తను తన ఆరోగ్య సమస్య గురించి నిర్ణయం తీసుకోవడం లేదని నిరాశపడతాడు. ఆ క్షణమే ప్రతికూల ఆలోచనల తుఫానులో మునిగిపోతాడు. తను ఎప్పుడూ ఇలాగే చేసుకుంటాడని పదే పదే చెప్పుకుంటాడు. ఎప్పుడూ తనను తాను క్రమబద్ధీకరించుకోలేదని అనుకుంటాడు. తనకు మానసిక బలహీనత ఉన్నదని నమ్ముతాడు.

హారి భగవంతుడా! అతనికి యీ రకమైన హింస, మానసిక వేదన ఎక్కువ యిబ్బంది కలిగిస్తుంది! తన భుజంపై వింతగా కనిపించే పుట్టుమచ్చ గురించి కలిగే యిబ్బంది కంటే ఎక్కువ!

మనమందరం అనేక అనుబంధాలతోనూ, కష్టసుఖాలతోనూ, అనుభవాలతోనూ, ఆలోచనలతోనూ యీ ప్రపంచంలో జీవిస్తున్నాం. అతిగా ఆలోచించడం అనేది మన సాధారణ అభిజ్ఞా ప్రవృత్తులను వేగవంతం చేస్తుంది. మన ఆలోచన ప్రక్రియలు నియంత్రణ కోల్పోయినప్పుడు అధిక ఆలోచన ఏర్పడుతుంది, ఇది మనకు బాధను, నిరాశను కలిగిస్తుంది. జీవితంపట్ల, మనపట్ల మనం చేసుకునే విశ్లేషణ సాధారణంగా అవాంఛనీయమైనది, నిలువరించలేనిది. అది ఓటమికి కూడా దారి తీయొచ్చు. సాధారణంగా, మన మెదడు సమస్యలను పరిష్కరించడంలోనూ, విషయాలను మరింత స్పష్టంగా అర్థం చేసుకోవడంలోనూ మనకు సహాయపడుతుంది, కాని అతిగా ఆలోచించడం యిందుకు విరుద్ధంగా ఉంటుంది.

ఆత్రుత, ఆందోళన, ఒత్తిడి, జ్ఞాపకాల వలయం (గడచిపోయిన విషయాలను పదే పదే గుర్తుకు తెచ్చుకోవడం, అంటే నెమరువేయటం

లాంటిది), నిరాశ యిలా ఏ పేరుతో పిలిచినా, అతిగా ఆలోచించే లక్షణం భయంకరమైనది. ఇది మనకు ఏ విధంగానూ సహాయం చేయదు. అతిగా ఆలోచించడం తరచుగా దానికదే విస్తరిస్తుంది, మెదడులో వలయాకారంగా తిరుగుతుంది. అందువల్ల ఆలోచనలు అనుచితంగా కనిపిస్తాయి.

అతిగా ఆలోచించడం అనే దానిలో మీరు ఎప్పుడైనా చిక్కుకున్నారా? చిత్రం ఏమిటంటే, అసలు దీనిని ఒక సమస్యగా మనం గుర్తించం. అతిగా ఆలోచించే వ్యక్తులు తమ సమస్యలను అధిగమించటానికి కారణం తాము అతిగా ఆలోచించడమే అని చెప్పుకుంటారు. తమాషా ఏమిటంటే, అటువంటి వారికి ఒక సమస్య తరువాత మరో సమస్య వరుసలో ఉంటుంది. అతిగా ఆలోచించడం అనేది మీరు మానసికమైన ఆరోగ్యంతో ఉన్నారనటానికి నిదర్శనమే అయినప్పటికీ, మీకు కలిగే ఆందోళన, నిరాశ సర్వసాధారణమే అని చెప్పినప్పటికీ, మీరు యిటువంటివి అనుభవించకుండానే అతిగా ఆలోచనలు చేసే అవకాశం కూడా ఉంది.

అతిగా ఆలోచించడం అనేది విపరీతమైన, హానికరమైన మానసిక కార్యకలాపం. విశ్లేషించడం, నిర్ధారించడం, పర్యవేక్షించడం, మూల్యాంకనం చేయడం, నియంత్రించడం, చింతించటం అనేవి యీ కార్యకలాపంలో సర్వసాధారణం. జేమ్స్ విషయంలో కూడా యిదే జరిగింది!

అతిగా ఆలోచించడం అనేది మీకు సమస్య అని మీకు ఎలా తెలుస్తుంది? అంటే:

- మీరు మీ స్వతంత్ర ఆలోచనల గురించి ప్రతి క్షణమూ స్పృహలో ఉంటారు.
- మీకు మీరుగా ఆలోచన ఆవలివైపున వుండే ఆలోచనా విధానంలో ఉంటారు.
- మీరు మీ ఆలోచనలను నియంత్రించడానికి, నడిపించడానికి తీవ్రంగా ప్రయత్నిస్తారు.
- ఆకస్మిక ఆలోచనలను ఇష్టపడరు. కొన్ని ఆలోచనలను ఇష్టపడనివి అని తరచుగా భావిస్తారు.
- మీ కోసం మీరు ఆలోచించడం తరచుగా పోటీ, ప్రేరణల మధ్య పోరాటంగా అనిపిస్తుంది.

- మీరు మీ ఆలోచనలను అర్థం చేసుకోవడం, సందేహించడం, విశ్లేషించడం వంటివి చేస్తారు.
- సమస్యలు చుట్టుముట్టినపుడు, కష్ట సమయాలలో మీ సమస్యలను అధిగమించడానికి మీ ఆలోచనలు సహకరిస్తాయని పూర్తిగా నమ్ముతారు.
- మీ మనస్సు యొక్క అంతర్గత పనితీరును పరిశీలించడంపై దృష్టి సారిస్తారు.
- మీరు తప్పు నిర్ణయాలు తీసుకోవడంలో ముందుంటారు. మీ అభిరుచులను తరచుగా అనుమానిస్తూ వుంటారు.
- మీ నిర్ణయాల వల్ల మీరు బాధ్యులు కనుక చాలా ఆందోళన చెందుతుంటారు.
- కొన్నిసార్లు, ఒక ఆలోచన పదే పదే వచ్చినప్పుడు గతంలో దాని గురించి ఏమీ చేయలేనప్పటికీ, అనేకసార్లు మళ్లీ మళ్లీ అదే ఆలోచనలే చేస్తుంటారు.

నిజం మాట్లాడితే, పైన పేర్కొన్న వాటిలో కొన్ని మంచి లక్షణాలు మీరు గమనించవచ్చు. మనమందరం ఎక్కువ అవగాహన, సంపూర్ణతను పెంపొందించుకోవాలనుకోవటం లేదా? మీ ముందు మోకరిల్లిన ప్రతిచర్యలను ప్రశ్నించడం మంచిదే కదా! తద్వారా మీరు మంచి నిర్ణయాలు తీసుకోవచ్చు. 'అతిగా ఆలోచించడం' అనే పదాలలోనే దాని సారాంశం ఉంది! నిజంగా మనం ఆలోచనకు ముందు, వెనుకలు, లోతుపాతులు ఆలోచిస్తే అది మనకు ప్రయోజనకరంగానే ఉంటుంది.

ఆలోచించడం అనేది ఒక అద్భుతమైన బహుమతి. మన స్వంత ఆలోచనా ప్రక్రియలను కూడా ప్రతిబింబించే, విశ్లేషించే, ప్రశ్నించే సామర్థ్యం మానవజాతికి మాత్రమే ఉన్న ఏకైక లక్షణం. అదే మన విజయాలకు కారణం. ఆలోచన అనేది శత్రువు కాదు. మన మెదడు మనకు అసాధారణంగా సహాయపడే సాధనం. అయితే, మనం 'అతిగా' ఆలోచించినప్పుడు, దాని శక్తిని మాత్రమే బలహీనపరుస్తాము.

మానసిక అయోమయానికి, వేదనకు కారణాలు

మెదడు ఒక అద్భుతమైన సాధనం అయినప్పుడు, ఆలోచన అనేది చాలా ఉపయోగకరంగా ఉన్నప్పుడు 'అతిగా ఆలోచించడం' అనే దాన్ని మనం ఎందుకు తప్పు పట్టాలి? యుగాలుగా ఉన్న వ్యక్తులు (బహుశా అతిగా ఆలోచించేవారు) అనేక సిద్ధాంతాలను ప్రతిపాదించారు: బహుశా అతిగా ఆలోచించడం అనేది ఒక చెడ్డ అలవాటు, లేదా వ్యక్తిత్వ లక్షణం లేదా ఒక మానసిక అనారోగ్యం. దీనిని ఔషధంతో నివారించవచ్చు. వాస్తవానికి, ఒక వ్యక్తి అతిగా ఆలోచించడానికి గల కారణాలు తరచుగా అతిగా ఆలోచించే వారికి ఆలోచనా నిమగ్నత యొక్క ఇష్టమైన అంశంగా మారవచ్చు. "నేను ఎందుకు ఇలా ఉన్నాను?"

మీరు ఈ పుస్తకాన్ని చేతిలోకి తీసుకున్నపుడు, మీ మెదడు మీలో ఎన్ని భావాలను కలిగించిందో గమనించవచ్చు. అయితే, దానికి పరిష్కారాలు కూడా ఉన్నాయి. ఒత్తిడి, వినాశనం నుండి బయటపడేందుకు స్పష్టమైన, ప్రశాంతమైన మార్గాలు ఉన్నాయి. అయితే, గమనించదగ్గ ముఖ్యమైన విషయం ఏమిటంటే: అతిగా ఆలోచించటం అంటే తరచుగా మనం చెప్పుకునేది, 'ఎక్కువగా ఆలోచించడం'. దీని అర్థం ఏమిటి? జేమ్స్ ఉదాహరణలో, అతని భుజం వెనుకభాగంలో భయంకరంగా కనిపించే పుట్టుమచ్చ కారణం కానేకాదు. సరైన మనస్తత్వవేత్తను ఎన్నుకోవడంలోనూ, ఇరవై మూడు సంవత్సరాల క్రితం ఆ వ్యక్తి అతనితో ఏమి చెప్పాడనే దానితోనూ, అతను చెడ్డ వ్యక్తి అయినందుకు శిక్షను అనుభవించాలా అనే దానితోనూ సంబంధం లేదు.

ఈ ఆలోచనలన్నీ 'అతిగా ఆలోచించడం' వల్ల వచ్చినవే. మనం జ్ఞాపకాల వలయంలో చిక్కుకున్నప్పుడు, ఆలోచనలే సమస్యలుగా అనిపించవచ్చు. "నన్ను ఇబ్బంది పెట్టే ఈ విషయాన్ని నేను క్రమబద్ధీకరించగలిగితే, నేను విశ్రాంతి తీసుకోగలను, ఆపై అంతా బాగానే ఉంటుంది" అని మనకు మనం చెప్పుకుంటాము. అయితే, ఆ సమస్య పరిష్కరించిన వెంటనే, దాని స్థానంలో మరొకటి వేగంగా వచ్చి పడుతుంది. ఎందుకంటే అది అతిగా ఆలోచించడానికి కారణం కాదు, దాని ఫలితం మాత్రమే.

అతిగా ఆలోచించే ఆలోచనాపరులు ఎక్కువగా ఆలోచించే మెదడు ప్రభావంలో ఉంటారు. ఎందుకంటే, ఏమి జరుగుతున్నదీ వాళ్లకి తెలియదు. వారు ఎక్కువగా సమస్యను "పరిష్కరించే" దానిపై దృష్టిని ఉంచుతారు. అయితే సమస్య యొక్క అసలు స్వరూపంపై విశ్లేషణ చేయరు. అందువల్ల, మీరు సమస్యకు సంబంధించిన పరిష్కారంలోనే మీరు చిక్కుకుని ఉంటారు. మీ శక్తిని దానినుంచి వెలికి రావటానికి మాత్రమే వినియోగిస్తారు. ఆ సమస్య మీకు ఒత్తిడి కలగజేస్తుందనే ప్రగాఢమైన నమ్మకంతో ఉంటారు.

అతిగా ఆలోచించడాన్ని విజయవంతంగా ఎదుర్కోవాలని మనం కోరుకున్నట్లయితే, మన జ్ఞాపకాల వలయం నుండి సమస్యను అధిగమించడానికి ప్రయత్నించే బదులు మనం ఒక అడుగు వెనక్కి తీసుకోవాలి. ఈ పుస్తకంలోని మిగిలిన భాగాలలో, మనం అతిగా ఆలోచించడం గురించి చెప్పుకుంటున్నప్పుడు, మనం 'ఆందోళన' గురించి మాట్లాడుతున్నాము అనే ఊహపై పని చేయబోతున్నాము. 'ఆందోళన' అనే రుగ్మతను రోగ నిర్ధారణ లేకుండానే ప్రజలు అతిగా ఆలోచించగలరు. రాబోయే అధ్యాయాలలో, మనం ఆందోళన యొక్క మూల కారణం (ఎందుకు?) అతి ఆలోచనల యొక్క ప్రభావం (లేదా ఎలా?) గురించి ఎక్కువ తెలుసుకుంటాము. అసలు, ఆందోళన ఎక్కడ నుండి వస్తుంది?

ఇది మీరేనా?

ఆందోళనకుగల కారణాలపై పరిశోధన కొనసాగుతోంది. ఇది వ్యక్తిత్వానికి సంబంధించిన విషయం లేదా జీవసంబంధమైన పూర్వస్థితికి సంబంధించినది. అంటే అది మీ తల్లిదండ్రుల నుండి మీకు సంక్రమించినది కావచ్చు. మీరు గమనిస్తే మీ తల్లి లేదా తండ్రిలో ఎవరికో ఒకరికి యిలా ఆందోళన కలిగే స్వభావం వుండి వుంటుందని పోటీ సిద్ధాంతాలు సూచిస్తున్నాయి. ఆందోళన తరచుగా మానసిక నిరాశ (depression) మరియు శారీరక (irritable bowel syndrome) రుగ్మతలతో బయటపడుతుంది. కానీ కొన్ని సమూహాలు, ఎక్కువగా స్త్రీలు, ఎక్కువగా యీ రుగ్మతను అనుభవిస్తున్నారని పరిశీలనలో తేలింది. తీసుకునే ఆహారం, ఒత్తిడితో కూడిన జీవనశైలి, గతకాలపు విషాదాలు, సంస్కృతి వంటి అంశాలకు పాత్ర ఉందని కూడా గమనించబడింది.

మార్కస్ ఇ రాయ్చెల్ (Marcus E Raichle) ఒక న్యూరోసైంటిస్టు. ఆయన సృష్టించిన పదం "default mode network". దీని ప్రకారం మన మెదడుకు చేసేందుకు ఏ పనీ ప్రత్యేకంగా లేనప్పుడు అన్ని పనులూ చేస్తుందనే భావనను సృష్టించాడు. ఏ పనీ ప్రబలంగా చేయడానికి లేనప్పుడు, మెదడు తన స్థానాన్ని నిలుపుకునేందుకు సామాజిక సమాచారాన్ని, స్మరణలను మళ్లీ మళ్లీ చర్చిస్తుంది. ఈ ప్రకారంగా, మెదడు సాంకేతికంగా ఉంటుందని చెప్పగలం గానీ, అది సంతోషంగా ఉండేందుకు కాదు.

దీని భావం ఏమిటంటే, మానసిక "డౌన్‌టైమ్" అనేది అదనపు ప్రాసెసింగ్ కోసం ఉపయోగించబడుతుంది. ప్రాసెస్ చేయడానికి ఏదైనా ఉన్నా, లేకపోయినా కూడా! భౌతిక శాస్త్రవేత్త మిచియో కాకు (Michio Kaku) చెప్పినట్లుగా, "మానవ మెదడులో 100 బిలియన్ న్యూరాన్లు ఉన్నాయి, ఒక్కో న్యూరాన్ పదివేల ఇతర న్యూరాన్లతో అనుసంధానించబడి ఉంటుంది. మీ భుజాలపై కూర్చోవడం అనేది విశ్వంలో అత్యంత సంక్లిష్టమైన పని". జ్ఞాపకాల వలయం (నెమరువేత) అనేది ఎప్పుడు జరుగుతుందంటే ఆ ప్రాసెసింగ్ పవర్‌కు మెరుగైనది ఏమీ లేనప్పుడు జరుగుతుంది.

కిల్లింగ్స్‌వర్త్ మరియు గిల్‌బర్ట్ (Killingworth and Gilbert) 2010 పేపర్‌లో ప్రచురించిన "A wandering mind is an unhappy mind" అనే శీర్షికలో ఏమి జరుగుతుందో అనే దానికంటే జరగని విషయం మీద మెదడు ఎక్కువ సమయం వెచ్చిస్తున్నట్లు పేర్కొన్నారు. అంతేకాదు, అలా చేయడం సాధారణంగా అసంతృప్తికి దారి తీస్తుంది. బ్రాయిడ్, ఇతరులు కొంతమందితో కలిసి 2008లో సమర్పించిన పేపర్, "Neuroscience Behavior Review" లో ఆందోళన, నైరాశ్యంతో బాధపడేవారు నిజానికి ఇతరులకన్నా ఎక్కువ default mode network (DMN) activation ప్రదర్శించారని కనుగొన్నారు. అంటే, ఎక్కువ DMN యాక్టివిటీ ఉన్నవారు నైరాశ్యాన్ని పెంచుకుంటారని అర్థం చేసుకోవాలా?

సాధారణంగా మనుష్యులు డబ్బు గురించి, చేసే పని గురించి, కుటుంబం గురించి, సంబంధాల గురించి, వృద్ధాప్యం గురించి, ఒత్తిడితో కూడిన జీవిత సంఘటనల గురించి ఆందోళనతో ఉంటారు. అయితే, ఈ విషయాలే మనుష్యులు ఆందోళనతో ఉండటానికీ, అతిగా ఆలోచించడానికీ

కారణాలవుతున్నాయా? లేక వాటి ఫలితాలా? చాలామంది ప్రజలు విపరీతమైన ఆర్థిక, కుటుంబ ఒత్తిడిని అనుభవిస్తారు. అయినప్పటికీ ఆందోళనతో ఉండరు. అతిగా ఆలోచించరు. భావోద్వేగానికి కారణమయ్యే ఏ సంఘటన ఎదురైనా, దాని నిమిత్తమై ఇతరులు ఆందోళన చెందినా వాళ్లు మాత్రం నిశ్చలంగా ఉంటారు.

సమృద్ధిగా ఉన్న పరిశోధనలను అర్థం చేసుకోవడానికి, మనం ఈ సిద్ధాంతాలన్నిటినీ వాటి విధానాలలో అంగీకరిస్తాము. అన్ని సిద్ధాంతాల సారాంశం ఒక్కటే. ఆందోళన అనేది విభిన్న కారణాలచేత ఏర్పడే భావోద్వేగం. ఇది వివిధ కారణాల మిశ్రమం నుండి వస్తుంది. ఇవి పరస్పరం ఆసక్తికరమైన మార్గాలను కలిగి ఉంటాయి. మీరు ఆందోళనతో ఉండటానికి మొదటి ప్రధాన కారణం "ప్రకృతి వర్సెస్ పెంపకం" (Nature Vs Nurture) మరో మాటలో చెప్పాలంటే, ఆందోళనకు పెద్ద కారణం, ప్రస్తుతానికి అలా అనిపించకపోయినా, ఒక వ్యక్తిగా మీలోని అంతర్గత కారకాలు కావచ్చు.

ఆందోళన గురించి సాధారణ వివరణతో ప్రారంభిద్దాం: జన్యువులు. నిజమేమిటంటే, ఆందోళనకు గల ప్రధాన కారణాన్ని ఏ నిపుణుడూ ఖచ్చితంగా గుర్తించలేకపోయారు. అయితే పరిశోధకులు జన్యుపరమైన భాగాన్ని కనుగొన్నారు. పర్వ్స్ (Purves) మరి కొందరు 2019 లో సమర్పించిన 'మాలిక్యులర్ సైకియాట్రీ' (Molecular Psychiatry) పేపర్‌లో ఏమన్నారంటే, 'ఆందోళన' పెరిగేందుకు క్రోమోజోమ్ 9 కు సంబంధించిన జన్యువులను కలిగి ఉందని వాదించారు. అయితే, ఈ జన్యువులను కలిగి ఉండటం అనేది మాత్రమే మీరు ఆందోళన చెందుతారని అర్థం కాదు.

ఆందోళన రుగ్మతలు 26 శాతం వారసత్వ కారణంగా వస్తుంటాయని యీ పేపర్ వివరిస్తుంది. దీని అర్థం ఏమిటంటే, ప్రజలు ఆందోళన రుగ్మతలను పెంచుకుంటారా లేదా అనేదానిలో 26 శాతం వైవిధ్యం జన్యుశాస్త్రం ద్వారా వివరించబడింది. ఇది చాలా చిన్న సహకారం అని మీరు అంగీకరిస్తారని నేను ఖచ్చితంగా అనుకుంటున్నాను. ఎందుకంటే, మరి మిగతా 74 శాతం గురించి ఏమిటి? ఇది మీ వ్యక్తిగత వాతావరణం, అంటే మీ కుటుంబ చరిత్ర, గత అనుభవాలు, ప్రస్తుత జీవనశైలి వంటి విషయాలపై ఆధారపడి ఉంటుంది. ఈ రకమైన పరిశోధన కష్టంగా ఉంటుంది,

ఎందుకంటే మీరు దాని గురించి ఆలోచించినప్పుడు, తల్లిదండ్రుల నుండి ఆందోళనను "వారసత్వంగా" పొందేందుకు రెండు మార్గాలు ఉన్నాయి. ఒకటి జన్యుపరంగా, కానీ మరొకటి తల్లిదండ్రులు మనల్ని పెంచిన విధానం, బాల్యం, అనుభవాలు మొదలైనవి. ఈ విధంగా, ప్రవర్తన ప్రభావాలను, వాటి నుండి జన్యు ప్రభావాలను వేరు చేయడం కష్టం.

మీ తల్లిదండ్రులు ఆందోళన రుగ్మతతో బాధపడుతున్నట్లయితే, మీకు వచ్చే అవకాశం ఎక్కువగా ఉంటుంది. అయితే ఇది ఇప్పటికీ సంభావ్యతకు సంబంధించిన ప్రశ్న మాత్రమే. మీరు ఎప్పటికీ తప్పించుకోలేని విధికి మిమ్మల్ని నిర్దేశించే "ఆందోళన జన్యువులు" లేనే లేవు. మన వయసు పెరిగే కొద్దీ, మన పరిసరాలు మారుతున్న కొద్దీ, మన జన్యువుల ప్రభావాలు మనపై తక్కువ ప్రభావాన్ని చూపుతాయని సూచించడానికి ఇప్పుడు ఆధారాలు ఉన్నాయి. మీరు కొన్ని నిర్దిష్ట ప్రమాద కారకాలు, నివారణలను గురించి తెలుసుకుంటే, మీరు ఆందోళనను నియంత్రించడం, దానికి అవసరమైనట్టు పని చేయడం, బాగా జీవించడం నేర్చుకోవచ్చు.

ఎపిజెనెటిక్స్ (epigenetics) రంగం ఇప్పుడు జన్యువులు మనం చెప్పుకునే కథలో ఒక భాగం మాత్రమే అని చెబుతోంది. మనం DNA తో జన్మించాము. అది మన జీవిత అనుభవాలు, పర్యావరణంతో పరస్పర చర్యల ద్వారా తరువాత మార్చబడుతుంది. కొన్ని జన్యువులను పరమాణు ప్రక్రియ (molecular process) ద్వారా సక్రియం చేయవచ్చు లేదా నిష్క్రియం చేయవచ్చు, వాటిలో ఒకటి మిథైలేషన్ (methylation). మన జీవిత అనుభవాలు 'మిథైలేషన్' ద్వారా జన్యు వ్యక్తీకరణను ఆపివేయగలవని ఎపిజెనెటిక్ పరిశోధకులు కనుగొనడమే కాకుండా, మిథైలేషన్ యొక్క ఈ అడుగుజాడలు కింది తరతరాలకు పంపవచ్చునని స్పష్టం చేసారు.

అతిగా ఆలోచించడం అనేది జన్యుపరమైనదేనా? అవును. కానీ ఇది జన్యుపరమైనది మాత్రమే కాదు. ఇప్పటికీ ఆ 74 శాతంపై జీవిత భారం ఉంది, అంటే జీవితంలో పర్యావరణం పెద్ద పాత్ర పోషిస్తుంది. మనలో వున్న జన్యువుల గురించి మనం పెద్దగా ఏమీ చేయలేము, కానీ మిగతా వాటి గురించి మనం చాలా చేయవచ్చు.

మనలో జన్యువులే కాకుండా ఇతర ఆందోళనలు కూడా ఉన్నాయి. మనం ఎక్కువగా ఆలోచిస్తున్న సమస్య, మనం దాని గురించి ఏదో

చేస్తున్నామనే భ్రమను కలిగిస్తుంది. కాబట్టి మనలో చాలామంది అలవాటుగా అతిగా ఆలోచించేవారుగా మారారు. కాబట్టి, జేమ్స్ తన ఆరోగ్యం గురించి ఆందోళన చెందుతుంటే, అతను వివిధ కారణాలు, వాటి పరిష్కారాల గురించి అనంతంగా ఆలోచించడం సహజం, అతను సమస్య యొక్క మూలాలకు వెళ్లడానికి ప్రయత్నిస్తున్నట్లు అనిపిస్తుంది. కానీ నిజం ఏమిటంటే, అతిగా ఆలోచించడం అనేది తరచుగా ఎక్కడికీ దారితీయదు. ఎందుకంటే అతిగా ఆలోచించే వ్యక్తి వివిధ అవకాశాలను విశ్లేషించడం, తిరస్కరించడం, పునఃపరిశీలించే వలయంలో చిక్కుకుంటాడు. ఇది కేవలం 'ఎంత గోకినా తగ్గని దురద' లాంటిది. కొంత క్షణిక ఉపశమనం కలిగేందుకు గోకవచ్చు. కానీ గోకడం ఎంత బాగా అనిపించినా దురద ఆగదు.

ఈ విష వలయం నుండి తప్పించుకోవడం చాలా కష్టంగా ఉండటానికి మరొక కారణం ఏమిటంటే, మనం అతిగా ఆలోచించే ఆందోళన తెలివైన, కొంటె మార్గాల్లో పని చేస్తుంది. ఇది మనలో ఉన్న భయాలకు బలం చేకూరుస్తుంది. కొన్ని నిర్దిష్టమైన ఆలోచనల వల్ల మాత్రమే మీరు అతిగా ఆలోచించడం అనేది తీవ్రతరం అవుతుందని మీరు గమనించి ఉండవచ్చు. మీ వ్యక్తిగత సామర్థ్యాలు, నిర్దిష్ట వ్యక్తులతో మీ సంబంధాలు, మీ శారీరక లేదా మానసిక ఆరోగ్యం మొదలైన వాటి గురించి మీకున్న అభద్రతాభావం కావచ్చు. మీలో ఆలోచనలు విపరీతంగా పుడుతున్నప్పుడు వాటిని అణచివేయడానికి ప్రయత్నించడం తరచుగా వ్యతిరేక ఫలితానికి దారి తీస్తుంది. మీరు చింతిస్తున్న విషయం గురించి మీరు మరింతగా ఆలోచించడం ప్రారంభిస్తారు. ఇది నిస్సహాయ పరిస్థితిలా అనిపించవచ్చు, కానీ ఈ విషవలయం నుండి బయటపడటానికి మీరు ఉపయోగించగల కొన్ని పద్ధతులను మనం ఈ పుస్తకంలో తరువాత చర్చిస్తాము.

చివరగా, మన రోజువారీ అలవాట్లు మన ఆందోళనలకు బలం చేకూరుస్తాయి. అందువల్ల మనం కొంచెం అతిగా ఆలోచించేలా చేస్తాయి. మీ సోషల్ మీడియాను తరచుగా తనిఖీ చేయడం, సరిగా తినకపోవడం, పోషకాహారంపట్ల నిర్లక్ష్యం, తగినంత నీరు త్రాగకపోవడం, ఇబ్బందికరమైన నిద్రించే సమయాలు మొదలైన హానికరమైన అలవాట్లు ఎక్కువగా ఆలోచించే మన ధోరణిని మరింత తీవ్రతరం చేస్తాయి. మనం ఇప్పటివరకు చెప్పుకున్న అన్ని అంశాలలో, ఇది నియంత్రించడానికి చాలా సులభమైనది. అయితే, ఆందోళన

కలిగేందుకు చెప్పుకునే తదుపరి కారణం మన ఇష్టానికి అంత తేలికగా వంగదు.

మీ చుట్టూ వాతావరణం యిదేనా?

ఎండలో కాలిపోతున్నా చర్మాన్ని చాలా అందంగా వుంచే జన్యువులు, ఇతర వ్యక్తుల కంటే భిన్నంగా మీలో ఉండొచ్చు. కానీ మీరు నిజంగా ఎండలో కాలిపోతున్నారా లేదా అనేది మీ జన్యువులపై ఆధారపడి ఉండదు. అది సూర్యునిపై ఆధారపడి ఉంటుంది! అదే విధంగా, జన్యువులు మనల్ని ఏదో ఒక మార్గంలో ముందుకు తీసుకువెళతాయి. అయితే ఆందోళనను అభివృద్ధి చేయడంలో, నిలబెట్టుకోవడంలో జీవితమే అతిపెద్ద పాత్ర పోషిస్తుంది. మరో మాటలో చెప్పాలంటే, జన్యు సిద్ధత + ఒత్తిడితో కూడిన సంఘటనలు = అతిగా ఆలోచించడం.

శరీరంలో "రసాయన అసమతుల్యత"లే మానసిక రుగ్మతలకు కారణం అనేది పురాతన అభిప్రాయం. కానీ ఆందోళన, దానికి సంబంధించిన మానసిక ఆరోగ్య పరిస్థితులు చాలా ఒత్తిడితో కూడిన ప్రపంచంలో జీవించడం వల్ల ఖచ్చితంగా ఉత్పన్నమవుతాయని మనకి ఇప్పుడు అర్థమైంది.

ఒత్తిడి అనేది చెడ్డ విషయమేం కాదు. "యుస్ట్రెస్" (Eustress) అనేది హానిలేని ఒత్తిడి. ఇది మనకు రోజువారీ ఒత్తిడి కలగజేయడం ద్వారా మనం చేసే పనులకు స్ఫూర్తినిస్తుంది. మనల్ని ఎప్పటికప్పుడు సవాళ్లను ఎదుర్కొనేందుకు మెరుగ్గా ఉండేందుకు సిద్ధం చేస్తుంది. ఒత్తిడి చాలా ఎక్కువగా ఉన్నప్పుడు, సహజంగా అది వ్యతిరేక ప్రభావాన్ని కలిగి ఉంటుంది. మన మానసిక వనరులను క్షీణింపజేయడానికి మాత్రమే పని చేస్తుంది. ఆ స్థితిలో మనకు భరించలేనట్లు అనిపిస్తుంది. ఈ వర్ణ చిత్రానికి మరొక చివర, ఉద్దీపన పూర్తిగా లేకపోవడం వల్ల కూడా మనం ఒత్తిడికి గురవుతాము. మన పర్యావరణం ద్వారా మనం తగినంతగా సవాళ్లను ఎదుర్కోనపుడు ఈ రకమైన ఒత్తిడి ఏర్పడుతుంది. దీనిని 'హైపోస్ట్రెస్' అని పిలుస్తారు, వృద్ధి చెందడానికి, ఒత్తిడి లేని వాతావరణం మనకు అవసరం లేదని, మన అవసరాలకు సరిగ్గా సరిపోయేది అవసరమని ఇది చూపిస్తుంది.

ఒత్తిడి, ఆందోళన ఒకే విషయం కాదు. మనస్తత్వవేత్త డాక్టర్. సారా ఎడెల్మాన్ చెప్పిన దాని ప్రకారం ఒత్తిడి అనేది వాతావరణంలో ఉంటుంది.

అది మనపై బాహ్య ఒత్తిడిని ఏర్పరుస్తుంది. అయితే ఆందోళన అనేది మన అంతర్గత అనుభవం. మనమందరం ఒకే ఒత్తిడితో కూడిన సంఘటనకు భిన్నంగా ప్రతిస్పందిస్తాము. ఎందుకంటే మనందరికీ వేర్వేరు అంతర్గత అనుభవాలు, పరిమితులు ఉంటాయి. మన ప్రతిస్పందనలో ఇతర భావోద్వేగాలు (కోపం లేదా నిరాశ వంటివి); శారీరక లక్షణాలు (నిద్రలేమి, జీర్ణ సమస్యలు లేదా ఏకాగ్రత లేకపోవడం వంటివి) ఉంటాయి.

సజీవంగా ఉండటం అనేది ఒత్తిడితో కూడుకున్నది. ఒత్తిడి, సవాలు, అసౌకర్యాన్ని అనుభవించడం మన రోజువారీ ప్రపంచంలో ఒక సాధారణ భాగం. కానీ అది నిరంతరంగా మనలో ఉండి, ఒత్తిళ్లను తట్టుకోగల మన సామర్థ్యాన్ని అధిగమించినట్లయితే, మనం అలసిపోయి, నిరాశకు గురవుతాము. అదే ఆందోళన రుగ్మత కావచ్చు. శరీరం యొక్క పోరాటం లేదా తక్షణ ప్రతిస్పందన మనల్ని సురక్షితంగా ఉంచడానికి ఉద్భవిస్తుంది. కాని మనలను నిరవధికంగా ఉద్రేకపరిచే స్థితిలో ఉండకూడదు. మీరు ఇప్పటికే అతిగా ఆలోచించే జీవసంబంధమైన లేదా మానసిక స్థితిని కలిగి ఉన్న వ్యక్తిపై దీర్ఘకాలిక ఒత్తిడిని కలుగజేస్తే, అది అణచివేతకు ఆరంభంగా చెప్పుకోవచ్చు.

పని ఒత్తిళ్లు, పిల్లలు కావాలనుకోవడం, మానసికంగా అలసిపోతున్న సంబంధం, ఇరవై నాలుగు గంటల వార్తల ప్రసార ఛానెళ్ల ఒత్తిడి, రాజకీయాలు, వాతావరణ మార్పులు, మీ పొరుగువారు మేడమీద శబ్దం చేయడం, నిద్రలేమి, ఎక్కువగా జంక్ ఫుడ్ తినడం, గతంలో జరిగిన ఒక బాధాకరమైన విషయం, తక్కువగా వున్న బ్యాంక్ బ్యాలెన్స్ – ఇత్యాదుల వల్ల మనలో చాలామంది పూర్తిగా ఒత్తిడిలో మునిగిపోవడంలో ఆశ్చర్యం లేదు.

పరిశోధకుడు కెన్నెత్ కెండ్లర్ మరియు అతని బృందం చెప్పిన దాని ప్రకారం, నైరాశ్యం, సాధారణీకరించిన ఆందోళన రుగ్మత యీ రెండూ గత కాలపు బాధాకరమైన జీవిత సంఘటనలతో బలంగా ముడిపడి ఉన్నాయని కనుగొన్నారు. అవి మరణం, విడాకులు, ప్రమాదాలు, నేరాలు, పేదరికం లేదా జాత్యహంకారాన్ని ఎదుర్కోవడం వంటివి. అనేక ఇతర అధ్యయనాల (బ్రౌన్ మరియు ఫింకెల్హోర్, 1986 నాటికి) ప్రకారం యుక్తవయస్సులో మానసిక రుగ్మతలను ఎక్కువగా అనుభవించే వారిలో ఒకరు బాల్యంలో ఎదుర్కొన్న విషాదం, మానసిక గాయం, దుర్వినియోగం, నిర్లక్ష్యానికి

గురవుతున్నారని కనుగొన్నారు. 2000లో, క్రిస్టీన్ హీమ్ మరియు అతని సహచరులు, బాల్యంలో లైంగిక వేధింపులు స్త్రీలకు యుక్తవయస్సులో ఒత్తిడికి "సున్నితత్వం" కలిగించే ప్రభావాన్ని కలిగి ఉన్నాయని సూచించారు. అంటే ఇతర వ్యక్తులతో పోలిస్తే ఒత్తిడికి వారి శారీరక ప్రతిస్పందన అనేది వాస్తవానికి పెరిగింది.

మనం పర్యావరణ కారకాల గురించి ఆలోచించినప్పుడు, సాధారణంగా అతిగా ఆలోచించడానికి దోహదపడే ప్రధాన సంఘటనలు లేదా మన అనుభవాలపై దృష్టి పెడతాము. వీటిలో చాలా వరకు పైన ప్రస్తావించబడ్డాయి, అయితే పర్యావరణ కారకాలు మనపై ప్రభావం చూపే మరో కోణం కూడా ఉంది. ఇది మన గృహాలు, కార్యాలయాలు/కార్యాలయాలలో మనం గణనీయమైన సమయాన్ని వెచ్చించే వాతావరణం. మన ఇళ్లలోనూ, కార్యాలయాలలోనూ మనం ఎంతెంత సమయాన్ని ఏ విధంగా గడుపుతున్నాము, వాటిని మనం ఎలా నిర్వహించుకుంటున్నాము, ఆ క్రమంలో మనం చూపే ఆత్రుత మొదలైనవి అన్నీ భారీగా ప్రభావం చూపుతాయి.

మీరు ఎప్పుడైనా "మీ గదిని శుభ్రం చేసుకోండి!" అని విన్నట్లయితే ఒత్తిడిని ఎదుర్కోవటానికి ఇది ఒక కారణం. చిందరవందరగా ఉంటుంది, అది ఇంట్లోనైనా లేదా ఆఫీసులోనైనా కావచ్చు. ఇది సాధారణంగా ఆందోళనకు ఒక ముఖ్యమైన కారణం. ఎందుకంటే ఇది ఉపచేతనంగా మీ ప్రతిబింబంలా పనిచేస్తుంది. మీ చుట్టూ వున్న లైటింగ్, దాని నాణ్యత, మీ చుట్టూ భ్రమించే వాసనలు, శబ్దాలు, గోడల రంగులు, మీతో పాటు మీ దగ్గరగా కూర్చున్న వ్యక్తులు వంటి అంశాలు అన్నీ ఆందోళన, ఒత్తిడి స్థాయిలను ఎలా నిర్వహించబడుతున్నాయనే దానిపై ఆధారపడి ఒత్తిడిని పెంచవచ్చు లేదా తగ్గించవచ్చు. మంచి లైటింగ్, ఆహ్లాదకరమైన సువాసనలు, ప్రశాంతమైన రంగులతో ఉన్న గోడలు మీ ఆందోళన స్థాయిలపై ఎంత ప్రభావం చూపుతుందో తెలుసుకుంటే మీరు ఆశ్చర్యపోతారు.

కాబట్టి, ఆందోళన, ఒత్తిళ్ళకు జన్యువులే కారణం కాదు. జీవిత సంఘటనలు, పర్యావరణం అనేవి కూడా ఒత్తిళ్లు, ఆందోళనను కలిగిస్తాయి. మన మునుపటి ఉదాహరణకి తిరిగి వస్తే, ఎవరైనా నల్లటి, సూర్యరశ్మిని తట్టుకునే చర్మం కోసం జన్యువులను కలిగి ఉన్నప్పటికీ, వారు పదేపదే ఎండ తీవ్రతను ఎదుర్కున్నట్లయితే, వారు చివరికి వడదెబ్బకు గురవుతారు.

మనం చెప్పుకుంటున్న కథను కొంచెం ముందుకు తీసుకెళ్లడానికి, లేత, కాలిన చర్మం ఉన్న వ్యక్తిని మళ్లీ ఊహించుకోండి. వారు "సన్‌బర్న్ జన్యువులతో" శపించబడి ఉండవచ్చు, కానీ వారు వారి ప్రవర్తన గురించి (అంటే SPF 50లో స్లాదర్) చైతన్యమైన ఎంపికలు కూడా చేయవచ్చు. ఈ విధంగా, వారు ఉద్దేశపూర్వకంగా పర్యావరణం యొక్క ప్రభావాలను నియంత్రించడాన్ని ఎంచుకోవచ్చు. వారి జీవితాలపై బాధ్యత వహించవచ్చు. ఇది ఒత్తిడి తాలూకూ మూడవ అంశానికి మనలను తీసుకువస్తుంది: మన స్వయం ప్రవర్తన మరియు వైఖరులు.

రహస్య పదార్థం: మన మానసిక నమూనాలు

'ప్రకృతి వర్సెస్ పెంపకం' చర్చ వాస్తవానికి పూర్తయిపోయింది: ఇది ఏదీ కాదు, అయినా రెండూ. మనం ఆందోళనను అనుభవించాలా వద్దా అనే దాని మధ్య సంబంధానికి వస్తుంది:

- మన ప్రత్యేకమైన జన్యువుల, జీవ లక్షణాలు మరియు గ్రహణ శీలతలు,
- బాహ్య వాతావరణంలో మనకు ఎదురయ్యే సంఘటనలు, ఒత్తిళ్లు, పరిస్థితులు

కానీ మనం ఈ సంబంధాన్ని పరిశీలించడానికి, అర్థం చేసుకోవడానికి ఎంత సుముఖంగా ఉన్నామనే విషయంలో మనమందరం భిన్నంగా ఉండవచ్చు.

మన ప్రత్యేకమైన మేథో శైలి, మన మానసిక బంధాలు, అవి మనలో ప్రేరేపించే ప్రవర్తన అనేవి ముఖ్యంగా మనం ఆందోళనను అనుభవిస్తున్నామా, దానిని చైతన్యంతో నియంత్రిస్తున్నామా, లేదా అనే దానిపై శక్తివంతమైన నిర్ణాయకంగా పని చేస్తుంది. ఉదాహరణకు, ఈ పుస్తకాన్ని తీసుకోవడంలో, మీరు మీ జీవితంపై ఖచ్చితమైన 'ప్రకృతి లేదా పెంపకం' లేని ప్రభావంతో నిమగ్నమై ఉన్నారు.

ప్రకృతి మరియు పెంపకం మధ్య ఇంటర్‌ఫేస్‌లో మన జీవితాల గురించి మనం చెప్పే కథ, మనం విషయాలను అర్థం చేసుకునే విధానం, మన అంతర్గత సంభాషణ, మన స్వంత గుర్తింపు యొక్క భావం అనేవి ముఖ్యంగా ఉంటాయి. మన పెద్ద వాళ్లు చెప్పినట్టు, "మోసే బరువు కాదు

మోసే విధానం ముఖ్యం". మీరు ఒక ఈవెంట్‌ను ఒత్తిడితో కూడినదిగా, అధిక భారమైనదిగా భావిస్తున్నారా అనేది మీరు ఆ ఈవెంట్‌ను ఎలా అర్థం చేసుకుంటారన్న దానిమీద ఆధారపడి ఉంటుంది. అలాగే మీరు దానిలో ఎంత చురుకుగా పాల్గొంటారు, ఎలాంటి ఎంపికలు చేస్తారనేది కూడా ముఖ్యం.

ఒకే సంఘటన లేదా దృష్టాంతంలో ఇద్దరు వ్యక్తులు భిన్నమైన అభిప్రాయాలను కలిగి ఉంటారు. ఆ అభిప్రాయాలు వారి అనుభవం మీద ఆధారపడి ఉంటుంది తప్ప అక్కడ జరిగిన దృష్టాంతంపై కాదు. కొన్ని అంచనాలు జీవితంపై మరింత ఒత్తిడి ఏర్పడే ఫలితాలకు దారితీస్తాయి. ఉదాహరణకు, మీరు ఇతరుల నియంత్రణలో ఉన్న వ్యక్తి అయితే (అంటే, మీరు మీ జీవితాన్ని మీ నియంత్రణలో ఉన్నట్లుగా చూడలేరు. అదృష్టం ఏమిటంటే యాదృచ్ఛికత లేదా ఇతర వ్యక్తులచే ప్రభావితమవుతారు), అప్పుడు మీకు అర్థమౌతుంది. అది అద్భుతమైన సవాలు కంటే పెను ముప్పును తీసుకువచ్చే కొత్త పరిస్థితి. ఇది ముప్పు అని మీరు తెలుసుకున్న తర్వాత, మీరు అది సంభవించినట్లుగా ప్రవర్తిస్తారు. దానివల్ల ఆందోళన చెందుతారు.

దీనిని ఒకసారి గమనించండి: సియామీ పిల్లులు చర్మంపైన ఒక విలక్షణమైన రంగును ఇచ్చే జన్యువులను కలిగి ఉంటాయి. అయినప్పటికీ, జన్యువులు రాళ్ల మాదిరిగా స్థిరంగా ఉండవు. కానీ పర్యావరణానికి అనుకూలంగా అవి మార్పు చెందుతూ ఉంటాయి. ఎందుకంటే అవి ఉష్ణోగ్రతకు సున్నితమైన స్పందన కలిగి ఉంటాయి. అవి వాటి శరీరంలోని చల్లని ప్రాంతాల్లో (గోధుమ రంగు తోక చివర, ముక్కు, చెవులు, పాదాలు) "స్విచ్ ఆన్" చేయబడతాయి. అదే విధంగా వెచ్చని ప్రదేశాలలో నిలిపివేయబడతాయి. మీరు చాలా చల్లని వాతావరణంలో సియామీ పిల్లిని పెంచుకుంటే, అది ముదురు గోధుమ రంగులో కనిపిస్తుంది. చల్లని వాతావరణంలో అవి సున్నితంగా ఉంటాయి. ఆ విధంగా ఒకే జన్యుపరమైన రెండు పిల్లులు వేరొక ఫినోటైప్‌తో ముగుస్తాయి అంటే., ఆ జన్యువుల శారీరక వ్యక్తీకరణ.

ఒక సియామీ పిల్లి పెంపకందారుడు తమ పిల్లులకు లేత రంగుల చర్మం కావాలని, వెచ్చని వాతావరణానికి మార్చాలని నిర్ణయించుకుంటే,

దాని ఫలితంగా వచ్చే రంగు పూర్తిగా జన్యువులకు లేదా పర్యావరణానికి తగిన విధంగా ఉండబోదని మనం చెప్పగలం. వాస్తవానికి, రంగు అనేది రెండింటి మధ్య పరస్పర చర్య యొక్క ఫలితం కాదు. మూడవ అంశం: సియామీ పిల్లులలో రంగు ఎలా పనిచేస్తుందనే దానిపై పెంపకందారుల అవగాహన, వారు కోరుకున్న ఫలితాన్ని పొందడానికి వారి ఉద్దేశపూర్వక చర్య.

మీ అవగాహనలు, దృక్పథాలు, స్వీయ భావన, ప్రపంచ దృష్టికోణం, అభిజ్ఞా నమూనాలు అన్నీ తటస్థ సంఘటనల యొక్క మీ వివరణ వైపు వెళ్తాయి. మనం ప్రతిస్పందించేది ఒత్తిడితో కాదు. ఒత్తిడిపై అవగాహన కోసం స్పందిస్తాము. ఈ అవగాహనా చర్యల ద్వారా వాస్తవ రూపాలను సంతరించుకుంటాయి.

రాబోయే అధ్యాయాలలో జన్యుశాస్త్రం (అసాధ్యం) లేదా వాతావరణంలో ఒత్తిడిని ఎలా వదిలించుకోవాలో (కొంచెం ఎక్కువ సాధ్యమే, కానీ కొంచెం మాత్రమే) ఎలా మార్చాలనే దానిపై మీకు ఎటువంటి వివరణా యివ్వదు. అందుకు బదులుగా, ఆందోళన, అతిగా ఆలోచనను మెరుగ్గా నిర్వహించడానికి మీ దృక్పథాన్ని మార్చడానికి ప్రస్తుతం మీకు అందుబాటులో వున్న అన్ని విషయాలపై మనం దృష్టి పెడతాము.

అతిగా ఆలోచించే వ్యక్తులు, వారు అతిగా ఆలోచించడానికి జన్యుపరమైన లేదా పర్యావరణ పరమైన “కారణాలు” కలిగి ఉంటారు. కానీ చివరికి చూస్తే, వాళ్లు ప్రతిదాన్నీ ప్రత్యేకంగా ఒత్తిడితో కూడిన మార్గంలోనే తీసుకువస్తారు. ఒత్తిడిని నిరోధించే విషయంలో మీ సహజసిద్ధమైన బలాలు, నైపుణ్యాల గురించి మీ నమ్మకాలు ఏమిటి? మీరు ప్రపంచాన్ని, అది విసిరే సవాళ్లను ఎలా చూస్తారు? అదంతా ఎలా సాగుతుందనే దాని గురించి మీకు ఎంత చెప్పాలి? మీ రోజువారీ అలవాట్లు ఎలా ఉన్నాయి? మీ ఆత్మగౌరవం మంచి క్రమంలో ఉందా? మీ పరిమితుల గురించి ఏమిటి? ఇవన్నీ మనం మార్చుకోగల అంశాలు.

ఈ పుస్తకం యొక్క మిగిలిన భాగంలో, మీ జీవితంలో “అభిజ్ఞా ప్రవర్తన చికిత్స” (Cognitive Behavioral Therapy) వంటి వాటిని ఎలా చేర్చుకోవాలో ఆచరణాత్మకమైన, ఖచ్చితమైన ఉదాహరణలను మనం చూడబోతున్నాము. సరైన సాంకేతికత (techniques) లను

ఉపయోగించడం ద్వారా, మనం మన దృక్పథాన్ని పునర్నిర్మించుకోవచ్చు. అదే విధంగా మన ప్రవర్తనను మార్చుకోవచ్చు. అతి ఆలోచనలను నివారించవచ్చు. అదే సమయంలో మన మెదడును సద్వినియోగం చేసుకోవచ్చు. మీ నియంత్రణ, సాధికారత యొక్క భావాన్ని బలోపేతం చేయడం, భయం స్థానంలో ఆశ, ఉత్సాహాన్ని సృష్టించడం, ఒత్తిడిని నియంత్రించడం వంటివి తెలుసుకుంటాము. మీ జీవితం మిమ్మల్ని నడిపిస్తున్నట్లుగా కాకుండా మీరు మీ జీవితాన్ని నడిపించేందుకు మార్గాలను మనం పరిశీలిస్తాము.

మనం సాంకేతికతలలోనికి వెళ్లబోయే ముందు, మనం ఈ విధంగా వ్యవహరించకపోతే కలిగే ప్రమాదాల గురించి పరిశీలిద్దాం, మన శ్రేయస్సును మన చేతుల్లో తీసుకుందాం.

అతిగా ఆలోచించడం వల్ల కలిగే పరిణామాలు

ఈ అధ్యాయంలో మనం ముందు చెప్పుకున్న జేమ్స్ గుర్తున్నాడా? మనం అతని మెదడును కేవలం ఒక గంట లేదా రెండు గంటల పాటు పరిశీలించాము. కానీ ఎప్పుడూ స్విచ్ ఆఫ్ చేయని మెదడుతో జేమ్స్, నిరంతరం 24/7 ఉన్నట్లుగా ఊహించుకోండి. ఇది ఎలా ఉంటుందో మీకు ఇప్పటికే బహుశా తెలిసి ఉండవచ్చు. అయినప్పటికీ చాలామంది ప్రజలు ఆందోళనతో ఉండటం, అతిగా ఆలోచించడం సహజంగా హానికరం అని భావించరు. అవి కేవలం ఆలోచనలు, అంతేకదా? అనుకుంటారు.

ఇది తప్పు! ఆందోళన అనేది శారీరక, మానసిక, సామాజిక మరియు ఆధ్యాత్మిక దృగ్విషయం. ఆత్రుతతో కూడిన అతిగా ఆలోచించడం ప్రభావితం చేయని అంశం జీవితంలో ఉండదు. మీరు ముప్పును గుర్తించినప్పుడు, మీ HPA అక్షం (హైపోథాలమస్, పిట్యూటరీ, అడ్రినల్స్) ప్రేరేపించబడుతుంది. మీ మెదడు శరీరంలోని న్యూరోట్రాన్స్మిటర్లు మరియు హార్మోన్ల క్యాస్కేడ్‌ను ప్రేరేపిస్తుంది. ఇది భౌతిక ప్రభావాలను కలిగి ఉంటుంది. ఇది గ్రహించిన ముప్పు నుండి బయటపడేందుకు శరీరాన్ని సిద్ధం చేయడానికి క్లాసిక్ పోరాటం లేదా తక్షణ ప్రతిస్పందన చేస్తుంది.

కరీన్, మరి యితరులు (2020) HPA వ్యవస్థ, అనేక సంబంధిత మానసిక పరిస్థితుల యొక్క పునాది నుండి, క్రమబద్ధీకరించబడనప్పుడు,

ఎలా ఉంటుందో వివరిస్తూ ఒక పేపర్‌ను ప్రచురించారు. ఇది దీర్ఘకాలిక ఒత్తిడి యొక్క ప్రత్యక్ష శారీరక ప్రభావాలను ప్రస్తావించకుండానే సాగింది. వ్యవస్థ దృక్కోణం నుండి, ఒత్తిడి అనేది మన ఎండోక్రైన్ గ్రంధులు, అవయవాల ఆరోగ్యం మరియు పనితీరు నుండి, మన సానుకూల ప్రవర్తనల వరకు, మన మానసిక స్థితి యొక్క మన ఆత్మాశ్రయ అనుభవాల వరకు, మనం భాగమైన విస్తృత ప్రపంచం వరకు ప్రతిదీ కలిగి ఉన్న సంక్లిష్ట దృగ్విషయం.

కాబట్టి, "అంతా మన బుర్రలోనే ఉంది" అనే ఆలోచన ఇకపై చెల్లదు. అంతా మన శరీరంలోనే ఉండొచ్చు, అంతా మీ ప్రవర్తనలో ఉండొచ్చు, లేదంటే అంతా మీదైన ప్రపంచంలో ఉండొచ్చు.

దీర్ఘకాలిక మరియు స్వల్పకాలిక భౌతిక ప్రభావాలు: గుండ దడ, తలనొప్పి, వికారం, కండరాల ఒత్తిడి, అలసట, నోరు పొడిబారడం, కళ్లు తిరగడం, శ్వాస తీసుకోవడంలో వేగం పెరుగుదల, కండరాలు నొప్పి, వణుకుతో మెలితిప్పడం, చెమటలు పట్టడం, చెదిరిన జీర్ణక్రియ, రోగనిరోధక వ్యవస్థ అణిచివేత మరియు జ్ఞాపకశక్తి సమస్యలు. మీ శరీరం తీవ్రమైన ఒత్తిడిని తట్టుకోగలిగేలా రూపొందించబడింది. అయితే దీర్ఘకాలిక ఒత్తిడి (కొనసాగుతున్న ఒత్తిడి) హృదయ సంబంధిత వ్యాధులు, నిద్రలేమి, హార్మోన్ల క్రమబద్ధీకరణ మొదలైన దీర్ఘకాలిక ఆరోగ్య పరిస్థితులకు కారణమవుతుంది. ఒత్తిడి యొక్క సాధారణ శారీరక అనుభవం సుదీర్ఘంగా ఉంటే, భౌతిక ప్రభావాలు మీ జీవితాంతం పరిణామాలను కలిగి ఉంటాయి.

మానసిక మరియు భావోద్వేగ ప్రభావాలు

అలసట, శక్తిహీనత, అంచున ఉన్న అనుభూతి, భయము, చిరాకు, ఏకాగ్రత అసమర్థత, ప్రేరణ లేకపోవడం, కామాతురత, ఆకలి, పీడకలలు, నిరాశ నిస్పృహలు, నియంత్రణ లేని అనుభూతి, ఉదాసీనత మొదలైనవి. ఒత్తిడి ప్రతికూల ఆలోచనా విధానాలను, హానికరమైన స్వీయ-చర్చను బలపరుస్తుంది. మన విశ్వాసాన్ని తగ్గిస్తుంది, మన ప్రేరణను నాశనం చేస్తుంది.

దీని కంటే చాలా భయంకరమైన విషయం ఏమిటంటే, అతిగా ఆలోచించడం వల్ల సంఘటనల గురించి మీ అవగాహనను పూర్తిగా తారుమారు చేయవచ్చు. మీ వ్యక్తిత్వాన్ని రూపుమాపడం అంటే మీరు

ఎక్కువగా ప్రమాద విముఖత, మరింత ప్రతికూల దృష్టి, తక్కువ స్థితిస్థాపకతతో ఉంటారు. మీరు నిరంతరం 'ఒత్తిడి' అనే దాన్ని ట్యూన్ చేస్తున్నప్పుడు, మీరు వాస్తవికంగా స్పృహలో ఉండరు. ప్రస్తుత క్షణంలో జీవితాన్ని అనుభవించడానికి అందుబాటులో ఉండరు. ఏది తప్పు కావచ్చు లేదా ఎక్కడ తప్పు జరిగిందనే దానిపై మీరు చూపించే కఠినమైన దృష్టి కారణంగా మీరు ఆనందం, కృతజ్ఞత, సంబంధాలు, సృజనాత్మకతల యొక్క అనేకమైన సంభావ్య భావాలను కోల్పోతారు.

దీని అర్థం మీరు సమస్యలకు సృజనాత్మక పరిష్కారాలను కనుగొనడం, కొత్త అవకాశాలను చూడటం, వాటిని సద్వినియోగం చేసుకోవడం లేదా మీకు అన్నివిధాలా సరిగ్గా సరిపోయే అన్ని విషయాలను నిజంగా ఆహ్వానిస్తున్నారని అర్థం. మీరు నిరంతరం తక్కువ స్థాయిలోనే భయం, ఆందోళనలతో ఉంటున్నట్లయితే, క్రొత్తగా జరిగే ప్రతి దాడి ఆ వడపోత ద్వారా వివరించబడుతుంది. అది ఏమిటన్నదీ భయంతో కాక, మీరు భయపడే దాని కోసమని అర్థం చేసుకోవచ్చు.

విస్తృతమైన సామాజిక మరియు పర్యావరణ ప్రభావాలు

సన్నిహిత సంబంధాలకు నష్టం, పనిలో పేలవమైన పనితీరు, ఇతరులపట్ల అసహనం, చిరాకు, సామాజికంగా వెనక్కి తగ్గడం, వ్యసనపరత్వం, హానికరమైన విషయాలలో పాల్గొనడం. నిరంతరం ఒత్తిడి, ఆత్రుతతో ఉన్న వ్యక్తి జీవితంలోని అన్ని అర్థాలను, ఆనందాన్ని కోల్పోవడం ప్రారంభిస్తాడు. ప్రణాళికలు వేయడం మానేస్తాడు. ఇతరుల పట్ల దాతృత్వం లేదా కరుణతో వ్యవహరించలేడు. జీవితంపై అభిరుచిని కోల్పోతాడు. ఇతరులతో కలుపుగోలుగా ఉండటం, పరిహాసం, ఆహ్లాదం మర్చిపోయి అమర్యాదగా ప్రవర్తించడం అనేది తన లక్షణంగా కనిపిస్తాడు.

మీరు ఊహించినట్లుగా, భౌతిక, మానసిక మరియు పర్యావరణ అంశాలు అన్నీ కలిసి, అతిగా ఆలోచించడం, ఆత్రుత యొక్క ఏకీకృత అనుభవాన్ని సృష్టించడానికి సంకర్షణ చెందుతాయి. ఉదాహరణకు, మీరు స్థిరంగా ఆలోచిస్తే, మీ శరీరం కార్టిసాల్ మరియు ఇతర ఒత్తిడి హార్మోన్లతో నిండిపోతుంది. ఇది మిమ్మల్ని భావోద్వేగ అంచుల్లో ఉంచుతుంది. వాస్తవానికి మీరు మరింత ఎక్కువగా ఆలోచించేలా చేస్తుంది. తద్వారా

ఒత్తిడిని పెంచుతుంది, మీ గురించి, మీ జీవితం గురించి మీరు ఆలోచించే విధానాన్ని మారుస్తుంది. మీరు మీ కోసం చెడు ఎంపికలు చేయవచ్చు (అలస్యంగా ఉండటం, చెడు ఆహారం తినడం, ప్రజలను మూసివేయడం) ఇది మీరు ఉన్న ఒత్తిడి చక్రాన్ని బలపరుస్తుంది. మీరు పనిని అర్ధాన్నంగా చేయవచ్చు, వాయిదా వేయవచ్చు, లేదా అనివార్యంగా మీ గురించి ఆందోళన చెందవచ్చు. ఇంకా యిలాంటివే వగైరా వగైరా!

పర్యావరణ ఒత్తిడి మరియు ఒత్తిడి తటస్థంగా ఉంటాయి. మనం వాటిని మన మానసిక నమూనాల ద్వారా పంపించి, వాటిని నిర్ణయించే వరకు అవి సమస్య కాదు. మనం జ్ఞాపకాల వలయంలో చిక్కుకున్నపుడు, ఎక్కువగా ఆలోచించినప్పుడు, సాధారణ జీవిత ఒత్తిడిని అతి ఉల్లాసంగానూ, లేదంటే ప్రతికూలంగానూ మార్చుకోవచ్చు. మనం అతిగా ఆలోచించినప్పుడు, మన జీవితం, మనస్సు, శరీరం, ఆత్మ, యిలా ప్రతి విషయంలోనూ చెడు ప్రభావాలు కలిగించే అలవాటులను బలోపేతం చేస్తూ, ఆందోళన వలలో చిక్కుకుపోతాము.

అతిగా ఆలోచించడం అనేది మీ జీవితకాల అలవాటుగా ఉన్నపుడు అది మీ వ్యక్తిత్వంలో భాగంగానే మీరు దానిని భావిస్తారు. కానీ, కాస్త మనసుపెట్టి ఆలోచిస్తే, మార్పును మనం తీసుకురావచ్చు. మార్పు వచ్చిన తరువాత అతిగా ఆలోచించడం అనేది మన జీవితంలో ఎంత ప్రభావం చూపించిందో మనం తెలుసుకుంటాము. అతిగా ఆలోచించేవాళ్లు యితరులకంటే కాస్త ఆధిక్య భావనతో ఉంటారు: వాళ్లు సహజంగా తెలివిగలవాళ్లయి ఉంటారు. వాళ్ల జీవితాన్ని స్వయంగా సక్రమంగా ఉంచుకోగలుగుతారు. అయితే ఎట్టొచ్చీ, అతిగా ఆలోచించడం అనేది వాళ్లని ఎన్ని యిబ్బందులు పెట్టిందనేది వాళ్లు అంగీకరించగలగాలి.

మనమందరం వివిధ పూర్వస్థితిని, స్థితిస్థాపకత స్థాయిలను కలిగి ఉన్నాము. మనమందరం వాతావరణంలో ఒత్తిడికి భిన్నమైన బహిర్గతాలను కలిగి ఉంటాము. కానీ మన అనుభవాలను ఎలా మూల్యాంకనం చేసుకొని ముందుకు సాగాలి అనే దానిపై మనకు ఎక్కువ నియంత్రణ ఉంటుంది. అతిగా ఆలోచించడం అనేది సహజమైన స్థితి కాదు, అది నిజానికి అవసరం లేదు. ఇది విధ్వంసక ప్రవర్తన, మనం కోరుకుంటే దానిని ఆపడానికి చురుకుగా ప్రయత్నం చేయవచ్చు. ఒత్తిడి అనేది జీవిత వాస్తవం, కానీ అతిగా

ఆలోచించడం ఐచ్ఛికం! అభ్యాసంతో, ఎవరైనా తమ మెదడును వారి వైపు పని చేయడానికి, విషయాలను భిన్నంగా చూడటానికి, స్థిరమైన ఆందోళన మరియు ఒత్తిడి యొక్క తుప్పును నిరోధించడానికి తిరిగి శిక్షణ పొందవచ్చు.

గుర్తుంచుకోవలసిన విషయాలు

- సరిగ్గా ఆలోచించడం అంటే ఏమిటి? అతిగా ఆలోచించడం అంటే ఒక విషయాన్ని అతిగా విశ్లేషించడం, మూల్యాంకనం చేయడం, జ్ఞాపకాల వలయంలో చిక్కుకునిపోవడం, కొన్ని విషయాల గురించి ఆందోళన చెందడం, అది మీ మానసిక ఆరోగ్యాన్ని ప్రభావితం చేయడం ప్రారంభించే స్థాయికి చేరుకోవడం వలన దానిని యిక మీరు ఆపలేరు.
- ఆందోళన పెరిగేందుకు కారణమైన అతిగా ఆలోచించడానికి రెండు ప్రధాన మూలాలు ఉన్నాయి. మొదటిది మనమే. దురదృష్టవశాత్తు, మనలో కొందరు కేవలం జన్యుపరంగా ఇతరులకన్నా ఎక్కువ ఆత్రుతగా ఉంటారు. అయితే, జన్యువులు మాత్రమే కారణం కాకపోవచ్చు. మనం అతిగా ఆలోచించే సమస్యను ఏదో ఒకవిధంగా పరిష్కరించుకుంటున్నట్లు అనిపించడం వల్ల మనం ఒక అలవాటుగా అతిగా ఆలోచించేవారిగా మారిపోవచ్చు. ఎందుకంటే అతిగా ఆలోచించడం ఎప్పటికీ ముగియదు. దీనికి ముగింపు అనేది ఉండదు. కానీ మనకు కొంత పురోగతి సాధిస్తున్నట్లు అనిపిస్తుంది. చివరకు యిది తప్పించుకోవడం కష్టంగా ఉండే విషవలయంగా మారుతుంది.
- ఆందోళనకు మరో కారణం మన పర్యావరణం. ఇందులో రెండు కోణాలున్నాయి. ముందుగా, మన ఇల్లు, కార్యాలయం వంటి మనం ఎక్కువ సమయం గడిపే వాటి పరిసరాలను పరిగణించాలి. ఈ స్పేస్‌లను రూపొందించిన విధానం మన ఆందోళన స్థాయిలపై భారీ ప్రభావాన్ని చూపుతుంది. అవి చిందరవందరగా, మసకగా వెలుతురు, శబ్దంతో ఉంటే, అది మనల్ని మరింత ఆందోళనకు గురి చేస్తుంది. రెండవ అంశం ఏమిటంటే, ప్రపంచంతో మన పరస్పర చర్యల ద్వారా మన

సామాజిక–సాంస్కృతిక నేపథ్యంలో మనకు ఉన్న విస్తృత అనుభవం. జాత్యహంకారం లేదా లింగవివక్షను అనుభవించడం వంటివి మనల్ని ఒత్తిడికి గురి చేస్తాయి. అలాంటివి మనలో అధిక ఆందోళనకు దారితీయవచ్చు. అతిగా ఆలోచించడం వల్ల అనేక ప్రతికూల పరిణామాలు ఉన్నాయి. దీర్ఘకాలిక సమస్యలుగా మారే శారీరక, మానసిక మరియు సామాజిక హాని కూడా వీటిలో ఉన్నాయి. జాతి వివక్ష, మైకము, అలసట, చిరాకు, భయము, తలనొప్పి, కండరాల ఒత్తిడి మొదలైనవి కొన్ని ఉదాహరణలుగా చెప్పుకోవచ్చు.

- అతి ఆలోచనల వల్ల చాలా రకాలుగా దుష్ప్రభావాలు ఉన్నాయి. ఈ నష్టాలు శారీరక, మానసిక, సామాజికంగా ఉంటాయి. అవి దీర్ఘకాలిక సమస్యలు కావచ్చు. కొన్ని ఉదాహరణలు గుండె దడ, దానికి సంబంధించిన జబ్బులు, అలసి పోవటం, చికాకు పడటం, తల నొప్పితో బాధపడటం, నరాలకు సంబంధించిన వ్యాధులు మొదలైనవి.

అధ్యాయం 2

ఒత్తిడి నుంచి స్వేచ్ఛ పొందే సూత్రం, ఆ తర్వాత కొన్ని...

అతిగా ఆలోచించడం, దానికి కారణాలు, ప్రభావాలు, అది మన జీవితంలో కలిగించే దుష్పరిణామాలు మొదలైన వాటి గురించి రేఖా ప్రాయమైన చిత్రాన్ని మనం యిప్పటివరకూ గమనించాం. మన మానసిక పరిణతే అతిగా ఆలోచించే గుణం నుంచి మనల్ని రక్షిస్తుందని, ప్రపంచం గురించి మనకు కలిగే ఆలోచనల ప్రభావం ఎంతో ముఖ్యమైనదని తెలుసుకున్నాం. అన్నిటికంటే ముఖ్యమైనది – ఒత్తిడి నుండి స్వేచ్ఛ పొందడం!

మీరేం భయపడకండి. నెలవారీ శారీరక మర్ధన కోసమో, ధ్యానం కోసమో మీకు యిచ్చే సుదీర్ఘ ఉపన్యాసం కాదిది. అతిగా ఆలోచించేవారికి 'అందులోనుంచి బయటపడండి' అని చెప్పడం మాత్రమే సరిపోదు. నిజానికి దానికి బదులుగా,

- మన ఆలోచనా పద్ధతి చేతన స్థితిలో వుండటం వల్ల కలిగే మేలు
- ఒత్తిడి నిర్వహణపట్ల సానుకూల వైఖరి కలిగి వుండటం
- అందులో వున్న అసలు కిటుకులను చక్కగా తెలుసుకుని, మన ఆలోచనా పద్ధతిపై ప్రయోగించడం

ఒత్తిడి నుంచి స్వేచ్ఛలో మన ప్రధాన లక్ష్యం ఏమిటంటే మనం అతిగా ఆలోచిస్తున్నప్పుడు మన బుర్రలో ఏం జరుగుతుందో ఖచ్చితంగా గుర్తించడం.

ఇది మనల్ని అతిగా ఆలోచించడం నుంచి తప్పించే వైఖరులను గుర్తు పట్టడం, దాని తర్వాత అతిగా ఆలోచించడం యొక్క ప్రభావాలను గుర్తించడం. మనం యీ ప్రక్రియను స్పష్టంగా చూడగలిగినప్పుడు, సమాచార చర్య తీసుకోవడం మనం ప్రారంభించవచ్చు. కానీ అన్నిటికంటే ముఖ్యమైన ప్రారంభ స్థానం? అవగాహన.

ఈ అధ్యాయంలో మనం అతిగా ఆలోచన చేయడాన్ని అధిగమించడం, మన ఒత్తిడి స్థాయిలను నిర్వహించడం వంటి ప్రాథమిక అంశాలను పరిశీలిస్తాము. అయితే ప్రతి సందర్భంలోనూ, మన గురించి మనం అవగాహన (Awareness) కలిగి ఉండటమే చాలా ముఖ్యమైనది. అవగాహన అనేది జ్ఞాపకాల వలయం కాదు. అయితే: మనకు తెలిసినప్పుడు, మన దృష్టిని, మన అంతర్గత, బాహ్య అనుభవం రెండింటిపైకి, ఎటువంటి పక్షపాతం లేకుండా, ఒక విషయాన్ని గుడ్డిగా నమ్మకుండా లేదా దానిని ప్రతిఘటించకుండా ఉంటాము.

మన శారీరక అనుభూతులు, ఆలోచనలను, భావాలను క్రమం తప్పకుండా "చెక్ ఇన్" చేయడం ద్వారా, మన జీవనశైలి మనకు అవసరమైన విధంగా మనకు మద్దతునిస్తుందని నిర్ధారించుకోవడం ద్వారా, దైనందిన జీవితంలో కొన్నిరకాల ఇష్టాలను చేర్చుకోవడం ద్వారా ఈ అవగాహనను మనలో మనం పెంపొందించుకోవచ్చు.

మీరు ఇలా ఊహించుకోండి. ఆ రోజు సుదీర్ఘంగా ఉంది. అదీగాక మీరు అలసిపోయారు. మీరు ఉదయం సమావేశానికి ఆలస్యంగా వచ్చారు. సహోద్యోగితో వాగ్వాదం జరిగింది. మీకు మళ్లీ చాలా పని ఇవ్వటం జరిగింది. బయట బిల్డర్లు రోజంతా హడావుడి చేస్తూ మీకు పిచ్చెక్కిస్తున్నారు. మీరు చేయవలసిన పనుల జాబితాకు అంతం అనేది కనబడకుండా ఉంది. మీ స్నేహితురాలు లేదా స్నేహితుడి నుంచి "మాట్లాడాలి" అని రహస్య సందేశం వచ్చినప్పుడు, మీరు బ్రేకింగ్ పాయింట్‌కి దగ్గరగా ఉన్నట్లు భావిస్తారు.

ఈ విధంగా ఒత్తిడి పెరిగినప్పుడు, అది పూర్తిగా భారంగా అనిపించవచ్చు. ఇది అతి-వేగవంతమైన టెట్రిస్ వీడియో గేమ్‌ను ఆడటం లాంటిది. ఇక్కడ మీరు నేరుగా ఆలోచించలేరు ఎందుకంటే సవాలు వెనుక మరొక సవాలు, దాని వెనుక మరొక సంక్షోభం ఆటలో వచ్చేస్తూ ఉంటుంది. ఒత్తిడి గురించి మీరు ఏమీ చేయరని తరచుగా అనిపించినప్పటికీ (ఆ ఆలోచన

మాత్రమే ఒత్తిడితో కూడుకున్నది!), ఆపడానికి, శ్వాస తీసుకోవడానికి, మన చుట్టూ ఏమి జరుగుతుందో గమనించడానికి ఎల్లప్పుడూ మార్గాలు ఉన్నాయి.

ఆందోళన: "ప్రస్తుతం ఇక్కడ చాలా జరుగుతోంది. ఇదంతా నేను భరించలేను, నేను గట్టిగా అరవడానికి సిద్ధంగా ఉన్నాను! నన్ను ఎవరూ గౌరవించరు. నేను దీన్ని ఇకపై చేయలేను. అతని సందేశం అర్థం ఏమిటి? ఇలా ఎందుకు జరుగుతోంది?"

అవగాహన: "ప్రస్తుతం యిక్కడ చాలా జరుగుతోంది. నా గుండె పరుగెత్తుతోంది. ఎందుకో నేను భయపడటం ప్రారంభించాను. నా ఆలోచనలు పరుగెత్తుతున్నట్లు నేను భావిస్తున్నాను"

తీర్పు, వ్యాఖ్యానం, ఆందోళనలో పడి కొట్టుమిట్టాడటం చూడగలరా? మీరు అవగాహనలో, ఏమి జరుగుతుందో దాని గురించి ఎటువంటి స్పృహను కోల్పోరు, అయితే, ప్రతికూల కథనాలను జోడించకుండా, తీర్పు ఇవ్వకుండా లేదా ప్రతిఘటించకుండా అన్నింటినీ తీసుకుంటారని మీరు ఊహించగలరా? మీరు అవగాహన కలిగి ఉండటం ద్వారా, మీరు ఒత్తిడికి దూరంగా ఉండకుండా, మీరు తదుపరి ఏమి చేయాలనుకుంటున్నారో ఎంచుకోవడానికి మీ కోసం కొంచెం వెసులుబాటు, అవకాశాన్ని సృష్టించడం కూడా మీరు గమనించగలరా?

మనం ఒత్తిడి-నిర్వహణ గురించి మాట్లాడేటప్పుడు, మనం ఒత్తిడిని పూర్తిగా వదిలించుకోవటం గురించి మాట్లాడటం లేదు. అది అసాధ్యం. మిమ్మల్ని మీరు నిరుత్సాహపరచడం, తక్కువ అవగాహన కలిగి ఉండటం లేదా తక్కువ అవగాహన కలిగి ఉండటం గురించి మాట్లాడటం కూడా లేదు. దానికి బదులుగా ఆ అవగాహనకు ఆందోళనను రేకెత్తించే కథనాలు, తీర్పులను జోడించకుండా తెలుసుకోవడం చేస్తాం. మీరు దీన్ని చేయగలిగితే, జీవితంలో అనివార్యమైన ఒత్తిళ్ల గురించి మీరు ఏమి చేయాలనుకుంటున్నారో మీరు ఎంచుకోవచ్చు. మీ ఎంపికలు ఏమిటో చూద్దాం.

ఒత్తిడి నిర్వహణ యొక్క 4 A లు

ఈ విధమైన సాంకేతిక ప్రక్రియ తొలిసారిగా మయో క్లినిక్ ద్వారా వినియోగంలోకి వచ్చినప్పటికీ, ప్రపంచంలోని అనేకమంది వైద్యులు,

చికిత్సకులు, సాధారణ ప్రజలు, డాక్టర్లు పునరావృతం చేస్తూ వచ్చారు. ఈ ప్రక్రియ ఒత్తిడి, అతిగా వచ్చే ఆలోచనల తుఫానులో లైఫ్ బోట్ లాగా ఉంటుంది. మీరు గుర్తుంచుకోవలసిన నాలుగు పద్ధతులు: నివారించండి (Avoid), మార్చండి (Alter), అంగీకరించండి (Accept) మరియు స్వీకరించండి (Adapat). జీవితంలోని ఒత్తిడిని ప్రతిస్పందించడానికి ఈ నాలుగు మార్గాలు మాత్రమే ఉన్నాయని తెలుసుకోవడం చాలా సౌకర్యంగా ఉంటుంది.

మీరు చేయగలిగే మొదటి విషయం నివారించడం.

ఇది వినేందుకు సరళంగా ఉన్నప్పటికీ కొంచెం అనుమానాస్పదంగా అనిపిస్తుంది. కానీ జీవితంలో చాలావరకు మీరు సమస్యకు దూరంగా నడవవచ్చు. మనం జీవితంలో అన్నింటినీ నియంత్రించలేము. కానీ మనం ఒత్తిడితో కూడిన పరిసరాలలో లేదా ఒత్తిడి కలుగజేసే వ్యక్తులతో ఉండవలసిన అవసరం లేకుండా మన పరిస్థితులను ఏర్పాటు చేసుకోవచ్చు. మనం నిజాయితీగా ఉంటే, మన జీవితంలో చాలా ఒత్తిడి స్వచ్ఛందంగా ఉందని మనం తెలుసుకోవచ్చు. అదే సమయంలో మనం దానిని అంగీకరించాల్సిన అవసరం లేదు!

మీ వాతావరణంలో మిమ్మల్ని ఒత్తిడికి గురిచేసే అంశాల గురించి ఆలోచించండి. దానిని నియంత్రించడానికి లేదా పూర్తిగా తీసివేయడానికి మీరు ఏం చేయాలో ఆలోచించండి. శనివారం ఉదయం కిరాణా దుకాణాలు బిజీగా ఉంటాయని ద్వేషించే వారిని లెక్కలోకి తీసుకోండి. ఇది వారిని ఒత్తిడికి గురి చేస్తుందని తెలుసుకుని, వారు తమ షెడ్యూల్‌ను మార్చుకోవచ్చు. తద్వారా వారు తమ వారంవారీ షాపింగ్‌ను ప్రశాంతమైన సమయంలో, చెప్పాలంటే, మంగళవారం సాయంత్రం చేస్తారు. మీరు పూర్తిగా దూరంగా ఉంటే, సూపర్ మార్కెట్ ఒత్తిడిని భరించాల్సిన అవసరం లేదు.

మీపై ఒత్తిడి కలిగించే వ్యక్తులను కూడా మీరు అదే విధంగా నివారించవచ్చు. మీ తల్లిదండ్రులు యింటికి వచ్చినప్పుడు మీ ఒత్తిడి తారాజువ్వలా పైకి లేస్తుందని తెలుసుకున్నారా? వారు సమీపంలోని B&Bలో ఉండేలా ఒక మార్గాన్ని కనుగొనండి. మీరు ఏమీ చేయకుండా గంటల తరబడి ఒకే గదిలో కూర్చోవడం మానుకోండి.

ఒత్తిడిని నివారించడం అంటే మీరు మీ బాధ్యతల నుండి తప్పించుకోరు లేదా నిజమైన సమస్యలను తిరస్కరించరు. మీరు కేవలం అనవసరమైన, హానికరమైన ఒత్తిడికి "లేదు" అని చెప్పడం నేర్చుకుంటున్నారు. మన నుంచీ, మన వనరులనుంచీ ఎక్కువ డిమాండ్ చేసే పరిస్థితులకు, వ్యక్తులకు మనం అన్ని వేళలా "లేదు" అని చెప్పగలం. మన వనరులు మానసిక శక్తి, శ్రద్ధ కావచ్చు. ఒక్కోసారి మన సమయం కూడా కావచ్చు. మీ జీవితంలో ఏదైనా సమయంలో అంతా గజిబిజిగా ఉంటే, మీరు "లేదు" "వద్దు" అని చెప్పటం నేర్చుకోండి.

మీరు చేయవలసిన పనుల జాబితాను ఒకసారి సరిచూసుకోండి. అత్యవసరం కాని, ప్రాధాన్యత లేని అంశాలను వదిలిపెట్టండి. కొన్ని పనులను పూర్తిగా నివారించండి లేదా ఆ బాధ్యత మరొకరికి అప్పగించండి. అన్ని పనులూ మీరే స్వయంగా చేయవలసిన అవసరం లేదు! కాబట్టి, ఈసారి ఎప్పుడైనా మీరు ఒత్తిడితో కూడిన సందర్భాన్ని ఎదుర్కొన్నప్పుడు, మిమ్మల్ని మీరు ఇలా ప్రశ్నించుకోండి, "నేను ఈ మొత్తం విషయానికి దూరంగా ఉండగలనా?" మీకు వీలైతే, తప్పకుండా అమలుపరచండి.

మీరు అమలు పరచలేకపోతే, మీరు పరిస్థితిని మార్చుకోవడానికి మార్గాలను కనుగొనవలసి ఉంటుంది. అంటే దానిని మార్చుకోండి.

వారి ప్రవర్తనను మార్చుకోమని ఇతరులను అడిగేందుకు మీకు ఎల్లప్పుడూ అవకాశం ఉంటుంది. ఉదాహరణకు, బిల్డర్‌లు బయట రాకెట్‌ను తయారుచేసి హడావుడి చేస్తుంటే, మీరు ఒక ముఖ్యమైన ఫోన్ కాల్‌ని మాట్లాడటం ముగించటానికి పది నిమిషాలు వేచియుండమని వారిని మర్యాదపూర్వకంగా అడగండి. మౌనంగా మీలో మీరే బాధపడిపోకుండా, మీ అవసరాలను, భావాలను నేరుగా తెలియజేయండి. తెలివితక్కువ జోకులు వేస్తూ మిమ్మల్ని బాధపెట్టే మీ స్నేహితుడికి స్పష్టంగా చెప్పకపోతే, మీరు ఆ బాధను ఎప్పటికీ భరిస్తూనే ఉంటారు. మీకు ఎలా అనిపిస్తుందో చెప్పడం, అతనిని ఆపమని అడగడం చాలా సులభం.

జీవితంలో మనం ప్రతి ఒత్తిడిని నివారించలేము. కానీ, ఈ సంఘటనల నుండి ఎలా బయటపడగలమో మనం తరచూ తెలుసుకోవాలి. మీ అవసరాలను పంచుకోవడానికి, మీకు కావలసినదాన్ని అడగడానికి యితరులతో మాట్లాడండి. వాళ్లతో చర్చలు జరపండి. "నేను" అనే పదాన్ని

తరచూ ఉపయోగించండి. మీరు శనివారం ఉదయం దుకాణానికి వెళ్లి, మీ ఫోన్‌లో మీ ఆడియోబుక్‌ను ప్లే చేసి, మీరు షాపింగ్ చేసేటప్పుడు వింటూ ఉండండి. అది మీకు సౌకర్యంగా ఉంటుంది. మీరు PTA సమావేశాన్ని నివారించలేకపోతే, మీరు ఇప్పటికే చేస్తున్న ఇతర పనులతో కలిపేందుకు ప్రయత్నించండి. అప్పుడు మీరు కారులో పెట్రోలు, మీ సమయం కూడా ఆదా చేస్తారు. అనివార్యమైన పరిస్థితులను నిర్వహించదగిన పరిమాణానికి మరింత తగ్గించడం ద్వారా మీరు చాలా చేయవచ్చు. మీరు మీ మిత్రుడిస్తున్న బోరింగ్ పార్టీలో ఎక్కువ సమయం గడపడం యిష్టం లేకపోతే, పార్టీకి వెళ్ళండి. అయితే, ప్రారంభంలోనే మిత్రుడికి తెలియజేయండి, "దురదృష్టవశాత్తూ నేను ఒక గంటలో వెళ్ళాలి. కాస్త త్వరగా ప్రారంభించండి!"

మీరు ఒత్తిడిని నివారించలేకపోతే, దాన్ని మార్చడానికి మీరు ఏమి చేయగలరో ఆలోచించండి. మీ సమాధానం "ఎక్కువ కాదు" అయితే, మీరు ఒక అడుగు ముందుకు వెళ్లి అంగీకరించండి.

మీరు ఇష్టపడని పరిస్థితిని ఎలా అంగీకరిస్తారు? మొదట, మీరు ఏదైనా ఇష్టపడకపోతే, ఏ స్థితిలోనూ మీరు దానిని ఇష్టపడరు. అంగీకారం అంటే ఇష్టం లేని దానిని ఇష్టపడినట్టు కాదు; అది అనుభూతి చెందేందుకు అంగీకారం. మీ స్వంత భావోద్వేగాలను ధృవీకరించండి. వాటిని స్వంతం చేసుకోండి. ఉదాహరణకు, మీ ప్రియుడు లేదా ప్రియురాలు టెక్స్ట్ మెసేజ్ యిచ్చి మీతో విడిపోయారు. ఆ సమయంలో వాళ్ల నిర్ణయం గురించి చెప్పేదేమీ లేదు. కానీ మీరు పరిస్థితిని వివరిస్తూ మరో స్నేహితుడితో మీ భావాలు పంచుకోవచ్చు.

ఏ పరిస్థితిలోనైనా మీకు అన్యాయం జరిగితే, క్షమించటానికి మీరు సిద్ధపడండి. క్షమాపణ యివ్వడం అనేది మీరు మీ కోసం చేసే పని మాత్రమే అని గుర్తుంచుకోండి. అది ఇతర వ్యక్తి కోసం కాదు. మీరు క్షమించటంద్వారా, మీరు ఆ వ్యక్తిని ఆగ్రహించడం, నిందించడం వల్ల కలిగే ఒత్తిడి నుండి మిమ్మల్ని మీరు విడుదల చేసుకుంటున్నారు.

అంగీకారం అనేది మనం సంఘటనలను నిర్దేశించే విధానంలో సూక్ష్మమైన మార్పుల గురించి కూడా కావచ్చు. మనం సంఘటనలను స్వయంగా మార్చలేము. కాని మనం వాటిని లోతుగా అర్థం చేసుకోవచ్చు. ఆ సమయంలో మనం ఉపయోగించిన భాష గురించి తరచి చూసుకోవచ్చు.

ఉదాహరణకు, "నేను నా కోర్సులో పూర్తిగా విఫలమయ్యాను ఆ విధంగా నా డబ్బును వృథా చేశాను. నాలాంటి మూర్ఖుడెవడూ ఉండడు". మీరు దీనిని యిలా మార్చుకుని చెప్పుకోవచ్చు,"నేను తప్పు చేశాను. దాని గురించి నేను సంతోషంగా లేను. కానీ ఈ ఒక సంఘటన ఒక్కటే నన్ను నిర్వచించలేదు. నేను తప్పుల నుండి నేర్చుకుని ముందుకు సాగుతాను. నేను తదుపరిసారి బాగా చేయగలను."

అంగీకారం అంటే మనం జరిగిన దానిని ఇష్టపడుతున్నామని, దానిని మార్చేందుకు ప్రయత్నించకూడదని కాదు. మనం వాస్తవంలో మార్చలేని వాటికి అనుగుణంగా మనల్ని మనం సరళంగా దిద్దుకుంటాము. కాబట్టి మనం చేయగలిగిన దానిపై దృష్టి పెట్టవచ్చు.

దీర్ఘకాలంలో మనం ఒత్తిడిని స్వీకరించగలిగితే ఆ నేపథ్యంలో మన వంతు కృషి చేస్తాము. స్వీకరించడం అంటే మన దృష్టికోణం, మన లక్ష్యాలు, మన అవగాహన, అంచనాలకు మరింత శాశ్వత మార్పులు చేయడం. పరిపూర్ణుడైన వ్యక్తిని ఊహించండి. వారు తమ ఉన్నత ప్రమాణాలకు ఎప్పుడూ అనుగుణంగా ఉన్నట్లుగా అనిపించరు. ఉత్తమమైన విధానం ఏమిటంటే వారు సూపర్ మేన్ గా ఉండటానికి ఒక మార్గాన్ని కనిపెట్టలేదు. అందుకు బదులుగా వారు అంచనాలను తగ్గించుకుంటారు. దానివల్ల అవి మరింత సహేతుకమైనవిగానూ, వాస్తవికతకు అనుగుణంగానూ ఉంటాయి.

ఒత్తిడికి అనుగుణంగా ఉండటం అంటే, జీవితాన్ని సరిగ్గా ఎదుర్కొనేందుకు మనల్ని మనం సిద్ధం చేసుకోవడం. మీరు నిరుత్సాహపరిచే ఆలోచనలను నిరాకరించవచ్చు. ఆశాజనకమైన వ్యక్తిగా ఉండేందుకు నిర్ణయించుకోవచ్చు. మనం మన దృక్పథాన్ని మార్చుకున్నప్పుడు, మనం విషయాలను భిన్నంగా చూడవచ్చు. "సంక్షోభం" "సవాలు" ల మధ్య వ్యత్యాసాన్ని తెలుసుకోవచ్చు. "నేను దృఢంగా ఉన్నాను" అని మనం చెప్పుకుంటే, "జీవితం సరళంగా ఉండదు. ప్రతి క్షణమూ ఏదో విధంగా చెడుగా ముగుస్తుంది" అనుకోవడానికి సిద్ధపడి ఉంటాము.

మనం ఒత్తిడి భరించేందుకు సిద్ధపడితే, మనల్ని మనం బలోపేతం చేసుకోవడానికి మార్గాలను కనుగొంటాము. మనల్ని శక్తివంతంచేసేందుకు దృష్టికోణాన్ని నిర్మించుకుంటాము. ఉదాహరణకు, జీవితంలో జరిగిన

అద్భుతమైన విషయాలకు ప్రతిరోజూ "కృతజ్ఞతలు" తెలిపే అలవాటు చేసుకోవచ్చు. మరొక వ్యక్తి "ప్రత్యేకంగా" ధ్యానం చేసుకోవచ్చు. ఇంకో వ్యక్తి తాను బలంగా ఉండేందుకు ప్రతిరోజూ ఒక మంత్రాన్ని చెప్పుకోవచ్చు. ఆ విధంగా వారు కష్టాలను అధిగమించవచ్చు. మనకు శక్తివంతమైన వైఖరులు, ఆలోచనలు, తత్వాలు, ప్రేరణ అనే ఆయుధాలు ఉంటే, మనం ఒత్తిడిని నిర్వహించగలిగే ప్రపంచంలోకి వెళ్ళవచ్చు. అందుకు సమర్థులం అని కూడా అనిపించుకోవచ్చు!

కాబట్టి, ఒత్తిడి నిర్వహణకు ఈ నాలుగు విధాలను అమలుపరచండి. మీరు ఎప్పుడైనా ఆందోళనతో, ఆత్రుతలో ఉన్నట్లు అనిపించినప్పుడు, ఒక్క క్షణం ఆగి, పైన చెప్పుకున్న నాలుగు విధానాలు వరుసలో అమలు పరచండి. పరిస్థితి ఎంత ఒత్తిడితో కూడుకున్నప్పటికీ, మీరు ఆ పరిస్థితిలో బుద్ధిపూర్వకంగా, చురుకుగా పాల్గొనడానికి ఒక మార్గం ఉంది. మీరు ఒత్తిడి నేపథ్యంలో నిస్సహాయంగా లేరు. ఇప్పుడు మీ వద్ద సాధనాలు ఉన్నాయి! ఈ సాధనాలను ఉపయోగించడానికి కావలసిందల్లా కొద్దిగా అవగాహన.

ఉదాహరణకు, ప్రతిరోజూ మిమ్మల్ని ఒత్తిడికి గురిచేసే సహోద్యోగి ఉండవచ్చు. అతని గురించి ఏమీ చేయలేమని మీరు నిర్ణయించుకోవడానికి బదులు, ఒక్క క్షణం ఆగి, మీరు సహోద్యోగిని తప్పించుకోగలరేమో అని ఆలోచించండి. ఫలహారశాలలో అతడిని తప్పించుకునేందుకు మీరు వేరే సమయంలో భోజనం చేయవచ్చు. అతడి నుండి దూరంగా పనిచేయడానికి ఏర్పాట్లు చేసుకోవచ్చు. వారాంతపు సమావేశాలలో అతడిని కలుసుకోవాల్సిన పరిస్థితిలో మాత్రం అతను మీకు అంతరాయం కలిగించే అవకాశం ఉంది.

మీరు యీ పరిస్థితిని 'మార్చుకునే' అవకాశం ఉంది. మీరు మీ సహోద్యోగితో వ్యక్తిగతంగా మాట్లాడి అతను మీకు కలిగిస్తున్న సమస్య గురించి చెప్పండి. ("నేను ఈ మధ్య సమావేశాలలో అసౌకర్యంగా ఉంటున్నాను, మీరు నాకు తరుచుగా అంతరాయం కలగజేస్తున్నారు")? మీరు సమావేశాలలో దృఢంగా మాట్లాడగలరా? మీరు మాట్లాడేటప్పుడు బలమైన సరిహద్దును నొక్కి చెప్పగలరా? వీటిలో ఏదీ నిజంగా మీకు సాధ్యం కాకపోతే, పరిస్థితిని కొంతవరకు అంగీకరించవచ్చు. మీరు మీ చిరాకు గురించి మరో సన్నిహితుడితో చెప్పవచ్చు. లేదా ఈ సహోద్యోగి వాస్తవానికి

ప్రతి ఒక్కరికీ అంతరాయం కలిగిస్తున్నాడని అతడు గ్రహించేలా చేయండి. అతనితో విభేధం అనేది వ్యక్తిగతం కాదని నొక్కి చెప్పండి.

చివరగా, మీరు దృఢమైన వ్యక్తిగా మారడం ద్వారా ఒత్తిడిని స్వీకరించవచ్చు. మీరు మాట్లాడుతున్నప్పుడు మరెవరైనా అంతరాయం కలిగిస్తే, "క్షమించండి, నేను ఇంకా మాట్లాడుతున్నాను" అని చెప్పి ప్రశాంతంగా కొనసాగించండి.

ఒత్తిడికి సంబంధించి డైరీలు, పత్రికలు

ఒత్తిడికి సంబంధించి మీ అనుభవానికి మరింత అవగాహన తీసుకురావడానికి మరొక దృఢమైన మార్గం ఇవన్నీ 'పుస్తకంలో రాయడం'. అధికంగా ఆలోచించడం అనేది మీ భోజనం ప్లేట్‌లో ఒకేసారి అనేకమైన తినుబండారాలు ఉన్నట్లుగా ఉంటుంది. అది గందరగోళాన్ని మీ ముందు ఉంచుతుంది. అందువల్ల మీకు నిజంగా ఆందోళన కలిగించిన అసలైన కారణాన్ని నిర్ణయించడం కష్టం.

2018 ప్రాంతంలో స్మిత్ తదితరులు పెన్సిల్వేనియా విశ్వవిద్యాలయం తరఫున నిర్వహించిన దాని ప్రకారం, Positive Affect Journaling (PAJ) అనేది ఒత్తిడి నిర్వహణలో మనకు ఎంతగానో సహాయపడుతుందని చెప్పారు. తద్వారా మీరు మీ ఒత్తిడి స్థాయిలను నిర్వహించడానికి చురుకైన చర్యలు తీసుకోవడం ప్రారంభించవచ్చు. ఇలా పుస్తకంలో రాయడం మొదలుపెట్టిన నెల రోజుల లోపుగానే మంచి ఫలితాలు కనిపించాయని చెప్పారు. మీకు ఎదురైన అవాంఛనీయ ఘటనలను కేవలం 15 నుండి 20 నిమిషాలు ఒక పుస్తకంలో రాయండి. అలా 3 నుంచి 5 రోజులపాటు రాసిన తర్వాత వ్యత్యాసాన్ని మీరే గ్రహిస్తారు. మీ ఆలోచనల్లో సానుకూలత కనిపిస్తుంది.

మీకు కష్టం వచ్చినప్పుడు ఇతరులు ఏ విధంగా సాయపడ్డారు?

మీరు ఏ విధంగా గొప్పవారయ్యారు?

మీ జీవితపు విలువలు, సిద్ధాంతాలు ఏవిటి?

మీరు ఎవరితోనైనా కలహం పెట్టుకున్నప్పుడు మీరు PAJ ను అమలుపరచి తక్షణం ఒక పుస్తకంలో రాయండి. మీరు ప్రశాంతంగా కూర్చుని మీకు

జరిగిన విషయాల గురించి "బయట పెట్టండి". ఉదాహరణకి, "ఆవిడ నా పట్ల అలా దురుసుగా ఉండటం నన్నెంతగానో యిబ్బంది పెట్టింది. ఆవిడ మాటలు నా మీద చాలా ప్రభావాన్ని చూపించాయి" అలా మీరు రాస్తూ పోతే, మీకు సానుకూల ఆలోచనలు కలగడం ప్రారంభమౌతుంది. "వాళ్లు నన్ను వేలెత్తి చూపించక మునుపే నేను వాళ్లనుండి బయట పడిపోవడం మంచిదైంది. అసలు ఇలాంటి వైఖరి చాలా సంవత్సరాలకు మునుపే జరగవలసింది. ఇప్పటికైనా జరిగింది. అది సంతోషం"

ఈ విధంగా మీ జ్ఞాపకాల వలయం నుండి బయటపడి విషయాలను పదే పదే పనికిరాని ఆలోచనలు చేయకుండా పనులను సానుకూలంగా పూర్తి చేయడం మొదలుపెడతారు. మీరు పుస్తకంలో రాసిన విషయాలను సమీక్షించుకోవడం వల్ల మీకు సమస్యను అర్థం చేసుకోవడం సులభం అవుతుంది. ఈ విధమైన అలవాటు చేసుకున్న చాలామందిలో ఆత్మపరిశీలన పెరిగి వారు సమస్యలను శక్తివంతంగా ఎదుర్కోగలరనే స్వీయ నమ్మకాన్ని పెంచుకున్నారు.

విషయాలను ఎప్పటికప్పుడు రాయడమే మార్గం కాదు. ఒత్తిడికి సంబంధించిన విషయాలపై మీరు ఒక డైరీని సిద్ధం చేసుకున్నట్లయితే సమస్యల పరిష్కారానికి అది ఎంతగానో ఉపయోగపడుతుంది. జీవితంలో ప్రతి ఒక్కరికీ ఏదో రకమైన ఒత్తిడి ఉంటుంది. ఈ డైరీ ఆ ఒత్తిడిని జయించే మార్గాలను మనకు తెలియజేస్తుంది.

ఒత్తిడి డైరీ అనేది మీ ఒత్తిడి స్థాయి, దానితో పాటుగా ఉన్న సమాచారం యొక్క వ్రాతపూర్వకమైన రికార్డు. దీనిని మీరు తరువాత విశ్లేషించవచ్చు, ఒత్తిడిని నిర్వహించడానికి చర్యలు తీసుకోవచ్చు. మనందరికీ జీవితంలో కొంత ఒత్తిడి అవసరం. కాబట్టి ఈ డైరీ మనకు సరైన పరిధిని గుర్తించడంలో సహాయపడుతుంది.

ఈ ఆలోచన చాలా సులభం: ప్రతి ఎంట్రీ రాసే సమయం, తేదీని నమోదు చేయండి. మీరు ప్రస్తుతం ఎలా భావిస్తున్నారో కూడా రాయండి. ఇలా చేయటానికి ఒక సాధారణ రేటింగ్ స్కేల్ మార్గం ఉంది. (ఉదాహరణకు, 1 అనేది ఒత్తిడి లేదు అని రాసుకుంటే సూపర్ ఒత్తిడికి 10 ఉపయోగించవచ్చు). మీరు భావోద్వేగ పదాలను కూడా ఉపయోగించవచ్చు. లేదంటే శారీరక లక్షణాలను నమోదు చేసుకోవచ్చు. 'చెమట్లు పట్టాయి',

'అరచేతులు తడిబారిపోయాయి' వంటివి కూడా ఎంతో ప్రభావవంతంగా ఉంటాయి. ఇటీవల జరిగిన ఏదైనా ఒత్తిడితో కూడిన సంఘటనలను గమనించండి. అలాగే మీ ప్రస్తుత స్థితికి 'కారణాలు కావచ్చు' అని మీరు భావిస్తున్న ఏవైనా ఆలోచనలు కూడా గమనించండి. చివరగా, మీరు ఈవెంట్‌కు ఎలా స్పందించారో, దాని ఫలితం ఎలా ఉందో రాయండి. ఉదాహరణకు:

> *ఫిబ్రవరి 4, 9:15*
>
> *నాన్న భుజానికి సంబంధించి శస్త్రచికిత్స అవసరం ఉందని సందేశం వచ్చింది. 4/10 ఒక రకమైన భయం ఆవహించింది. అలసట కలిగింది. నా కడుపులో మెలిపెట్టిన అనుభూతి. పనిపై దృష్టి పెట్టడంలో ఇబ్బంది: 1/10 వంతు మాత్రమే పనిచేయడం. నేను ఈ విధంగా భావిస్తున్నాను. ఎందుకంటే నాన్నకు ఏదో చెడు జరుగుతుందని నేను ఆందోళన చెందుతున్నాను. నేను సందేశానికి ప్రత్యుత్తరం ఇవ్వడం మానుకున్నాను. అయితే ఇది ఆందోళనను మరింత దిగజార్చుతుందని నేను భావించాను.*

మీ మానసిక స్థితి మారినప్పుడు, లేదా మీరు గమనించదగ్గ ఒత్తిడికి గురైనప్పుడు మీరు ప్రతిసారీ నమోదు చేయండి. కొన్ని రోజులు లేదా ఒక వారం పాటు ఒత్తిడి డైరీని ఉంచండి, ఆపై దానిని విశ్లేషించడానికి కూర్చుని ఒత్తిడి కలిగేందుకు అసలైన కారణాలు కనుగొనండి:

1. ఒత్తిడికి కలిగేందుకు మనకు సంభవిస్తున్న కారణాలు ఏమిటి? అంటే సాధారణంగా ఒత్తిడి అకస్మాత్తుగా పెరగడానికి ముందు లేదా మానసిక స్థితిలో పడిపోయే ముందు ఏమి జరుగుతుంది?
2. ఈ సంఘటనలు సాధారణంగా మీ ఉత్పాదకతను ఎలా ప్రభావితం చేస్తాయి?
3. మీరు సాధారణంగా ఈ సంఘటనలకు, మానసికంగా, ప్రవర్తనాపరంగా ఎలా స్పందించారు, ఆ విధానం పనిచేస్తుందా?
4. మీ ఉత్పాదకతకు సౌకర్యవంతంగా, ప్రయోజనకరంగా ఉండే ఒత్తిడి స్థాయిని మీరు గుర్తించగలరా?

మీరు మీ ఒత్తిడి డైరీని ఇలా విశ్లేషించినప్పుడు, తెలివైన మార్పులు చేయడంలో మీకు సహాయపడే నిజమైన డేటాతో పని చేస్తున్నారు. మీరు కొన్ని ఫలితాలను చూసి కూడా ఆశ్చర్యపోవచ్చు. ఈ క్షణంలో విషయాలు రాయడంలో మాత్రమే స్పష్టమైన నమూనాలు ఉద్భవించడాన్ని మీరు చూస్తారా?

మీరు డైరీని విశ్లేషిస్తున్నపుడు అతిగా విశ్లేషణ చేయడం మానుకోండి. ఈ డైరీ ముఖ్య ఉద్దేశ్యం మీలో ఉన్న బలహీనతలను ఎంచడం కాదని తెలుసుకోండి. మరోలా చెప్పాలంటే ఇది తీర్పు యిచ్చేందుకు కాదు. మీరు విశ్లేషణ సమయంలో పక్షపాత భావాలతో కూరుకుపోకుండా మనసు తెరిచి ఉంచండి. అతిగా ఆలోచించే వ్యక్తులు చాలా తెలివైన వాళ్లని జ్ఞాపకం ఉంచుకోండి. అయితే ఒక్కొక్కసారి, వాళ్లలో వున్న మంచి గుణాలను వాళ్లే గుర్తించలేరు!

ఒత్తిడి డైరీని మీరు శాశ్వతంగా ఉంచాల్సిన అవసరం లేదు. వాస్తవానికి, కొన్ని వారాలు ఉపయోగించిన తరువాత, ఈ ప్రక్రియ స్వయంచాలకంగా మారిపోవచ్చు. ఒత్తిడిలో మీరు మరింత అవగాహనను పెంచుకోవచ్చు. మీరు ట్రాఫిక్ జామ్ లోపల ఇరుక్కు పోయారు. మీరు గమనించిందేమంటే మీరు రోడ్డు పైకి వచ్చిన ప్రతిసారీ మీకు యీ అనుభవమే కలుగుతోంది. ఆ సమయంలో మీకు ఆలోచన పరంపర కలుగుతోంది. డైరీ అవగాహన కలిగిన తర్వాత మీరు ట్రాఫిక్ జామ్ లోపల చిక్కుకున్న తర్వాత వచ్చే ఆలోచనల గురించి ముందుగానే జాగ్రత్త వహిస్తారు. కనుక మీరు ఆ విషయంపై ఒక నిర్ణయం తీసుకుంటారు.

మీ జీవితంలో ఒత్తిడి యొక్క నిజమైన కారణాలపై మీరు ఆధిపత్యం కలిగి ఉంటే, మీరు చర్యలు తీసుకునేందుకు 4 మార్గాల వంటి వాటిని ఉపయోగించవచ్చు. లేకపోతే ఒత్తిడిని జయించేందుకు మీ జీవనశైలిని మార్చుకోవచ్చు. లేదా దినచర్య షెడ్యూల్ క్రమాన్ని మార్చుకోవచ్చు. మీ ఒత్తిడి అంతా ఒక వ్యక్తి నుండి వస్తున్నట్లు మీరు గమనించినట్లయితే, ఆ వ్యక్తితో మీ సంబంధానికి కొన్ని సరిహద్దులను నిర్ణయించవచ్చు. కోపంగా ఉండటంవల్ల మీ సాధారణ విషయాలు నిర్వహించడం కష్టతరం అవుతుందని మీరు గమనించినట్లయితే, కోపాన్ని నియంత్రణ చేయడంపై దృష్టి సారించవచ్చు. మీ ఆందోళనకు ఉద్యోగం కారణం గనుక అయితే, మీరు స్వల్పకాలిక (సెలవు తీసుకోవడం) లేదా దీర్ఘకాలిక చర్యలు తీసుకోవచ్చు (వేరే ఉద్యోగంలో చేరడం).

పైన వివరించిన విషయాలు డైరీ రాయడంవల్ల వచ్చే ఏకైక సహాయమార్గం కాదు. మీరు మరింత విస్తృతమైన ఆలోచనలతో అప్పుడప్పుడు లేదా ప్రతిరోజూ అయినా మీ భావాలను రాయవచ్చు. విషయాలను రాయడం వల్ల ఒత్తిడి స్వయంగా ఉపశమనం చెందుతుంది. ఇది మీ ఆలోచనలను సేకరించడానికి, సమస్యలను తెలుసుకోవడానికి, అంతర్దృష్టులను కనుగొనడానికి, మీరు ఏవైనా సమస్యలను ప్రాసెస్ చేయడానికి కూడా సహాయపడుతుంది. మీరు పుస్తకంలో రాసే విషయాలు మీకు అనధికారిక చికిత్సకుడు!

మీకు నచ్చిన విధంగా, మీ పరిస్థితికి ఏమి పనిచేస్తుందో దాని ప్రకారం జర్నలింగ్ లేదా డైరీలను ఉపయోగించండి. మీరు తక్కువ మానసిక స్థితితో పోరాడుతుంటే, మీ ఆందోళన సాధారణమైనదని గ్రహించండి. మీరు ఉదయం కప్పు కాఫీ తాగినట్టు, కొత్త జత సాక్స్ కొనుక్కున్నంత మామూలుగా మీరు కృతజ్ఞత తెలుపుకునే ఐదు విషయాలను జాబితా చేయండి. ఇది వాస్తవం కంటే ఉత్తేజకరమైనది కాకపోయినా రాయడానికి అలవాటు పడండి. ఇది మీ దృష్టిని, మీ వనరులు అవకాశాలపై సూక్ష్మంగా మార్చగలదు. అంతేకాకుండా మీ అనుభవాన్ని పునఃనిర్మిస్తుంది.

మీరు బాధాకరమైన జీవిత సంఘటనలను అనుభవిస్తున్నప్పుడు, లేదా చాలా కష్టమైన సమయాలలో ఉన్నప్పుడు, భావోద్వేగ విడుదల కోసం మీరు రాయాలని అనుకోవచ్చు. మీ భావాలన్నింటినీ కాగితంపై “డంప్” చేయండి. వాటిని విశ్లేషించండి. ఒకసారి కాగితంపై మీరు విషయాలను రాసిన తర్వాత సహజంగా మీరు కొంత స్వీయ-జ్ఞానాన్ని పొందుతారు లేదా ముందుకు వెళ్ళే మార్గాలను కనుగొంటారు.

మీ జీవితంలో ఒత్తిడి మరింతగా కొనసాగుతుంటే, మీరు బుల్లెట్ జర్నలింగ్‌ను ప్రయత్నించవచ్చు. అంటే, మీరు రోజువారీ లక్ష్యాలు, ప్రాధాన్యతలు, జ్ఞాపకాలు లక్ష్యంగా సంక్షిప్త గమనికలను ఉపయోగిస్తారు. విషయాలను క్లుప్తంగా ఉంచడం అనేది మీరు క్రమబద్ధంగా ఉండటానికి, మీ జీవితంలో పటిష్టమైన నిర్మాణాన్ని జోడించడంలో సహాయపడుతుంది. కొంతమంది బుల్లెట్ జర్నలింగ్‌కు ఒక కళాత్మక అంశాన్ని తీసుకురావడానికి ఇష్టపడతారు. సానుకూల భావాలను ప్రోత్సహిస్తూ, తమను తాము వ్యక్తీకరించడానికి, ప్రేరణ పొందటానికి రంగులు, చిత్రాలను

ఉపయోగించటానికి ఇష్టపడతారు. మరికొందరు పత్రికలలో ముద్రించిన రకరకాల బొమ్మలను కూడా ఉపయోగిస్తారు.

అయినప్పటికీ, యీ డైరీలు అందరికీ ఒక్కోసారి ఉపయోగపడవు. ఇవి మీ పరిపూర్ణతను మరింత దిగజార్చినట్లుగా అనిపించినా, లేదా సరైన సాంకేతికతపై మీరు బాధపడుతున్నట్లు అనిపించినా వాటిని వదిలిపెట్టండి. మీ భావోద్వేగాలకు దగ్గరగా ఉండటానికి జర్నల్ అనేది కేవలం ఒక సాధనం. మీరు మీ భావోద్వేగాల కంటే రాసిన దానిపై ఎక్కువ దృష్టి పెడితే, మీరు మరో ప్రక్రియను ప్రయత్నించవలసి ఉంటుంది. విషయాలను రాసుకున్న ప్రతిసారీ సానుకూలమైన ఆలోచనలతో దానిని ముగించండి. ఒక మంత్రాన్ని జపించండి లేదా కళ్లు మూసుకుని సానుకూలమైన దృశ్యాన్ని మీ మనసులో ఉంచండి లేదా కొన్ని అవకాశాలను, పరిష్కారాలను ఊహిస్తూ ముందుకు సాగండి. మీరు సానుకూలమైన ముగింపుతో తిరిగి రాకుండా వున్నట్లయితే, రాయడం అనేది మరింత అసంతృప్తిని, అధికంగా ఆలోచించడానికి మాత్రమే ఉపయోగపడుతుంది.

5-4-3-2-1 గ్రౌండింగ్ టెక్నిక్

ఒత్తిడి డైరీతో పాటుగా 4 A ల ప్రక్రియ జత చేసినప్పుడు గొప్ప ప్రభావానికి ఉపయోగపడతాయి, ప్రత్యేకించి క్రమం తప్పకుండా చేస్తే. కానీ కొన్నిసార్లు, మీకు ఒత్తిడితో కూడిన పరిస్థితికి తక్షణ ఉపశమనం కలిగించే సాంకేతికత అవసరం. ముందు చెప్పిన 2 ప్రక్రియలు అవగాహన పెంపొందేందుకు చక్కని ఉపాయాలు అయినప్పటికీ తీవ్రమైన ఒత్తిడి పరిస్థితిలో అవి నెమ్మదించవచ్చు. మీరెప్పుడైనా “ఆందోళన సుడిగుండం”లో చిక్కుకుంటే అందులోంచి బయటకు రావటం అసాధ్యమని మీకు యీ పాటికి తెలిసే ఉంటుంది.

భయాందోళనలను తీవ్ర స్థాయిలో అనుభవించే వారు ఈ క్రింది పద్ధతిని తరచుగా ఉపయోగిస్తారు; మీరు “ఆందోళన సుడిగుండం” లో చిక్కుకోకుండా ఆపడానికి ఇది ఒక మార్గం. ప్రయోజనం కోసం పానిక్ డిజార్డర్ ఉండవలసిన అవసరం లేదు. భయాలు, ఫోబియోలు ఉండటం ఎన్ని అనర్థాలకు దారి తీస్తుందో అతిగా ఆలోచించడం అనేది కూడా అదే కోవకు చెందుతుంది.

ఈ ఆలోచన చాలా సులభం: అతిగా ఆలోచన వల్ల కలిగే ఒత్తిడిలో ఉన్నప్పుడు, జ్ఞాపకాల వలయంలో చిక్కుకుని పోయినప్పుడు, మనం వర్తమానం వదిలిపెట్టి ఎక్కడో ఉంటాము. గతం తాలూకూ అనుభవాలను నెమరువేస్తూ ఉంటాము, లేదా భవిష్యత్తులో వచ్చే కలల్లో వినోదం పొందుతాము. “అయితే ఏంటి” అనుకుంటూ జ్ఞాపకాలు, ఆలోచనలు, సంభావ్యతలు, కోరికలు, భయాలపై మన మనస్సులను లగ్నం చేస్తాము. మన చేతన అవగాహనను తిరిగి వర్తమానంలోకి లాగగలిగితే, వీటిలో కొన్నింటిని మనం ఎక్కువగానే నివారింపవచ్చు. మన పంచేంద్రియాలను ఉపయోగించి దీనిని సాధించవచ్చు. మరొక విధంగా చెప్పాలంటే, మనసు మిమ్మల్ని ఎక్కడికైనా తీసుకువెళ్ళగలదు, కాని శరీరం, ఇంద్రియాలు నిరంతరం ఒకే చోట ఉంటాయి, అదే: వర్తమానం.

భయాందోళనలు అనుభవించే క్షణాలలో, వాస్తవానికి మనం అనేకమైన ఆలోచనలలో చిక్కుకోవచ్చు. వాస్తవంలో మనం సురక్షితంగానే ఉన్నప్పటికీ మనల్ని భయపెట్టే ఆలోచనలు చుట్టుముడుతూ ఉంటాయి. అయితే, భయాందోళనలు మనలో ఉన్నప్పుడు మనం ఒక చక్కని పూల తోటలో, ప్రశాంతమైన వాతావరణంలో ఉన్నప్పటికీ మరణభయం మనల్ని వెంటాడవచ్చు. మనస్సు యొక్క శక్తి అలాంటిది!

ఈసారి ఎప్పుడైనా మిమ్మల్ని ఆందోళన, భయం వెంటాడినప్పుడు, దీనిని ప్రయత్నించండి: ఒక్క క్షణం ప్రశాంతంగా ఉండండి, గట్టిగా ఊపిరి తీసుకోండి. మీ చుట్టూ వున్న వాతావరణాన్ని పరికించండి.

- ముందుగా మీరు చూడగలిగే వాతావరణంలో ఐదు విషయాలను కనుగొనండి. మీరు గదిలో ఒక మూలగా వున్న దీపం మీద గానీ, గోడపై వున్న పెయింటింగ్ మీద గానీ, లేదంటే మీ అరచేతుల మీద గానీ దృష్టిని నిలపండి. వీటిని పరిశీలనగా చూసేందుకు కొంత సమయం కేటాయించండి; వాటి అల్లికలు, రంగులు, ఆకారాలు నిశితంగా గమనించండి. మీరు చూస్తున్న వస్తువును ప్రతి అంగుళం పరిశీలనగా చూసేందుకు కొంత సమయాన్ని వెచ్చించండి. చూసిన వస్తువులను పూర్తిగా అవగాహన చేసుకోండి.

- తరువాత, మీరు అనుభూతి చెందడానికి మీ వాతావరణంలో మీరు చేతులతో తాకగలిగే నాలుగు విషయాలను కనుగొనండి. కుర్చీలో కూర్చున్నప్పుడు మీ శరీరం యొక్క బరువును పరిశీలించండి లేదా మీరు ధరించిన దుస్తులను తాకి ఆనందించండి లేదా మీ కారు అద్దాన్ని తాకి అది ఎంత చల్లగా, సున్నితంగా ఉందో అనుభూతి చెందండి.
- తరువాత, మీరు వినగలిగే మూడు విషయాలను కనుగొనండి. మీరు తీసుకుంటున్న శ్వాస లయబద్ధంగా వినిపిస్తోందా, మీకు కాస్త దూరంలో వున్న ట్రాఫిక్ శబ్దాలు లేదా సుదూరంగా ఎగురుతున్న పక్షుల కిలకిలారావాలు.
- తరువాత, మీరు వాసన చూడగలిగే రెండు విషయాలను కనుగొనండి. ఇది మొదట గమ్మత్తుగానే ఉంటుంది కానీ మీరు శ్రద్ధగా గమనిస్తే, ప్రతిదానికీ వాసన ఉంటుందని గమనించండి. మీరు మీ చర్మంపై సబ్బు వాసన లేదా మీ డెస్క్ మీద కాగితం వాసన ఎప్పుడైనా చూసారా?
- చివరగా, మీరు రుచి చూడగలిగే ఒక దానిని కనుగొనండి. మీ నాలుకపై కాఫీ రుచి మిమ్మల్ని సమ్మోహనంలో ఉంచే అవకాశం ఉంది. మీరు ఏమీ కనుగొనలేక పోయినప్పటికీ, మీ నాలుకపైనున్న గ్రంధులు ఎలాంటి రుచిని మీకు అందిస్తుందో ఒక్క క్షణం గమనించండి. అవి నిజంగా "మౌనంగా" గా ఉన్నాయా లేక మీరు రుచి గురించి ఆలోచించినప్పుడు, మీ నోరు దాదాపుగా దాని స్వంత రుచిని మీకు అందించిందా? ఒక క్షణం నిలకడగా అక్కడే ఉండి జరుగుతున్న సంచలనాన్ని గమనించండి.

నిజానికి ఈ వ్యాయామం యొక్క ముఖ్య ఉద్దేశ్యం, మీరు ఒత్తిడి నుండి పక్కకు రావడం. మీ ఇంద్రియాలు చురుకుగా ఉన్నప్పటికీ, మీ మనసులో అంతులేని ఆలోచనలు ఉప్పెనలా పొంగుతూ ఉంటాయి. మనసు వాటిలో నిమగ్నమై ఉంటుంది. ఈ వ్యాయామంతో మీరు అతిగా ఆలోచించడం నిలుపుదల చేస్తారు. ఈ పద్ధతిని తరచుగా ప్రాక్టీస్ చేయండి. ఇది మిమ్మల్ని తక్షణమే శాంతపరుస్తుంది. క్రమక్రమంగా మీరు నెమ్మదిస్తున్నారని మీరు తప్పకుండా గమనిస్తారు.

ప్రస్తుత క్షణంలో, తరువాత ఏ భావం వస్తుందో మీకు గుర్తుండకపోవచ్చు, కానీ ఇది ముఖ్యం కాదు. ముఖ్యమైనది ఏమిటంటే, మీరు మీ వెలుపల వున్న దానిపై పూర్తి కేంద్రీకృత దృష్టిని పెట్టారు. అది మీకు తక్షణ శక్తిని వెదజల్లడానికి వీలు కల్పిస్తుంది. "నేను ఆలోచించడం మానేయాలని అనుకుంటున్నాను" అని చెప్పడం ద్వారా ఆలోచనను ఆపడం కష్టం, ఎందుకంటే, ఇది కేవలం ఒక ఆలోచన. కానీ మీరు మీ మనసుకు విరామం ఇవ్వగలిగితే, మీ ఇంద్రియాలను ఒక క్షణం మరో విధంగా నిమగ్నం చేయగలిగితే, మీ అంతట మీరు విషాదపు ఛాయల నుండి బయటపడి హాయిగా, ప్రశాంతంగా ఉంటారు.

మీరు యిలా ఆలోచించి చూడండి

మీ చైతన్యస్థితి ఏక కాలంలో ఏదో ఒక పనిని మాత్రమే – ఆలోచనలతో ఉండటం లేదంటే ఇంద్రియాల ద్వారా పనులు చేయడం – నిర్వహించగలుగుతుంది. ఈ రెండింటిలో ఏదో ఒకటి మాత్రమే చేయగలుగుతుంది. మీ చైతన్య స్థితి, ఇంద్రియాల ద్వారా వర్తమాన కాలపు స్థితిని పగ్గాలతో నియంత్రిస్తూ వుంటే మీ మనసులో అతిగా వచ్చే ఆలోచనలు నియంత్రించబడుతాయి.

వర్తమాన స్థితిలో వీటినన్నిటినీ జ్ఞప్తికి ఉంచుకోవడం కష్టంగా అనిపిస్తే యీ విధంగా చేయడానికి ప్రయత్నించండి: ఉన్నది ఉన్నట్లుగా ఆచరించండి. పరిశోధకుడు గేటన్ చెవాలియర్ "భూమి" లేదా అసలు భూమిపై మానవ శరీరాన్ని గ్రౌండింగ్ చేయడం మానసిక స్థితిపై మనోహరమైన ప్రభావాలను కలిగి ఉందని కనుగొన్నారు. అధ్యయనంలో పాల్గొనేవారు తమ పాదాలు లేదా శరీరాలను భూమిపై ఒక గంట పాటు ఉంచాలని చెవాలియర్ కోరారు. ఆ తర్వాత అతను వారిని పరీక్షించాడు. భూమితో సంబంధం లేకుండా గంట గడిపిన వారికి వ్యతిరేకంగా భూమితో సంబంధం ఉన్నవారిలో స్వీయ-నివేదిత మానసిక స్థితి, శ్రేయస్సు స్థాయిలలో గణనీయమైన వృద్ధి ఉందని కనుగొన్నాడు. అయితే, తీవ్రమైన ఆందోళన రుగ్మతను ఎదుర్కోవడానికి ఈ విధమైన గ్రౌండింగ్ సరిపోదు. కాకపోతే, ఇది ఖచ్చితంగా ప్రోత్సాహకరమైన అన్వేషణగా చెప్పుకోవచ్చు. మీకు వీలైతే, 5-4-3-2-1 టెక్నిక్‌ని ఆరుబయట ప్రయత్నించండి. ఇక్కడ మీ పాదాలు ప్రత్యక్షంగా మట్టితో సంబంధం కలిగి ఉంటాయి.

వివరణాత్మకమైన చికిత్స, బాహ్యీకరణ (Nerrative Therapy and Externalization)

మనం పరిగణించే ఆఖరి సాంకేతికత 'వివరణాత్మకమైన చికిత్సా ప్రపంచం' నుండి వచ్చింది. ఇది మన జీవితాలను తరచుగా కథలు లేదా కథనాలుగా చెబుతుంది. మనుష్యులు అన్నిటినీ అర్థం చేసుకునే యంత్రాలు. మన గురించి, మన జీవిత సంఘటనలు గురించి కథలు చెప్పుకోవడం ద్వారా మనం ఒకరినొకరం అర్థం చేసుకుంటాము. 'వివరణాత్మకమైన చికిత్స' విధానంతో, మనం ఈ కథలను తిరిగి వ్రాయవచ్చు. వైద్యం చేసుకోవచ్చు, ఇక ఆ తర్వాత సంతోషంగా ఉండొచ్చు!

ఆందోళనను అధిగమించడంలో ఎక్కువ భాగం మన మానసిక పరిస్థితులను చూడటం, మన జీవితాలను ఎలా నడపాలనుకుంటున్నామో దాని గురించి స్పృహతో నిర్ణయాలు తీసుకోవడం అని మనం ఇప్పటికే చెప్పుకున్నాం. మనం మన స్వంత కథల కథకుడిగా ఉన్నప్పుడు, వాటిపట్ల బాధ్యత వహిస్తాము, పునఃనిర్మిస్తాము, క్రొత్త అర్థాలు వచ్చే విధంగా చెప్పటానికి పూనుకుంటాం. వివరణాత్మకమైన చికిత్స వెనుక ఉన్న పెద్ద సిద్ధాంతం ఏమిటంటే ప్రజలు వారి సమస్యల నుండి వేరుగా ఉంటారు. అందువల్ల, వాస్తవానికి ఈ ఆలోచన "బాహ్యీకరణ" అని పిలువబడే ఒక ప్రసిద్ధ సాంకేతికతను బలపరుస్తుంది.

మనం 'బాహ్యీకరణ' చేసినప్పుడు, మనం సమస్యను వెలుపల ఉంచుతాము. సమస్యలు ఉండటం తప్పు కాదు. మనకు సమస్యలు ఉన్నందుకు మనపై మనం తీర్పు యిచ్చుకోవడం కూడా సరైనది కాదు. ఏదేమైనా, మన గురించి, మన జీవితాల గురించి మనం ఏ విధంగా మాట్లాడుకున్నా దానిని మార్చగల శక్తి మనకు ఉంది. పైగా మనం అర్థవంతమైన మార్పులు చేసుకోవచ్చు. కాబట్టి, అధికంగా ఆలోచించే విషయానికి వస్తే, "అతిగా ఆలోచించడం ఒక సమస్య, నిజమే, కానీ నేను ప్రత్యామ్నాయాలను కనుగొనబోతున్నాను" అని చెప్పాలి. అంతే తప్ప "నేను అతిగా ఆలోచిస్తాను. అది చాలా చెడ్డది. అందువల్ల నేను మారేందుకు ఏదైనా మార్గాన్ని కనుగొనాలి" అని చెప్పకూడదు. మరో ముఖ్య విషయం ఏమిటంటే, మీరు నిజంగానే నియంత్రణలో ఉన్నారని గ్రహించడం. మన అవగాహనకు ఇతరులు ఏ మాత్రం కారణం కాదని, వాళ్లు మనపై నియంత్రణ

చేయలేరనీ, మన జీవితానుభవాలకు మనమే అన్నిటికీ బాధ్యులమని మనం తెలుసుకోవాలి.

మన మానసిక నమూనాలు తరచుగా పునరావృతమయ్యే మూలాంశాలు. మీ జీవితం సినిమా అయితే, అది ఏ శైలి అవుతుంది? మీరు ఎప్పుడూ ఎలాంటి పాత్ర పోషిస్తారు, కథ ఎలా ఉంటుంది? జీవితంలో మన వ్యాఖ్యానాలు మన అనుభవాన్ని ప్రభావితం చేస్తాయని మనం గ్రహించినప్పుడు, వాటిని మార్చుకునేందుకు మనకు తప్పకుండా అవకాశం ఉంటుంది. ఉదాహరణకు, అతిగా ఆలోచించేవాళ్లు బలహీనులుగా మనకు కనిపిస్తారు. అదే వారు వారి కథను మార్చుకున్నట్లయితే, తమను తాము బాధ్యతాయుతంగా, సమర్థవంతంగా చేసుకుంటే?

బాహ్యీకరణకు తిరిగి వద్దాం. మీరంటే 'మీ సమస్యలు' కాదు. మీరంటే 'మీ వైఫల్యాలు' కాదు. మీరు, మీ జీవిత సవాళ్ళకు మధ్య దూరం ఉంచగలిగితే, మీరు దృక్పథాన్ని పొందుతారు. మీరు అనుభవిస్తున్న తాత్కాలిక క్షణం నుండి మీ గుర్తింపును, మీ స్వీయ-విలువను వేరుపరచండి. కనిపించే మేఘం ఆకాశం కానట్లుగానే, మన సమస్యల రూపం 'మనం' కాదు. అవి మన వ్యక్తిత్వం కాదు. సమస్యలు వస్తూ పోతూ ఉంటాయి. సమస్యలు వచ్చినపుడు మనం ఎలా స్పందిస్తున్నామనే దానిపై మనకు నియంత్రణ ఉంది.

మీరు అధికంగా భావిస్తే, మీ మంత్రాన్ని పునరావృతం చేయడానికి సహాయపడుతుంది: "నేను నా సమస్యలు కాదు" మీ భాషను కూడా మార్చండి. "నేను ఆందోళనతో ఉన్న వ్యక్తిని" అని చెప్పడానికి బదులుగా, "నేను ఇప్పుడే ఆందోళనను ఎదుర్కొంటున్నాను" లేదా "నేను కొంత ఆందోళనను గమనిస్తున్నాను." అని మీకు మీరు చెప్పుకోండి. మనకు, మన సమస్యలకూ మధ్య చాలా విధాలుగా దూరం ఉంచుకోవచ్చు:

- పుస్తకంలో రాయడం, ఒత్తిడి డైరీ రాయడం ఉపయోగించండి. మీ తలలో ఉన్న ఆందోళనను తీసి కాగితం మీద ఉంచండి. కాగితాన్ని కాల్చండి, ముక్కలుగా చించి విసిరి పారేయండి. సమస్య మీ నుండి వేరు పడినట్లు చూడండి. దూరం నుండి గమనించండి. దాన్ని మార్చడానికి మీరు చర్యలు తీసుకోవచ్చు.
- దృశ్యీకరణ, ఊహా చిత్రాల వంటివి ఉపయోగించండి. ఒక పెద్ద బెలూన్ లోపల గాలి మాదిరిగా మీ అతి ఆలోచనలను ఆ బెలూన్

లోపల ఉంచినట్లుగా ఊహించండి. ఆపై బెలూన్ మీ నుండి తేలియాడుతూ పైకి వెళ్లిపోయినట్లు ఊహించుకోండి. అది పైకి పోయే కొద్దీ చిన్నదిగా, మరింత చిన్నదిగా మీకు కనిపిస్తుంది. మీ భయాలన్నింటిని వదిలిపెట్టి ఆ అనుభూతిని నిజంగా ఆనందించండి; మీరు కొన్నిసార్లు ఆలోచనలను అణిచివేసేందుకు, దృక్పథాన్ని ఏర్పరచుకునేందుకు వాటికి దూరంగా నడవవచ్చు. మీ చింతలన్నిటినీ మోసుకుని బెలూన్ కనిపించకుండా పోయిందని ఊహించుకోండి. మరో విధంగా కూడా ప్రయత్నించండి. మీ సమస్యలన్నిటినీ నిద్రపోయే ముందు ఒక లాకర్లో పెట్టినట్టుగా ఊహించుకోండి. నిద్రపోయే ముందు యిలా అనుకోండి, "నేను సురక్షితంగా తిరిగి వచ్చి ఉదయం వీటిని తీసుకుంటాను. ఎందుకంటే, ప్రస్తుతానికి నేను నిద్రపోతాను"

- మీరు మరింత ఇష్టపూర్వకంగా ఉంటే, బాహ్యపరచడానికి సృజనాత్మకతను ఉపయోగించండి: మీ సమస్యలను వ్రాయండి, గీయండి, చిత్రించండి, పాడండి లేదంటే నృత్యం చేయండి. వాటిని మీ శరీరం వెలుపల ప్రతిష్ఠించండి. కొంతమంది వారి అభిప్రాయాన్ని ప్రకటిస్తారు లేదంటే మితిమీరిన అంతర్గత స్వరానికి ఒక పేరు పెడతారు, కాబట్టి వారు, "ఓహ్, ఇది నేను కాదు, ఇది నాలోపల వున్న పాత మనిషిని తిరిగి తోడుతుంది. పాత మనిషి ఎప్పటిలాగే అతిగా ఆలోచిస్తూ ఉంటాడు హాయ్ ఫ్రెండ్!"

వివరణాత్మక చికిత్సలో ఉపయోగించే మరో ప్రక్రియ "ప్రక్షాళన" చేయడం. మీరు అధికంగా ఆలోచనల్లో ఉన్నప్పుడు, మీ మెదడులో సంచలనం అధికంగా ఉంటుంది: మీ తలలో చిక్కిరిబిక్కిరిగా అనేక విషయాలు జరుగుతుంటాయి. అవన్నీ గంటకు వెయ్యి మైళ్ళ వేగంతో తిరుగుతూ ఉంటాయి. అందువల్ల ఏ విషయం ఎక్కడ ప్రారంభించాలో కూడా మీకు తెలియదు. అయితే అవన్నీ ఏదో వరుసలో జరుగుతున్నట్టుగా ఉంటాయి. ఒకదాని తరువాత ఒకటి వస్తూ గందరగోళం చేస్తాయి. మనం యీ జ్ఞాపకాల వలయంలో ఆధారం కోల్పోయినట్లుగా భావిస్తే, ఒక భయానక సమస్యను తేలికైన వాటితో విచ్ఛిన్నం చేయడానికి (లేదా పునర్నిర్మించటానికి) మనం వాటిని ఉపయోగించవచ్చు.

ఒక కథను నిర్వహించడానికి, విషయాలను మందగించడానికి, మీరు మీ దృష్టిని ఎక్కడ, ఎలా ఉంచాలో మీకు తెలిసినప్పుడు మీరు నియంత్రణలో ఉన్నారనటానికి నిదర్శనం. మీరు అన్నింటినీ ఒకేసారి చూడలేరు. అలా చేయడానికి ప్రయత్నించడం వల్ల మీరు అధిక ఆలోచనల నేపథ్యంలో శక్తిలేని చిన్నపాటి అనుభూతిని కలిగిస్తుంది. కానీ, ఏ మంచి కథలోనైనా, మీరు వెంటనే ప్రతిదీ గుర్తించాల్సిన అవసరం లేదు. లేదంటే, ప్రతి సమస్యను ఒకేసారి పరిష్కరించండి. మీ జీవితంలో పునర్నిర్మాణం చేసుకోవడానికి కొన్ని మార్గాలు:

- విషయాలు వినాశకర దిశగా వెళుతుంటే, మీరు క్షణంసేపు ఆగి, ప్రస్తుతానికి చాలా ముఖ్యమైన ఒకే విషయంపై దృష్టి పెట్టేందుకు ప్రయత్నించండి. మీరు తర్వాత కాలంలో లేదా ఎప్పుడైనా జరిగే విషయాల గురించి ఆందోళన చెందుతుంటే, వాటిని పక్కన పెట్టి, ఈ రోజుకు మాత్రమే అవసరమైన, ముఖ్యమైన వాటిని పరిశీలించండి. మరీ ముఖ్యంగా చెప్పాలంటే, ఈ క్షణంలో ముఖ్యమైన వాటిమీదనే మీ దృష్టి నిలపండి. మిమ్మల్ని మీరు ప్రశ్నించుకోండి, 'తరువాత చేయబోయేది ఏమిటి?' తరువాత జరగబోయే ఇరవై దశల గురించి చింతించకండి. మీకు అవసరమైన తదుపరి దశను ఎన్నుకోండి. ఆపై మీరు అక్కడి నుండి ముందుకు కదలండి.
- మీరు గతంలో బాధ కలిగించిన జ్ఞాపకాలకు తిరిగి వస్తున్నట్లు అనిపిస్తే, క్షణకాలం ఆగండి. జరిగిన విషయాలను అంచనా వేసేందుకు కొంత సమయం కేటాయించండి. అవసరమైతే వాటిని కాగితంపై రాయండి. సంఘటనలను ఎపిసోడ్లుగా విడదీయండి. అనుభవాలు, నమూనాలు మొదలైన వాటిని అనుసంధానించే మూలాల కోసం చూడండి. ప్రస్తుత క్షణం గతంతో ఎలా ముడిపడి ఉందో చూడండి. ఆపై మీ స్వంత కథనాన్ని సరిచేసేందుకు మీరు ఏమి చేయగలరో మీరే ప్రశ్నించుకోండి. ఉదాహరణకు, మీరు గతంలో చేసిన తప్పులపై మీరు భయపడుతుంటే, మీరు తప్పు చేసిన ఒక మూర్ఖుడిలా కథను మీరు అనుకుని ఉండొచ్చు. కానీ ఆ సంఘటన జరిగే నాటికి చిన్నవారు, అనుభవం లేనివాళ్లయి ఉండొచ్చు కానీ యిప్పుడు మీరు నేర్చుకున్నారు, మీ అనుభవాలు

నిరంతరం మెరుగుపడుతున్నాయి. ఇప్పుడు మీరు మరింత పరిణతి చెందిన వ్యక్తి అని రుజువు చేసే ఘటనలను గుర్తుకు తెచ్చుకోండి. మీరు మొత్తం చిత్రాన్ని చూడవచ్చు – మీ పెరుగుదల, పురోగతి. ఐదవ తరగతిలో మీరు ఒకసారి తెలియక చేసిన పనిపై చింతిస్తూ కూర్చోవడం కంటే ఇది మంచిగా అనిపించలేదా?

- ఆందోళన మరియు అధికంగా ఆలోచించడం అనేవి మన దృష్టిని "విచ్ఛిన్నం" చేసి గందరగోళం సృష్టించి అందులో మనల్ని పడవేసే అవకాశాన్ని కలిగి ఉంటుంది. మనం ఈ ఆలోచనలన్నింటినీ పునర్నిర్మించినప్పుడు, వాటిలో ఎక్కువగా ఎందుకూ పనికిరానివని మనం గ్రహిస్తాము. అందుచేత మనం వాటిని సంతృప్తి పరచాల్సిన అవసరం లేదు. మీరు మీ ఆరోగ్యం గురించి ప్రధానంగా ఆందోళన చెందుతుంటే గనుక ఆ ఒక్క ఆందోళన మీలో అనేక భయాలను పుట్టిస్తుంది. మీరు ఉద్యోగాన్ని కోల్పోయినట్టు, చనిపోతున్నట్టు, మీరు భరించలేని హాస్పిటల్ బిల్లులు చెల్లించవలసి వున్నట్టు, యిలా అనేకమైన ఇతర ఆలోచనలను పుట్టిస్తుంది. వీటిని తొలగించుకోవడానికి "నేను దేని గురించి ఆలోచిస్తున్నాను?" అని మీరు ఆలోచించి, మీరు నిజంగా అర్థవంతమైన మార్పులు చేయగల ఆలోచనలు పట్టాలు తప్పకుండా వాటిని జాగ్రత్త చేసుకోవడమే.

గుర్తుంచుకోవలసిన విషయాలు

- మనం, ఇప్పుడు, 'అధికంగా ఆలోచించడం' అంటే ఏమిటో గుర్తించాము. ఇప్పుడు దానిని ఎలా ఎదుర్కోవాలో తెలుసుకోవాలి. ఆందోళనను, అధికంగా ఆలోచించే మనస్సును నియంత్రించుకోవడానికి, శాంతపరచడానికి మీరు చేయగలిగిన సరళమైనవి, ప్రభావవంతమైనవి చాలా ఉన్నాయి.
- ఒత్తిడి నిర్వహణలో మీరు గుర్తుంచుకోవలసిన మొదటి విషయం 4 A లుగా పిలువబడే దివ్యమైన మంత్రం. ఇవి నివారించడం (Avoid), మార్చడం (Alter), అంగీకరించడం (Accept) మరియు స్వీకరించడం (Adapat). నివారించడం అంటే మీరు

నియంత్రించలేని విషయాల నుండి దూరంగా నడవడం. కొన్ని విషయాలు మన ప్రయత్నంలో విలువైనవి కావు, వాటిని మన పరిసరాల నుండి పూర్తిగా తొలగించడం చేయాలి. మనం దానిని నివారించలేకపోతే, ఒత్తిడిని తట్టుకునేందుకు మన వాతావరణాన్ని ఎలా మార్చుకోవాలో నేర్చుకోవాలి. ఆ వాతావరణాన్ని మనం మార్చలేకపోతే, దానిని అంగీకరించడం తప్ప మనకు వేరే మార్గం లేదు. చివరగా, మనం పరిస్థితి గురించి పెద్దగా ఏమీ చేయలేకపోతే, మనం దానికి అనుగుణంగా ఉండాలి. అదే సమయంలో ఒత్తిడిని ఎలా ఎదుర్కోవాలో నేర్చుకోవాలి. అది మనకు కలిగించే నష్టాన్ని కనిష్టంగా తగ్గించాలి.

- మరో ప్రసిద్ధమైన టెక్నిక్ జర్నలింగ్, (పుస్తకంలో రాయడం). మనలో అధికంగా ఆలోచనలు వచ్చినప్పుడు, మన మనస్సులో విభిన్న ఆలోచనలు సుడులు తిరుగుతుంటాయి. ఇది మనకు ఏదో తెలియని ఆవేశం కలగజేస్తుంది. ఆ స్థితిలో మనం వాటిని ఒక క్రమపద్ధతిలో వ్రాసినప్పుడు, వాటిని మనం విశ్లేషించవచ్చు. అలా వచ్చిన ఆలోచనల్లో ఎన్ని పనికొస్తాయో తెలుసుకోవచ్చు. ఈ అలవాటును పెంపొందించడానికి, మీరు చిన్నపాటి పుస్తకాన్ని మీ జేబులో ఉంచుకోండి. అవసరమని మీకు అనిపించినప్పుడల్లా వ్రాయవచ్చు.
- మన దగ్గర ఉన్న మూడవ టెక్నిక్ 5-4-3-2-1 టెక్నిక్ అంటారు. భయాందోళనలకు గురైన సమయంలో యిది చాలా ప్రభావవంతంగా ఉంటుంది. మన ఐదు ఇంద్రియాలు యిందులో పాల్గొనడం ద్వారా యిది పని చేస్తుంది. కాబట్టి, భయాందోళనలు అధిగమించాయని మీకు అనిపించినప్పుడల్లా, మీరు చూడగలిగే ఐదు విషయాల కోసం చూడండి, మీరు తాకగల నాలుగు విషయాలు, మీరు వాసన చూడగలిగే మూడు, మీరు వినగలిగే రెండు మరియు మీరు రుచి చూడగలిగేవి ఒక్కటి. మీ ఇంద్రియాలను నిమగ్నం చేయడం ద్వారా మీ మెదడును అధికంగా ఆలోచించకుండా చేయండి.

అధ్యాయం 3

మీ సమయాన్ని, వనరులనూ సక్రమంగా నిర్వహించండి

సూసీ ఈ రోజు చేయవలసింది చాలా ఉంది. ఆమె తన షెడ్యూల్ చూసుకుని అంత పని ఎలా చేయగలనా అని భయాందోళనలతో ఆశ్చర్యపోతోంది. సూసీ ఆందోళనతో ఆత్రుతగా అటూయిటూ తిరగడం ఆమె సహోద్యోగి గమనించింది. 'లంచ్-బ్రేక్' లో ధ్యానం ఎందుకు చేయకూడదు? ధ్యానం ఒత్తిడి స్థాయిలను తగ్గిస్తుందని నిరూపించబడింది. అంతేగా? ఐదు నిమిషాలు ధ్యానంలో వున్న సూసీ, ఆమెకు ఇప్పుడు మునుపటి కంటే తక్కువ సమయం ఉందని గ్రహించింది. పనిమీద దృష్టి పెట్టలేనని కంగారుపడుతోంది. ఎందుకంటే ఆమె 2:30 కు ఒకరిని కలవవలసి ఉంది.

చాలామంది ప్రజలు సూచించిన క్లాసిక్ రిలాక్సేషన్ పద్ధతులు, అంటే ధ్యానం, మౌనం వగైరా, వంటివి ఒక్కొక్కసారి మనకు పనిచేయవు. సరైన సమయ నిర్వహణ చేయనట్లయితే మనం ఒత్తిడి నుంచి ఏ మాత్రం తప్పించుకోలేం. రెండు విషయాలలో మాత్రమే సూసీ ప్రయోజనం పొందుతుంది – రోజులో ఎక్కువ పని గంటలు జోడించడానికి, లేదంటే సమయాన్ని బాగా నిర్వహించగలిగే మార్గం! ధ్యానం, నిదానించి పనిచేయడం మొదలైనవి అనివార్యమైన ఒత్తిడిని ఎదుర్కోవడంలో మనకు సహాయపడతాయి. అయితే, మన సమయాన్ని బాగా నిర్వహించడం

ద్వారా మనం ఒత్తిడి ఏ మాత్రం లేకుండా తగ్గించుకోవచ్చు. ఈ విధమైన నియంత్రణల గురించి మనం యీ అధ్యాయంలో అనేక ఋజువు చేయబడిన పద్ధతుల గురించి తెలుసుకుంటాం.

ఒత్తిడి నిర్వహణ 101

ఒత్తిడి నిర్వహణ అంటే మంచి 'సమయ నిర్వహణ' అని అనుకోవచ్చు. మీరు పని ముగింపు గడువు గురించి ఆత్రుతగా వున్నారంటే, హడావిడిగా, చాలా బిజీగా ఉన్నట్లు భావిస్తే, మీరు ప్రశాంతంగా లక్ష్యం వైపు వెళ్లే పద్ధతుల కంటే సమయ నిర్వహణ వ్యూహాల నుండి ఎక్కువ ఫలితాలు పొందవచ్చు.

విశ్వవిద్యాలయంలో చదవ వలసిన పాఠాలు అవే అయినప్పటికీ, సమయ నిర్వహణ పాటించిన విద్యార్థులలో ఏ మాత్రం ఒత్తిడి కనబడలేదని "యూరోపియన్ జర్నల్ ఆఫ్ సైకాలజీ ఇన్ ఎడ్యుకేషన్" వారు ఒక సర్వేలో నిరూపించటం జరిగింది. వాళ్ల దినచర్యలో ఏ మాత్రం మార్పులు చేయనప్పటికీ, వాళ్లలో ఒత్తిడి ఏ మాత్రం పెరగలేదు. 2021లో బ్రాడ్ ఐయాన్, అతని సహచరులు కూడా దాదాపు యిటువంటి ప్రతిపాదననే వెలుబుచ్చారు. సమయాన్ని సక్రమంగా వినియోగించడం వల్ల చేయవలసిన పనులు చేసే సమయంలో ఎటువంటి ఒత్తిడి కలగదని వాళ్లు కూడా ఒక సర్వేలో నిరూపించారు.

సమయ నిర్వహణ వల్ల మనకు తరచుగా ఒక ప్రాథమిక నైపుణ్యం వస్తుంది: మనం చేసే పనులలో ప్రాధాన్యతలను గుర్తించడం, లక్ష్యాన్ని సాధించేందుకు, మార్గనిర్దేశం చేయడానికి వాటిని ఉపయోగించడం. ఇదంతా మీరు చేయగలిగినప్పుడు, మీరు పోటీలో సాధించేందుకు నియంత్రణా నైపుణ్యం అలవర్చుకుంటారు. ఎప్పటిలాగే, ఇవన్నీ మనం తీసుకునే జాగ్రత్తలు, అలవాట్లు, మనస్తత్వానికి దారి తీస్తాయి.

మీరు దాని గురించి ఆలోచించినప్పుడు విచిత్రంగా అనిపిస్తుంది. నిజానికి, మనలో ఎంతమంది జీవితంలో ఒత్తిడికి ప్రాధాన్యత ఇస్తారు. సహజంగా మనం, మన మానసిక స్థితిని మరింత దిగజార్చే కార్యకలాపాలకు మన సమయాన్ని కేటాయిస్తాము. అది మనల్ని ఆందోళనతో ఉంచుతుంది. శక్తి క్షీణించినట్లు అనిపిస్తుంది. ఒక్కసారి ఆలోచించి చెప్పండి, మీరు

చివరిసారిగా ఎప్పుడు ఉద్దేశపూర్వకంగా విశ్రాంతికి ప్రాధాన్యతనిచ్చారు? మిమ్మల్ని ఎక్కువమంది ఇష్టపడాలనుకుంటే, మీరు ఎప్పుడూ కష్టపడి పనిచేయవలసి వుంటుంది. మీ సమయం, శక్తిని వాటికి ఇవ్వండి. సూసీ మోస్తరుగా ధ్యానాన్ని కూడా మీరు చేయవలసిన పనుల్లో ఒక దానిగా ఎంచుకుంటే మీ పనులు పెరుగుతాయి తప్ప మీ ఒత్తిడి తగ్గదు.

విశ్రాంతి, సేద తీరడం అనేవి మీ దృష్టిలో ముఖ్యమైనవిగానూ, విలువైనవిగానూ చూడండి. అంతే తప్ప మీరు రోజు చివరిలో ఎంత పని చేసారన్నది ముఖ్యం కాదు. దీన్ని చేయటానికి ఒక మార్గం ఏమిటంటే, ఆహ్లాదకరమైన, ఆనందించే కార్యకలాపాల కోసం సమయాన్ని కేటాయించడం! లేదా మీరు అస్సలు ఏ పనీ చేయకుండా ఉండడం! సానుకూల వైఖరి మీ జీవితంలో అత్యంత విలువైన వనరులలో ఒకటి! దానిపై శ్రద్ధ వహించండి. అప్పుడు మరి, మీలో మంచి భావాలు ఎందుకు పెరగవు?

అధికంగా ఆలోచించే స్వభావం వున్న వాళ్లకు మరో గుణం కూడా ఉంటుంది. అదేమిటంటే, అధికంగా బాధ్యత వహించడం! వాళ్లు తమ స్వంత వ్యవహారాలకంటే కూడా ఏ మాత్రం సంబంధం లేని యితర పనుల్లో తల మునకలైపోతారు. దానివల్ల కలిగే అసౌకర్యాలను జీవిత పాఠాలుగా భావిస్తారు. (ఆ అసౌకర్యం ఎప్పటికీ ముగియదు!)

ఒత్తిడిని సక్రమంగా నిర్వహించగలిగితే అది ఎలాంటి యిబ్బంది పెట్టకుండా తొలగిపోతుంది. మనం విశ్రాంతిని, సేదతీరటాన్ని కూడా పథకం ప్రకారం అమలులో పెట్టుకుంటే జీవితాన్ని ఎప్పటికప్పుడు ఉత్తేజపరుచుకుంటూ ఉత్సాహంగా జీవించవచ్చు. ఒత్తిడితో కూడిన పనుల్లో మీరు కూరుకుపోకుండా, ప్రశాంతంగా ఆహ్లాదంగా, ఆనందించే రోజును ప్రారంభించవచ్చు. ప్రతి గంటకు పది నిమిషాలు విరామం తీసుకునే అలవాటు చేసుకోండి. ఆ విరామంలో ఓ కప్పు చక్కని మూలికా టీ సేవించండి. లేదంటే కాసేపు నడవండి. మిమ్మల్ని ప్రేమించే వ్యక్తులతోనూ, మీరు ప్రేమించే వ్యక్తులతోనూ సంభాషణలు జరపండి. దానివల్ల మీ జీవితం ప్రకాశవంతమౌతుంది. కాసేపు నవ్వుకోడానికి, ఆడుకోవటానికి, మిత్రులతో సరదాగా జోక్ చేసుకోవడానికి సమయం కేటాయించండి. ఆ విధంగా మీకు సంతోషాన్నిచ్చే పని ఏదైనా చేయండి.

ఒత్తిడి నుంచి బయటపడేందుకు, మీకు శారీరకంగా మద్దతు ఇవ్వడానికి జీవనశైలి మార్పుల గురించి మీకు ఇప్పటికే తెలుసు: బాగా నిద్రపోండి, కెఫిన్ తక్కువ వాడండి, వ్యాయామం చేయడం, సరిగ్గా తినడంపై దృష్టి పెట్టండి. మీ సామాజిక, భావోద్వేగ, ఆధ్యాత్మిక ఆరోగ్యం కూడా ముఖ్యం. మీరు ఈ విషయాలలో శ్రద్ధ వహించకుండా వుంటే మిగిలినవి ఏం చేసినా ఫలితం ఉండదు.

సూసీ గుర్తుందా? ఆమె ప్రతి ఉదయం కూర్చుని, చేయవలసిన పనుల జాబితాను వ్రాస్తుంది. ఆ షెడ్యూల్ నుండి ముఖ్యమైన పనులను చేస్తుంది. పని చేసేటప్పుడు, స్నేహితులు లేదా కుటుంబ సభ్యులతో సమయం గడపడం, ఇష్టపడే పనులు చేయడం చాలా దూరం పెడుతుంది. అయితే, జీవితంలో సంబంధాలు, శారీరక ఆరోగ్యం, ఆనందం ముఖ్యమైనవి అని ఆమె ముందుగానే నిర్ణయించుకుంటుంది. అందువల్ల ఆమె ప్రతిరోజూ వాటికి కొంత సమయం కేటాయిస్తుంది. పని రోజులో తగినంత సమయం లేకపోతే? అంటే ఆమె చేస్తున్న పని సరైనది కాదు.

సమయ నిర్వహణ అనేది ఆనాటి పనులను చక్కదిద్దుకునేందుకు మాత్రమే ఒక మార్గం కాదు. ఇది మీ జీవితమంతా నిర్మించుకోవడానికి ఒక మార్గం. మీ జీవన నిర్మాణాన్ని సక్రమంగా నిర్వహించండి, తద్వారా మీరు మీ వనరులు, శక్తిని చాలా ముఖ్యమైన వాటికి వినియోగిస్తారు. ఇది మీరు చేయగలిగినంత ఎక్కువ పనిని చేయడం మాత్రమే కాదు. జీవన సమతుల్యత, దాని నిష్పత్తి, ప్రాధాన్యతలు మీ విలువలను ప్రతిబింబిస్తాయనే జ్ఞానంతో మీ జీవితాన్ని చూడటం.

నిజాయితీగా ఉండండి: మీ దృష్టిని డిమాండ్ చేయడానికి, మీ సమయాన్ని తస్కరించడానికి ఎప్పుడూ ఏదో ఒక క్రొత్త విషయం ఉంటుంది. జీవిత దిశను స్పృహతో నడిపించడం మనపైనే ఉంటుంది. తద్వారా మన వద్ద ఉన్న సమయాన్ని, శక్తిని ఎక్కువగా ఉపయోగించుకోవాలి. దీన్ని ఎలా సాధించాలో ఇక్కడ ఉంది:

1. జీవితంలో మీ విలువలు, ప్రాధాన్యతలను నిర్ణయించండి. మీకు ఏ మూడు విషయాలు చాలా ముఖ్యమైనవి?

2. మీకు అందుబాటులో ఉన్న సమయాన్ని మీరు ఏ విధంగా వినియోగించుకుంటున్నారో ఒక వారం గమనించండి. ప్రతి గంటలో మీరు ఏమి చేసారో మీరు గమనించండి.
3. ఈ డేటాను విశ్లేషించండి: మీరు ఎక్కువ సమయం ఎక్కడ గడుపుతున్నారు? తక్కువ సమయం ఎక్కడ గడుపుతున్నారు? మీ విలువలను ప్రతిబింబింపజేసేందుకు మీరు సమయాన్ని ఎలా గడుపుతున్నారో పరిశీలించండి. ఉదాహరణకు, మీరు మీ కుటుంబం గురించి ఎక్కువగా శ్రద్ధ వహిస్తుంటే, మీ స్వంత వ్యాపారాన్ని నిర్మించడం, ఆరోగ్యంపట్ల శ్రద్ధ చూపుతుంటే, మీరు మెలకువగా వున్న గంటలలో 90 శాతం పని చేయడానికి గడిపినట్లు అంగీకరిస్తారా?
4. మీ విలువలు, సూత్రాల ద్వారా మార్గనిర్దేశం చేయబడుతూ, మీ ప్రాధాన్యతలను బాగా ప్రతిబింబించేలా మీ షెడ్యూల్‌ను పునర్నిర్మించండి.
5. మళ్ళీ గమనించండి, మీరు ఎలా చేస్తున్నారో, ఏమి చేస్తున్నారో, మీరు ఏ సర్దుబాట్లు చేయగలరో సరి చూసుకోండి.

మీ ఆలోచనలు, మీకున్న స్వేచ్ఛ, మీకు కలిగే అవకాశాలను ఒక ఉదాహరణగా తీసుకుంటూ క్రియాశీలకంగా ముందుకు కదలండి. ఒక వారం రోజులపాటు మిమ్మల్ని మీరు పరిశీలించుకుంటే మీరు మెలకువగా వున్న సమయంలో చాలా కొద్ది భాగం యీ మూడింటి ఆధారంగా పనులు చేస్తున్నట్టు, యితరత్రా ఎక్కువ సమయం గడుపుతున్నట్టు మీరు అర్థం చేసుకుంటారు.

ఒత్తిడి నిర్వహణ అనేది మీ జీవితంలో టీవీ చూసేందుకు, సోషల్ మీడియాలో పాల్గొనేందుకు, మీ క్లయింట్లకు కొత్త కొత్త సౌకర్యాలు కలుగజేసేందుకు ఏ మాత్రం ఉపయోగకరంగా ఉండదు. అయితే అది మీ జీవితంలో మీరు సుఖంగా వుండేందుకు మాత్రం అది చాలా రకాలుగా ఉపయోగపడుతుంది. “5 గంటల తర్వాత ఫోన్ లేదా టీవీ వినియోగం లేదు” అని ఇంట్లో వుండగా నిర్ణయం తీసుకోవడం, ఆఫీసు పని వేళలు దాటి విసిగిస్తున్న క్లయింట్లకు “ఆఫీసులో లేరు” అని మెయిల్ సమాధానం ఉంచడం ఎంత మార్పు తీసుకువస్తుందో మీకు తెలుస్తుంది.

మీ లక్ష్యాలు, ప్రాధాన్యతలు ఏమిటో తెలియకుండా సమయ నిర్వహణ గురించి మాట్లాడటం లేదు. మంచి సమయ నిర్వహణ అనేది మీరు లక్ష్యంగా పెట్టుకున్న విషయాలపై పూర్తిగా ఆధారపడి ఉంటుంది. మీరు మొదట ఏది విలువైనదో తెలుసుకోవాలి. మీ విలువలను దృష్టిలో పెట్టుకుని, మీరు ఏది ముఖ్యమైనదో, ఏది కాదో అని నిర్ణయించడం ప్రారంభించవచ్చు; అంటే, మీరు మీ పనులను ప్రాధాన్యతను అనుసరించి విభజించుకోవచ్చు.

ప్రాధాన్యత గలిగిన పనులతో ప్రతిరోజూ ప్రారంభించండి. అందువల్ల మీ శ్రద్ధ, సమయం, వనరులను సక్రమంగా వినియోగిస్తారు. ఆ రోజు చేయవలసిన పనుల జాబితాను ఉదయాన్నే రాయండి. పనులను పరిశీలించి వాటిని ర్యాంక్ చేయండి: అత్యవసరం, ముఖ్యమైనది లేదా అంత ముఖ్యమైనది కాదు. అత్యవసర అంశాలు యీ రోజునే చేయాల్సిన అవసరం ఉంటుంది అందువల్ల వాటికి ప్రాధాన్యతనివ్వాలి. వీటిని వాయిదా వేస్తే మీరు ఒత్తిడికి గురవుతారు. ముఖ్యమైన పనులు కొంచెం తక్కువ అత్యవసరంగానూ, తరచూ "జీవిత నిర్వహణ" పనులై ఉంటాయి. అవి చేయలేనప్పుడు సమస్యలను కలిగిస్తాయి.

ముఖ్యమైన పనులు కానివి, ప్రాధాన్యతలు లేనివి వాయిదా వేసినా ప్రమాదం లేదు. మీకు మీరుగా ర్యాంకింగ్ సిస్టమ్‌ను నిర్ణయించుకోవచ్చు. "ముఖ్యమైనది" అంటే ఏమిటో మీ స్వంత నిర్వచనం చేసుకోవచ్చు, కానీ ప్రతి లేబుల్‌ను ఒక పనికి కేటాయించే ముందు దాన్ని స్పష్టంగా వుంచండి. కొంతమంది అత్యవసర లేదా ముఖ్యమైన పనుల సంఖ్యను పరిమితం చేయడం ఉపయోగకరంగా భావిస్తారు. "ఈ రోజు ఏ మూడు విషయాలు నా దృష్టిలో ముఖ్యమైనవి అవుతాయి?" అనుకుంటారు. ఆపై తక్కువ ముఖ్యమైన పనులను వాయిదా వేస్తారు.

మీ సమయ నిర్వహణ కోసం అనేక చిట్కాలు, ఉపాయాలు మరియు పద్ధతులు ఉన్నాయి. ప్రక్రియను క్రమబద్ధీకరించడంలో సహాయపడటానికి అనేక తెలివైన అనువర్తనాలు, పద్ధతులు రూపొందించబడ్డాయి. మీరు ముందు పైన చెప్పుకున్న మూల సూత్రాలను అనుసరిస్తే, మీ సమయాన్ని మీ కోసం పని చేయించుకోవచ్చు. మంచి సమయ నిర్వహణ అలవాటు మీ ప్రత్యేకమైన జీవనశైలి, లక్ష్యాలను ప్రతిబింబిస్తుంది. కానీ గుర్తుంచుకోవలసిన కొన్ని విషయాలు ఉన్నాయి:

- విషయాలను వ్రాసి వుంచుకోవడం వాటిని మరింత బలంగా తయారు చేస్తుంది. చేయవలసిన పనుల జాబితా, క్యాలెండర్, షెడ్యూల్ లేదా మీ లక్ష్యాలను ప్రతిరోజూ గమనించడానికి భౌతికంగా ఏదైనా పద్ధతి అనుసరించండి. పురోగతిని సమీక్షిస్తూ ఉండండి.
- పెద్ద పనులను చిన్నవిగా విడగొట్టండి. మీ పెద్ద లక్ష్యాలను సాధించే మార్గంలో చిన్న లక్ష్యాలను నిర్ణయించి పెట్టండి.
- ఫలితం కంటే ప్రక్రియ గురించి ఆలోచించండి. మీరు రోజువారీ ఉపయోగకరమైన అలవాట్లపై దృష్టి కేంద్రీకరిస్తే, మీరు శీఘ్ర ఫలితాలు పొందుతారు. పరిపూర్ణతపై దృష్టి సారిస్తే కనుక మీరు దీర్ఘకాలికంగా ఎక్కువ సాధిస్తారు.
- ముఖ్యం కాని విషయాలకు కాదని/లేదని చెప్పడం అలవాటు చేసుకోండి. మీ పరిమితులను గౌరవించేలా అప్పగించడం లేదా సరిహద్దును గీయడం తప్పని సరిగా పాటించండి.
- మీ పెద్ద లక్ష్యాలను చేరుకోవడం కోసం మీ క్రియాత్మకమైన చర్యలను నిరంతరం పెంచుకోండి. మిమ్మల్ని మీరు ప్రశ్నించుకోండి, "ఇది నా లక్ష్యం దగ్గరికి తీసుకువెళుతుందా లేక నన్ను మరింత దూరం చేస్తుందా?" అప్పుడు దాని ప్రకారం ప్రవర్తించండి.

వాస్తవానికి, దీన్ని ఇలా చేయడం వల్ల సమయ నిర్వహణ సరళంగా అనిపిస్తుంది. ఇది సులభంగా కనిపిస్తున్నప్పటికీ, ఒక్కోసారి సులభం కాదు. బాగా తెలిసినప్పటికీ, మనకు వ్యతిరేకంగా పనిచేసే పాత ప్రవర్తనా విధానాలను మనం కొన్నిసార్లు అనుసరిస్తాము. అయితే, ఈ రోడ్‌బ్లాక్‌లు ఏమిటో మనకు తెలిస్తే, మనం వాటిని ముందే తొలగించి వాటి చుట్టూ పని చేయవచ్చు. కొన్ని సమయ నిర్వహణ పద్ధతులు కొంతమందికి ఎందుకు పని చేస్తాయి మరి కొందరికి ఎందుకు పనిచేయవు? ఎందుకంటే మనమందరం ఒకే మోస్తరుగా లేము. మనమందరం ఒకే విధమైన సవాళ్లను ఎదుర్కోము.

సమయ నిర్వహణ పద్ధతులు మాత్రమే కాదు, వ్యక్తిగత సమయ నిర్వహణ శైలులు కూడా ఉంటాయి. మీరు మీ సమయాన్ని ఏ విధంగా నిర్వహిస్తున్నారన్నది మీకు విజయం వైపు బాట వేస్తుంది. (నిర్వహణా

వైఫల్యం ఓటమికి దారి తీస్తుంది) అది మీ వ్యక్తిత్వాన్ని, మీ చరిత్రను ప్రత్యేకంగా ఏర్పరస్తుంది.

ఉదాహరణకు, "సమయ వీరుడు" (time martyr) అంటే అందరి అభ్యర్థనలను అంగీకరించి, వారి బాధ్యతలను స్వీకరించే వ్యక్తి. తర్వాత వాటి నిర్వహణ కోసం శ్రమ చెంది బాధపడతాడు. ఉదాహరణకి, మీరు ఒకే రోజు ముగ్గురు మిత్రుల్ని ఒకరి తర్వాత మరొకర్ని కలుస్తానని చెప్పారు. అయితే అనేక కారణాల వల్ల అది కష్టమని అర్థం చేసుకున్నారు. ఆ రోజు ముగిసే సరికి మీరు అధికంగా ఆలోచిస్తే కనుక అనేక భావోద్వేగాలు మిమ్మల్ని ముప్పిరిగొంటాయి. (నేను మిత్రుడికి 'గుడ్ బై' చెప్పినపుడు కఠినంగా ప్రవర్తించానా? నా స్నేహితురాలు నేనంటే పిచ్చిగా ఉంటుంది. కానీ ఆమెను నేను అంతగా పట్టించుకోలేదు, ఏమనుకుంటుందో?)

మీరు చాలా బిజీగా ఉన్నందుకు మీకు కాస్త గర్వంగానే ఉండొచ్చు, అయితే మీకు నిజంగా అవసరమైన వాటిని మీరు పరిష్కరించడం లేదు. మీ పరధ్యానాన్ని, గందరగోళాన్ని తగ్గించేవి మాత్రమే అవి మంచి 'టెక్నిక్‌లు' అని తెలుసుకోండి. ఖచ్చితమైన షెడ్యూల్ పెట్టుకోవడం లేదా రోజుకు మూడు ప్రధాన పనులను మాత్రమే పూర్తి చేయడం అనేది ఉత్తమం.

వాయిదా వేసే వ్యక్తికి వేర్వేరు సవాళ్లు ఉన్నాయి: ఏదైనా పనిని చాలా ఆలస్యం అయ్యే వరకు ఆలస్యం చేయడం. కొంత ఒత్తిడి మంచిదే అయినప్పటికీ, వాయిదా వేసేవారికి ఆందోళన మరింత బలహీనపరుస్తుంది. నిజానికి వాయిదా వేయడం, అధికంగా ఆలోచించడం యీ రెండింటికీ పరస్పర సంబంధం ఏవీ వుండదు. అయితే వాయిదా వేయడం వల్ల ఒత్తిడి పెరుగుతుందన్న మాట తప్పకుండా నిజం!

మీరు వాయిదా వేయదలిస్తే, చేయవలసిన పనిని చిన్న చిన్నవిగా విడగొట్టడం, ప్రతి చిన్న పనిని పూర్తి చేసినప్పుడు మిమ్మల్ని మీరే అభినందించుకోవడం ద్వారా మీరు ప్రయోజనం పొందవచ్చు.

ఇక అవాంతరాలు సృష్టించే వ్యక్తికి కూడా సంబంధిత సమస్య ఉంటుంది. అవి ప్రారంభమవుతాయి కానీ తరచుగా ఏదో అవాంతరంతో పట్టాలు తప్పుతాయి. వాటి దృష్టిని అన్ని చోట్లకు వెళ్లేలా చూస్తాయి. అవాంతర ధోరణి అధిక ఆలోచనా ధోరణి ఒకదానికొకటి గొప్పగా చెప్పుకుంటాయి. ఈ ధోరణి ఉన్న వ్యక్తులు చేసేది ఏమిటంటే, వారు

పని చేసే వాతావరణాన్ని పటిష్టంగా ఉంచడం మరియు వారు పని చేసే వాతావరణాన్ని మెరుగ్గా పరిగణించడం. ఉదాహరణకి మీ ఆఫీసులోని గందరగోళాన్ని తగ్గించి వేసి ప్రశాంత వాతావరణాన్ని ఏర్పాటు చేసుకోవడం. ఇది మీ దృష్టిని చెదరగొట్టి మీ పనికి అంతరాయం కలిగించే అనేక విషయాలను చక్కదిద్దుతుంది.

తక్కువ అంచనా వేసే వ్యక్తి పనులు చేసే దానికంటే తక్కువ సమయం పడుతుందని పొరపాటుగా అనుకుంటాడు. వారి అంచనాలు చాలా ఆశాజనకంగా ఉన్నందున వారు గడువును కోల్పోవచ్చు. ఇక్కడ, ప్రాసెస్‌ను మరింత వాస్తవికంగా అంచనా వేయడానికి, సమయాన్ని వెచ్చించడానికి, దశలవారీగా ప్రాజెక్ట్‌లను పరిష్కరించడం కోసం సమయ నిర్వహణ కూడా తగినంత సమయంలో వస్తుంది. ఇది ఒక విధంగా సరిచేసేందుకు సరైనదే కానీ పరిష్కరించలేకపోతే కనుక ఛిద్రమైపోతుంది.

అగ్నిమాపక సిబ్బందిలో వున్న వ్యక్తి ఎల్లప్పుడూ ప్రతిస్పందించే మానసిక స్థితిలో ఉంటాడు. "మంటలను" ఆర్పడం, ఒకేసారి వెయ్యి విషయాలను గారడీ చేయడం వంటిది. తరచుగా పరిస్థితి సంక్షోభానికి చేరుకున్నప్పుడు దానిని తప్పకుండా ఎదుర్కోవాలి. అటువంటి వ్యక్తి ప్రమాదాన్ని నివారించడానికి మరింత ప్రభావవంతంగా పనిచేయడం నేర్చుకోగలడు. ముఖ్యమైన సమస్య, అత్యవసరమైన సమస్యల మధ్య తేడాను బాగా గుర్తించగలడు.

సమస్యలను పరిష్కరించడానికి నిరంతరం పరుగుతీయడం అనేది మీరు ప్రారంభ దశలో మీరు చేయవలసిన పనిని సరిగా చేయడం లేదని, వాటిని అదుపులో ఉంచుకోవడం చాలా కష్టంగా ఉన్నంత వరకూ విషయాలు చేతికి రాకుండా ఉండేందుకు సంకేతం కావచ్చు. ఒక సమస్యను ఎదుర్కోవడంలో కంగారుపడి, మరో సమస్యను సృష్టించుకునే వ్యక్తుల గురించి ఒక్కసారి ఆలోచించండి. వాళ్లు ఒక సమస్యను పరిష్కరించుకునే సమయంలోనే మరొక సమస్యను సృష్టించుకుంటారు. దానికి కారణం వారికి సమస్యల పట్ల పూర్తి అవగాహన లేకపోవడమే.

సమగ్రతావాది (perfectionist), అంతరాయాలను ఎదుర్కనే వ్యక్తిలాగా, పరిపూర్ణ ఫలితం యొక్క ఇమేజ్‌కి ఏదీ సరిపోలనందున పనులు పూర్తి చేయలేరు. అయితే తరచుగా, నిజం ఏమిటంటే, పరిపూర్ణత అనేది పూర్తి చేసే భయాన్ని లేదా అభ్యాస వక్రతతో పాటు వచ్చే "తగినంత మంచి"

ఫలితాల పట్ల అసహనాన్ని దాచిపెడుతుంది. సమగ్రతావాది ఒక పనిని పరిపూర్ణంగా చేయాలనే తలంపుతో అనేకమార్లు చేసిన పనినే చేసి, పుట్టిన రోజుకు అద్భుతమైన కేక్ అందించాలని అనుకుంటూనే ఏమీ చేయలేని స్థితిలో ఉండిపోవచ్చు. అయితే చేసే పనిలో పరిమితి, వాస్తవిక ప్రణాళిక, అధికారాన్ని అందించడం ద్వారా పని పూర్తి కావడానికి సహాయపడుతుంది.

మీరు పైన పేర్కొన్న వాటిలో ఒకటి లేదా అంతకంటే ఎక్కువ వాటిని గుర్తించినా లేదా మీ సమయ నిర్వహణ శైలి పూర్తిగా వేరొకటి ఉన్నట్లు గుర్తించినా, మీరు ప్రస్తుతం ఎలా వ్యవహరిస్తున్నారో అర్థం చేసుకోవడం ఉపయోగకరంగా ఉంటుంది. కాబట్టి మీరు మెరుగుపరచడానికి చర్యలు తీసుకోవచ్చు. నమూనాలను గమనించి అడగండి, "ప్రస్తుతం నా సమయాన్ని మెరుగ్గా నిర్వహించడంలో నాకు ఏది అడ్డుగా ఉంది?" అన్నింటికంటే, ఏదైనా సమయ నిర్వహణా సామర్థ్యం నిజంగా మీ కోసం, మీ జీవితంలో పని చేస్తే మాత్రమే ఉపయోగపడుతుంది.

మీ సమయం, శక్తి, వనరులను ఎలా నిర్వహించాలి

సమయ నిర్వహణలోని పరిమితులను అధిగమించడంలో మీకు సహాయపడే కొన్ని వ్యూహాలను నిశితంగా పరిశీలిద్దాం. మీ సమయ నిర్వహణ వ్యక్తిత్వాన్ని, మీ జీవనశైలిని దృష్టిలో ఉంచుకుని, మీరు పరిమాణం కోసం క్రింది వాటిని ప్రయత్నించవచ్చు.

అలెన్ ఇన్‌పుట్ ప్రాసెసింగ్ టెక్నిక్ (Allen's Input processing technique)

ఈ టెక్నిక్ అవాంతరాలను ఎదుర్కొనే వారికి, అగ్నిమాపక సిబ్బందికి, కష్టమైన పనులను చేసే వాళ్లకి చాలా బాగుంటుంది. ఇది సమాచారం అందని ప్రపంచంలో ప్రయాణం చేయాలనుకునే వాళ్లకి ఎవరికైనా ఇది సహాయకరంగా ఉంటుంది. ఈ టెక్నిక్‌లో, డేటాను విస్తృతంగా "ఇన్‌పుట్‌లు" అని పిలుస్తారు. అంటే మన చుట్టూ వున్న పరిస్థితుల నుండి లభించే ఉద్దీపన: సమావేశాలు, ఇమెయిల్‌లు, ఫోన్ కాల్‌లు, సోషల్ మీడియా, టీవీ, ఇతర వ్యక్తులు మొదలైనవి. మీ దృష్టిని ఆకర్షించడానికి చేరుకునే ఈ చిన్న వనరులో మీరు ఎలా స్పందిస్తారు? అలెన్ యొక్క టెక్నిక్ ప్రకారం మీరు

ఎలా ప్రతిస్పందించాలనే దాని కోసం ముందుగా ప్లాన్ చేయకపోతే, మీరు దానిని 'సరిపడినంత'గా చేస్తున్నారు.

ప్రణాళికతో వుంటే, మీరు ప్రతి కొత్త ఇన్‌పుట్‌ను స్కాన్ చేయడం ద్వారా విలువైన సమయాన్ని, శక్తిని వృథా చేయనవసరం లేదు; మీరు శీఘ్ర నిర్ణయం తీసుకోండి. నిజంగా మీకు అవసరమైన ముఖ్యమైన వాటికి వెళ్లండి. ముందుగా, మీ రోజువారీ జీవితాన్ని గమనించడం ద్వారా ప్రారంభించండి. మీరు మీ ప్రాథమిక ఇన్‌పుట్‌లను గుర్తించారో లేదో చూడండి. అవి ఏమిటన్నవీ నిజంగా పట్టింపు లేదు, కానీ అవి మీ దృష్టిని ఆకర్షిస్తాయి. తర్వాత వచ్చే పెద్ద ప్రశ్న: మీరు ఎలా స్పందిస్తారు? అందుకున్న యీ వనరు మిమ్మల్ని కార్యాచరణవైపు నడిపిస్తుందా?

మీ కార్యాచరణకు, మీరు అందుకున్న వనరు హామీ ఇస్తుందో లేదో మీరు నిర్ణయించుకోవాలి. లేకపోతే, మీరు దీన్ని తర్వాత చేయవచ్చు లేదా పూర్తిగా విస్మరించవచ్చు. 'అవును' అయితే, మీరు క్రియాశీలకంగా ఉండండి. సులభంగా అనిపిస్తుంది కదూ? సమస్యల్లా వనరులు పేరుకుపోవడం, అవి మీకు ఒత్తిడిని కలిగించేలా చేయడం. ఉదాహరణకు, మెయిల్‌లో ఒక లేఖ వస్తుంది, మీరు దాన్ని తెరిచి, పక్కన పెట్టండి. మీరు దాన్ని తర్వాత తీయండి, మళ్లీ చదవండి, కానీ మీ డెస్క్‌కి అవతలి వైపున మళ్లీ పక్కన పెట్టండి. మీరు చివరిగా చర్య తీసుకునే ముందు మీరు ఈ ఒక్క పదాన్ని నాలుగైదు సార్లు చదవండి. ఆ సమయంలో మీరు కొంచెం ఒత్తిడికి గురయ్యారు, కదూ! దానిపై వెంటనే నిర్ణయం తీసుకోవడం చాలా ఉత్తమం. లేఖని చెత్తబుట్టలో వేయాలని మీరు నిర్ణయించుకున్నారని అనుకుందాం, అంతే! మీరు చేయదలచుకుంది స్పష్టంగా ఉంది, అలాగే మీ మనస్సు కూడా స్పష్టంగా ఉంటుంది.

మీరు తప్పక క్రియాశీలకంగా ఉండవలసి వస్తే, మీరు వెంటనే దీన్ని పూర్తి చేయాలా అని అడగండి. అత్యవసరమైన పనులను వెంటనే పూర్తి చేయండి, కానీ తర్వాత ఏదైనా చేయవలసి వస్తే, దానిని పక్కన పెట్టకండి, ఎందుకంటే అది మీ మనస్సులో వెంటాడుతూ ఉంటుంది. మీరు దీన్ని ఎప్పుడు పరిష్కరించాలి లేదా ఎప్పుడు రిమైండర్‌ను సెట్ చేయాలనే దాని కోసం మీరు చేయవలసిన పనుల జాబితాలో వెంటనే షెడ్యూల్ చేయవచ్చు. ఏమి చేయాలి, ఎప్పుడు చేయాలి అనే దాని గురించి నిర్దిష్టంగా ఉండండి.

లేదంటే పనిని పూర్తిగా ఎవరికైనా అప్పగించండి. అప్పుడు, దాని గురించి మరచిపోండి. నోట్ కీపింగ్ ఫోన్ యాప్ లేదా క్యాలెండర్ దీనికి సహాయం చేయగలదు. అయితే మీరు స్థిరంగా ఉండటం చాలా ముఖ్యమైనది.

ఇందులో వ్యూహం ఏమిటంటే, మీరు మీ ప్రక్రియను ఈ విధంగా క్రమబద్ధీకరించినట్లయితే, మీరు వాస్తవానికి మీ దృష్టిని, శక్తిని మిగుల్చుకోగలుగుతారు. దీని ఫలితంగా మీరు ప్రశాంతంగా, మరింత నియంత్రణలో ఉంటారు (ఇది మీ అసలు స్వభావం!). మీరు తక్కువగా ఆలోచిస్తారు. ఎందుకంటే దాని గురించి ఆలోచించడం తక్కువ అవసరంగా ఉంటుంది. మొత్తంగా విషయాలు ఉత్తేజకరంగా వున్నాయని అస్తవ్యస్తంగా లేవని మీరు భావిస్తారు.

మీరు స్థిరంగా ఉండాలి. విషయాలపై దృష్టి పెట్టండి. చేయవలసిన పనులు పోగైపోకుండా చూసుకోండి. మీ దృష్టిని ఆకర్షించే కొత్త సమస్యపై వెంటనే దృష్టి పెట్టండి. వీలైనంత త్వరగా మీరు ఎలా వ్యవహరిస్తారనే దానిపై నిర్ణయం తీసుకోండి: లింక్‌ని అనుసరించమని మీ స్నేహితుడు పంపిన సందేశం యిప్పుడు ప్రాధాన్యతలో ఉందా? మీ బ్యాంక్ నుండి మీరు అందుకున్న ఇమెయిల్ ముఖ్యమైనదా? ఇంట్లో పాలు అయిపోయిన వాస్తవం అప్పుడే తెలిస్తే దాన్ని పూర్తి చేసే మార్గం ఏమిటి?

బిజీగా ఉన్న వ్యక్తులు కొన్నిసార్లు తమకు తాము వ్యతిరేకంగా ప్రవర్తించవచ్చు: వారు చాలా కంగారు పడతారు. వారు నిజంగా ముఖ్యమైన పనులను నిలిపివేస్తారు. తరువాత వాటిని క్లిష్టమైన పనులుగా చేసుకుంటారు. అందువల్ల యీ సమస్య మొదట కనిపించిన క్షణంలో వున్న దానికంటే తీవ్రతరంగా కనిపించి చాలా ఎక్కువ ఒత్తిడిని కలిగిస్తుంది.

ఐసెన్‌హోవర్ యొక్క పద్ధతి (Eisenhower's Method)

పైన పేర్కొన్న పద్ధతి మీకు బాగానే వున్నట్టుగా అనిపించి ఉండవచ్చు. మంచి సమయ నిర్వహణ మీ ప్రాధాన్యతలను తెలుసుకోవడం, మీ చర్యలను లక్ష్య సాధనవైపు మార్గనిర్దేశం చేయడానికి వీలు కల్పిస్తుంది. కింది పద్ధతి అగ్నిమాపక సిబ్బందికి, పరిపూర్ణవాదులకు, సమయవీరుల కోసం చాలా బాగుంటుంది. ఎందుకంటే ఒక పనిని సరిగ్గా చేయడానికి మనకు నిజంగా సమయం, వనరులు లేనప్పుడు సమర్థవంతంగా పరిష్కరించడానికి ఇది

మనల్ని ఒత్తిడి చేస్తుంది. చాలా తక్కువ సమయం లేదా వనరులతో చాలా ఎక్కువ గారడీ చేయడం వల్ల చాలా ఎక్కువగా ఆలోచించడం జరుగుతుంది. ఇది ఒత్తిడికి కారణమవుతుంది. ఇది అతిగా ఆలోచించడానికి ఆజ్యం పోస్తుంది. మనం అలాంటి సమయ ఒత్తిడిని నివారించలేకపోతే, మనం ఖచ్చితంగా దానిని మార్చుకోవచ్చు లేదా దానిని మనం స్వీకరించవచ్చు. దురదృష్టవశాత్తు, మనలో చాలా మందికి చాలా తక్కువ సమయంలో చాలా ఎక్కువ చేయాల్సి ఉంటుంది. మాజీ US ప్రెసిడెంట్ ఐసెన్‌హోవర్ యొక్క అత్యవసర/ముఖ్యమైన టెక్నిక్ యీ విషయంలో మనకు సహాయపడుతుంది. ముఖ్యమైన పని, అవసరమైన పనులను చేయటానికి, పనికిరాని పనులు తగ్గించడానికి మీకు సహాయం అందిస్తుంది. ముఖ్యమైన పనులు ఏమిటంటే, వాటి ఫలితం మన లక్ష్యానికి దగ్గరగా ఉంటుంది.

అత్యవసర పనులు ఏమిటంటే, వాటిపై మన తక్షణ శ్రద్ధ అవసరం. తరచుగా మనం అలా చేయనందుకు జరిమానా ఉంటుంది.

అగ్నిమాపక సిబ్బంది ఆలోచనా విధానంలో ఈ వ్యత్యాసం సాధారణంగా ఉండదు. ఎందుకంటే వారు ప్రతి క్షణాన్ని అత్యవసరంగా చూస్తారు. మీరు ఒక రోజు లేదా ఒక వారంలో మీ ముందున్న పనులు, కార్యకలాపాలను విభజించుకోవడం ద్వారా పనులు సులభతరం చేసుకోవచ్చు. ఇప్పుడు, ప్రతి పనిని యీ నాలుగు విభాగాలలో ఒక దానికి కేటాయించండి:

- ముఖ్యమైనవి మరియు అత్యవసరమైనవి
- ముఖ్యమైనవి కానీ అత్యవసరం కాదు
- ముఖ్యమైనవి కాదు గానీ అత్యవసరమైనవి
- ముఖ్యమైనవి కాదు, అత్యవసరం కాదు.

తర్వాత, ఈ టాస్క్‌లను పైన పేర్కొన్న క్రమంలో ర్యాంక్ చేయండి.

ముఖ్యమైన మరియు అత్యవసర పనులు: వెంటనే చేయండి. ఇవి మీకు ప్రాధాన్యతలో ఉంటాయి. ఊహించని ఈవెంట్‌ల కోసం ప్రతిరోజూ కొంత సమయం కేటాయించడం మంచిది. అయితే అవి చాలా ఉంటే వాటిని పునఃపరిశీలించండి, మీరు వాటి కోసం ఎలా ప్లాన్ చేశారో చూడండి.

ముఖ్యమైనవి కానీ అత్యవసరం కాదు: దీన్ని ఎప్పుడు చేయాలనే దానిపై నిర్ణయం తీసుకోండి. ఇవి మీ దీర్ఘకాలిక లక్ష్యాల కోసం అవసరమైన పనులు, కానీ మీరు ఇప్పుడే వాటిని చేయాల్సిన అవసరం పెద్దగా ఉండదు. రోజువారీ వ్యాయామం, మీ బడ్జెట్‌ను క్రమబద్ధీకరించడం, సంబంధాలను కొనసాగించడం వంటివి శ్రద్ధగా చేయాలి, కానీ మీరు ఎప్పుడు అనే దాని గురించి కొంచెం సరళంగా ఉండవచ్చు. మీరు కోరుకునే చివరి విషయం ఏమిటంటే అవి అత్యవసరంగా మారడం. కాబట్టి వాటిని చేసే ముందు చర్య తీసుకోండి. సాధారణ కార్యకలాపాలను షెడ్యూల్ చేయడానికి ప్రయత్నించండి, తద్వారా మీరు వాటి గురించి నిజంగా ఆలోచించాల్సిన అవసరం ఉండదు. ఉదాహరణకు ఉదయం పరుగు, ప్రతి ఆదివారం సాయంత్రం బడ్జెట్ సెషన్ లేదా మీ అమ్మతో వారానికోసారి ఫోన్ కాల్.

ముఖ్యమైనవి కాదు గానీ, అత్యవసరమైన పనుల కోసం: ఇలాంటి పనులను వేరే వ్యక్తులకు అప్పగించడానికి ప్రయత్నించండి. ఇవి మిమ్మల్ని ఒత్తిడి చేస్తుంటాయి. కానీ వాస్తవానికి మీ జీవితాన్ని సుసంపన్నం చేయవు. మీ లక్ష్యాలను చేరుకునేందుకు పెద్దగా ఉపయోగపడదు. మీరు రీషెడ్యూల్ లేదా డెలిగేట్ చేయగలిగితే మంచిది. అప్పుడు మీరు మీ లక్ష్యాలకు సంబంధించిన విషయాలపై సమయాన్ని వెచ్చించవచ్చు. చేయవలసిన పనులపై పరిమితులపట్ల స్పష్టంగా ఉండండి. అనవసరమైన కట్టుబాట్లకు నో చెప్పండి.

ముఖ్యమైనవి కాదు, అత్యవసరం కాని పనుల కోసం: వాటిని పనుల జాబితానుండి తొలగించండి! ఈ విషయాలపై సమయాన్ని, శక్తిని వృథా చేయవలసిన అవసరం లేదు; వాటిని విస్మరించండి లేదా వీలైనంత త్వరగా వాటినుంచి వైదొలగండి. మీకు వీలైతే భవిష్యత్తులో వాటి ఫ్రీక్వెన్సీని తగ్గించడానికి ప్రయత్నించండి. అర్థంలేని ఇంటర్నెట్ సంభాషణలు, పనికిమాలిన టీవీ ప్రోగ్రామ్స్, గేమింగ్, బుద్ధిహీనమైన సోషల్ మీడియా వంటి అంశాలు ఈ కోవలోకి వస్తాయి.

ఈ టెక్నిక్‌ని ఉపయోగించడం వల్ల కొన్నిసార్లు త్వరగా పని చేయడం, బాధ్యత వహించడం లేదా ఒక పనికి అనుకూలంగా మరొక పనిని నిలిపివేయడం నుండి మిమ్మల్ని విముక్తి చేయదు. కానీ ఈ టాస్క్‌లకు ప్రాధాన్యత ఇవ్వడానికి, నిర్వహించడానికి ఇది మిమ్మల్ని నియంత్రణలో

ఉంచుతుంది. అంటే మీరు తక్కువ కంగారు పడుతుంటారు. దానివల్ల తక్కువ ఆందోళనను అనుభవిస్తారు. గుర్తుంచుకోండి, మీరు ఎంత నియంత్రణలో ఉంటారో, మీరు అతిగా ఆలోచించడం లేదా అతిగా విశ్లేషించడం అంత తక్కువగా చేస్తారు. అవసరం లేని పనిని చేయబోయే ముందు అక్షరాలా ఇలా చెప్పడానికి సహాయపడుతుంది, "నేను ఇప్పుడు నిన్ను నా మనస్సు నుండి దూరంగా ఉంచబోతున్నాను, ఎందుకంటే నువ్వు నా దీర్ఘకాలిక లక్ష్యాలకు అవసరం లేదు. నువ్వు అత్యవసరం కాదు. అందువల్ల నేను నా దృష్టిని మరోచోట ఉంచుతున్నాను."

మీరు మీ మొత్తం నిర్వహణను అంచనా వేయడానికి లేదా మీ రోజువారీ చేయవలసిన పనుల జాబితాతో తక్కువ సమయ వ్యవధిలో ఈ సాంకేతికతను ఉపయోగించవచ్చు. మీరు టాస్క్‌ల ద్వారా పని చేస్తున్నప్పుడు, మిమ్మల్ని మీరు ఇలా ప్రశ్నించుకోండి:

- నేను నిజంగా ఇక్కడ తగినంత చేయాల్సిన అవసరం ఉందా లేక దాన్ని పూర్తిగా తొలగించడం ఉత్తమమైన పని అవుతుందా?
- ఈ కార్యాచరణ నా లక్ష్యాలకు ఉపయోగకరం ఉంటుందా, నా విలువలను సంతృప్తి పరుస్తుందా లేదా నా ఆదర్శ దృష్టికి సరిపోతుందా?
- నేను ఇప్పుడు ఈ పనిని చేయవలసిన అవసరం ఉన్నప్పటికీ, ఇప్పుడు అన్నింటినీ చేయవలసిన అవసరం ఉందా? ఈ పనిలో ఏ భాగం నిజంగా ముఖ్యమైనది?

SMART లక్ష్యాలను సెట్ చేయడం

నిర్దిష్టమైన, సమయ పరిమితమైన లేదా SMART లక్ష్యాలు అని పిలవబడే మంచి లక్ష్యాల భావన గురించి మీకు ఇప్పటికే కొంతవరకు తెలిసి ఉండవచ్చు. జాన్ ఓ నీల్ తన కార్యశాల, "The Power of SMART goals: Using goals to improve student learning" లో స్పష్టమైన, చేరుకోగల లక్ష్యాలను సాధించిన విజయంతో సహసంబంధం వుంటుందని చెప్పింది. ఓ నీల్ మాత్రమే కాకుండా అనేకమంది విద్యావేత్తలు స్పష్టమైన లక్ష్యం

నిర్ణయించుకోవటంలో సక్రమమైన దృష్టి పెట్టడం చాలా అవసరమని పదేపదే ఉద్ఘాటించారు. ప్రోత్సాహకుడు, ప్రేరణాత్మక ఉపన్యాసకుడు అయిన టోనీ రాబిన్స్ లక్ష్యాన్ని నిర్దేశించడం అంటే "కనబడని దాన్ని ముందుగా చూడటమే!" మరో విధంగా చెప్పుకుంటే అది ఒక విధంగా మన ఊహ నుంచి వాస్తవం వైపుకు ప్రయాణం చేయడమే!

అధిక ఆలోచనల విషయానికొస్తే మనం లక్ష్యాల వైపు శ్రద్ధ పెడతాం ఎందుకంటే అది విజయానికి సాయపడే అవకాశం ఉంది. లక్ష్యం అనేది చాలా ముఖ్యం. ఎందుకంటే హెచ్చయిన ఆందోళన, జ్ఞాపకాల వెల్లువలు, స్పష్టత లేకపోవడం, విరమించుకునే అవకాశం కూడా ఉంటుంది. మరో విధంగా, మనకు తెలియని విషయాలపై (లక్ష్యాలను తీర్చిదిద్దడం) ఎక్కువ శ్రద్ధ వహించడం అనేది ఎక్కువ నియంత్రణలో వున్నట్టు భావన కలుగుతుంది. వాళ్ల విలువలపైనా, ఎంచుకున్న దారిపైనా ఎవరికైనా స్పష్టత లేకపోతే గనుక తక్కువ ఒత్తిడిలో కూడా ఎంతో శ్రమ పొందుతారు. అదే గనుక వాళ్లు స్పష్టంగా వుంటే గనుక ఎన్ని అవాంతరాలు వచ్చినా, లక్ష్యసాధన కోసం ఎంత లోతుగానైనా వెళ్లిపోగలరు.

లక్ష్యాలు గందరగోళం, అయోమయం వంటి వాటిని తగ్గించగలవని, మన జీవితాలపై స్పష్టమైన దృష్టిని తీసుకురాగలవని మనకు తెలుసు. అయితే మీ విలువలను తెలుసుకోవడం వలన మీరు లక్ష్యాలను నిర్దేశించడం స్వయంచాలకంగా చేయలేరు. మీరు చేరుకోవడానికి అవకాశం ఉన్న లక్ష్యాలను మీరు ఉద్దేశపూర్వకంగా నిశ్చయం చేసుకుంటున్నారని నిర్ధారించుకోవాలి. SMART లక్ష్యాలు మీరు ఉన్న ప్రదేశం నుండి మీరు ఉండాలనుకుంటున్న చోటికి ఒక రోడ్‌మ్యాప్:

S అనేది నిర్దిష్టమైనది (Specific) అంటే సంకోచానికి అవకాశం లేకుండా విషయం స్పష్టంగా ఉంటుంది. స్పష్టంగా ఉండండి. ఏమి జరుగుతుందో ఊహించకండి, మీరు ఏమి చేస్తారో స్పష్టంగా చెప్పండి.

M అనేది కొలవదగినది (Measurable) మంచి లక్ష్యాన్ని కొలవవచ్చు లేదా లెక్కించవచ్చు. ఫలితం అస్పష్టంగా ఉండదు. వ్యాఖ్యానం చేసేందుకు వీలులేదు. "నా లక్ష్యం చేరుకుంటానని నాకు ఎలా తెలుస్తుంది?"

అనే ప్రశ్నకు సమాధానం సిద్ధంగా ఉంచుకోండి.

A అనేది సాధించదగినది (Attainable) మీ పరిస్థితిలో ఇది మీకు వాస్తవమైనది అని అర్థం. ఒక లక్ష్యం మనల్ని దాటి వెళ్లడం సవాలు లాంటిది. అయితే, అది సాధ్యమైనదిగా, సహేతుకంగా ఉండాలి.

R అనేది సంబంధితమైనది (Relevant) ఈ లక్ష్యం వాస్తవానికి మీ విస్తృత విలువలతో మాట్లాడుతుందా? చిన్న లక్ష్యం పెద్దదానితో సరిపోతుందా? సందర్భానుసారంగా ఉందా?

T అనేది కాలపరిమితికి సంబంధించినది (Time-bound) లక్ష్యాన్ని ఎప్పుడు సాధించాలనే దాని కోసం గడువును నిర్ధారించండి. లేదంటే, కొంత సమయ పరిమితులను వివరించండి. "ఏదో ఒక రోజు" అనేది నిర్దేశించబడిన లక్ష్యాలు ఎప్పటికీ కార్యరూపం దాల్చవు.

ఇక్కడ చాలా పేలవమైన లక్ష్యానికి ఉదాహరణ చూడండి: "నేను ఆరోగ్యంగా ఉండాలనుకుంటున్నాను."

SMART ప్రమాణాలను సంతృప్తి పరచడానికి వ్రాసిన లక్ష్యం ఇక్కడ ఉంది: "నేను ప్రతిరోజూ కనీసం ఐదుసార్లు వివిధ పండ్లు, కూరగాయలను తినాలనుకుంటున్నాను (అంటే ప్రతిసారీ 80గ్రా), సాధారణంగా మెరుగైన ఆహారం తీసుకోవాలనే నా ప్రయత్నంలో, మిగిలిన నెలలో ప్రతిరోజూ దీన్ని నిర్వహించాలనుకుంటున్నాను."

ఇక్కడ, లక్ష్యం నిర్దిష్టంగా ఉంది. (రోజుకు ఐదు వేర్వేరు పండ్లు, కూరగాయలు), కొలవదగినది (80 గ్రాములు అనుకోవచ్చు), సాధించదగినది (అవాస్తవికం కాదు), సంబంధితమైనది (మెరుగైన ఆహారం యొక్క విస్తృత లక్ష్యానికిది అర్థం) సమయ పరిమితి (స్వల్ప కాలానికి రోజువారీగా ఉంటుంది, కానీ దీర్ఘకాలంలో ఇది నెలాఖరు వరకు కొనసాగుతుంది).

ఇప్పుడు, SMART లక్ష్యాలు మీ ముందున్న పనుల క్లిష్టతను మార్చవు. కానీ అవి మీ దృష్టిని ఆకృతి చేయడంలోనూ, నిర్వచించడంలోనూ మీకు సహాయపడతాయి. కాబట్టి మీరు మరింత సామర్థ్యంతో పని చేయవచ్చు. అవి మీరు నిజంగా ఏమి చేస్తున్నారు, ఎలా చేస్తున్నారు అనే దాని గురించి మరింత జాగ్రత్తగా ఆలోచించేలా చేస్తాయి. మనలో చాలామంది వివరాల గురించి చాలా తక్కువ ఆలోచనతో మిషన్‌లను ప్రారంభిస్తారు. ప్రణాళిక విఫలం కావడంతో మనం నిరాశకు గురౌతాము. SMART లక్ష్యంతో,

మీరు ప్రాథమికంగా వర్తమానం నుండి భవిష్యత్తుకు ప్రయాణాన్ని ప్లాన్ చేస్తున్నారు. దాని కోసం స్పష్టమైన, తార్కిక ప్రణాళిక ఉన్నప్పుడు ఏదైనా కార్యాచరణ మరింత విజయవంతమవుతుంది.

మీ లక్ష్యాలను వ్రాయడం కాస్త అసహజంగా, అసంబద్ధంగా అనిపించవచ్చు. కానీ ఒకసారి ప్రయత్నించండి. మన దృష్టి నిజంగా ఎంత అస్పష్టంగా ఉంటుందో మీకు తెలిసి ఆశ్చర్యపోతారు. గందరగోళంగా వుండే లక్ష్యాలు మనపై ఎంత ఒత్తిడిని కలుగజేస్తాయో మీరు అర్థం చేసుకుంటారు. అది ఒక విధంగా ఒత్తిడిని మన జీవితంలోకి ఆహ్వానించడమే అవుతుంది. ఆ స్థితిలో అలాంటి ఒత్తిడి నుంచి తప్పించుకోవటానికి ఏం చేయాలి?

మీ లక్ష్యాలను కొంచెం బిగించండి. (అవి పూర్తిగా అసాధ్యమని మీరు భావిస్తే, వాటిని కాస్త సడలించండి) మీ లక్ష్యం విజయవంతం చేసుకునేందుకు మీరు ప్రణాళికను మార్చవలసి వస్తే నిరభ్యంతరంగా మార్చుండి. మీకు కావలసింది తక్కువ ఒత్తిడి, ఆందోళన.

కాన్బన్ పద్ధతి

ఈ పద్ధతుల్లో చాలా వరకు ఒక ప్రాథమిక సూత్రాన్ని పంచుకుంటాయి: మీరు మీ బుర్రలో ఎంత ఎక్కువ సమాచారాన్ని ఉంచుకోగలిగితే (అంటే మీరు మరింత వ్యవస్థీకృతంగా, సమర్థవంతంగా ఉంటే) మీరు అంత తక్కువ ఆందోళన పరిధిలో ఉంటారు. అధికమైన ఆలోచనల ప్రసక్తే ఉండదు.. కాన్బన్ అనేది చేసే పని విధానాలను నిర్వహించడానికి ఒక దృశ్యమాన వ్యవస్థ. కానీ మీరు మీ వ్యక్తిగత ఉత్పాదకతను మెరుగుపరచడానికి వీటి సూత్రాలను ఉపయోగించవచ్చు. ఇది పని యొక్క వాస్తవ విధానాలకు సంబంధించిన టెక్నిక్. మనం దానిని ఎలా మెరుగుపర్చుకోవాలో తెలియజెప్పే వ్యవస్థ.

జపనీస్ కాన్బన్ పద్ధతి ఉత్పాదక సందర్భంలో ఉద్భవించింది. గరిష్ట సామర్థ్యం కోసం కర్మాగారాల వంటి వాటిని నిర్వహించడానికి ఒక మార్గం. వ్యక్తిగత జీవితానికి అన్వయించుకుంటే, ప్రస్తుతం ఇప్పటికే అమలులో వున్న వ్యవస్థలు, ప్రక్రియలు, వాటిని మెరుగుపరచడంలో కాన్బన్ గొప్పది. అయితే, ఇది మీ లక్ష్యాలను గుర్తించడంలో లేదా వ్యవస్థలను నిర్మించడంలో సహాయపడదని గమనించండి; అందుకు బదులుగా, ఇది ఇప్పటికే ఉన్న వ్యవస్థలను నిరంతరం క్రమబద్ధీకరించడానికి మిమ్మల్ని అనుమతిస్తుంది.

దీనిలో గుర్తుంచుకోవలసిన నాలుగు ప్రాథమిక సూత్రాలు ఉన్నాయి:

1. మీరు ఇప్పటికే చేస్తున్న దానితో ప్రారంభించండి
2. మంచి కోసం స్థిరమైన, నిరంతరం మార్పులను చేయండి
3. ప్రస్తుత నియమాలు, పరిమితులను గౌరవించండి (కనీసం ప్రారంభంలో)
4. సాధ్యమైన చోట నాయకత్వాన్ని ప్రోత్సహించడం గురించి ఆలోచించండి.

వ్యక్తులుగా మన ప్రయోజనాల కోసం (టొయోటా ఫ్యాక్టరీ అని కాదు), ఇది మనకు అత్యంత ఆసక్తి కలిగించే స్థిరమైన అభివృద్ధి యొక్క రెండవ సూత్రం. ఆలోచన ఏమిటంటే మీరు నిజంగా చిన్న, సంచిత శిశువు దశలను అనుసరించడం ద్వారా మరింత సాధించవచ్చు పెద్ద (భయపెట్టే!) క్వాంటం లీప్స్ చేయండి. కాన్బన్‌లో, మీరు ఇప్పటికే ఉన్న ప్రవాహాన్ని ఆకృతి చేయడానికి ఆరు ప్రధాన చర్యలను మెరుగ్గా, మరింత మెరుగ్గా ఉండేలా ప్రతి అంగుళం చేయండి:

1. మీ పని విధానాలను దృశ్యమానం చేయండి. ఇది అక్షరాలా మీ వృత్తి అయినా లేదా మరేదైనా "పని" అయినా (మీ నవల రాయడం, వ్యాయామం చేయడం), దానిని ఒక బోర్డుపై ఉంచండి, తద్వారా మీరు దీన్ని దృశ్యమానంగా, దశలవారీగా చూస్తారు. మీ ప్రక్రియ యొక్క దశలను క్రమబద్ధీకరించడానికి వివిధ రంగులు, చిహ్నాలు లేదా నిలువు వరుసలను ఉపయోగించండి. గుర్తుంచుకోండి, మీరు ఎంత ఎక్కువగా బయట పెట్టగలిగితే, ఇక్కడ మీరు అంతగా ఆందోళన చెందాల్సిన అవసరం లేదు.
2. పురోగతిలో ఉన్న పనులను నివారించండి. "అగ్నిమాపక" లేదా సమయవీరుల రకాలకు ఇది చాలా బాగుంటుంది. సాధారణంగా, మల్టీ టాస్క్ చేయవద్దు. ఒక విషయాన్ని ప్రారంభించండి. దానిపై పూర్తి శ్రద్ధ వహించండి, పనిని పూర్తి చేయండి, ఆపై తదుపరిదాన్ని ఎంచుకోండి. ఇది ఎల్లప్పుడూ వరుసలో ఉండే తదుపరి దాని గురించి ఆలోచిస్తూ ఉండే

ఆత్రుతను అరికడుతుంది. (అనగా అతిగా ఆలోచించండి!). అసంపూర్తిగా ఉన్న పనులను ఒత్తిడికి గురిచేయడానికి, మిమ్మల్ని గందరగోళంలో ఉంచేందుకు వదిలివేయవద్దు.

3. విధానాలను నిర్వహించండి. ఒక పని నుండి మరో పనికి మీ శ్రద్ధ, సమయం, శక్తి ఏ విధంగా ప్రవహిస్తుందో గమనించండి. మీరు ప్రయాణాలలోనూ, వేచి వుండటంలోనూ చాలా సమయాన్ని కోల్పోతున్నారా? మీరు తరచూ టాస్క్‌లను మార్చుకుంటూ సమయాన్ని నష్టపోతున్నారా? మీరు సమయాన్ని ఎక్కడ వృధా చేస్తున్నారో చూడండి, మీ ప్రక్రియను సులభతరం చేయండి. రెండు వేర్వేరు వాటిపై సమయం, ఇంధనాన్ని వృధా చేయడం కంటే ఒక కారు ప్రయాణంలో మీరు రెండు పనులను పూర్తి చేయవచ్చని గమనించడం చాలా సులభం.

4. చేసిన పనులకు సమీక్షలను చేయండి. వ్యాపార ప్రపంచంలో, దీనిని "వేగంగా విఫలం, తరచుగా విఫలం" అని పిలుస్తారు, కానీ నిజంగా దీని అర్థం ఏమిటంటే, మీరు ఎలా చేస్తున్నారో, చేసుకున్న సర్దుబాట్లు, పునరావృతం చేయడం వంటి వాటిని స్థిరంగా తనిఖీ చేయడానికి మీరు సమయానుకూలంగా వ్యవహరించాల్సిన అవసరం ఉంది. మీ ప్రక్రియలను, మీ ప్రయత్నాలను గమనిస్తూ ఉండండి. అవి నిజంగా పని చేస్తున్నాయో లేదో చూడండి (మీరు దీన్ని చేయగలరు, ఎందుకంటే మీరు స్మార్ట్, కొలవగల లక్ష్యాలను సెట్ చేసారు). స్థిరమైన సమీక్షలతో స్థిరమైన మెరుగుదల వస్తుంది.

5. "సహకారంతో మెరుగుపరచండి, ప్రయోగాత్మకంగా అభివృద్ధి చెందండి" ఈ భావన సాధారణ జీవితానికి కొంచెం తక్కువగా వర్తిస్తుంది, కానీ వాణిజ్యేతర నేపథ్యంలో మనం చేసే ప్రతి పనికి శాస్త్రీయ పద్ధతిని వర్తింపజేయడం నేర్పుతుంది. నిరంతరం ప్రయోగాలను ఉపయోగించడం ద్వారా మనం ఒక పరికల్పనను ఏర్పాటు చేసుకోవచ్చు, దానిని పరీక్షించవచ్చు, మన జ్ఞానాన్ని మెరుగుపరచుకోవచ్చు.

అతిగా ఆలోచించడాన్ని తగ్గించుకోవాలని చూస్తున్న సాధారణ వ్యక్తికి ఇవన్నీ కొంచెం నైరూప్యంగా అనిపించినప్పటికీ, భావనలు ఎక్కడ వర్తింపజేసినా అవి మంచివి. ఉదాహరణకు, మీరు భోజనం తయారీ, కిరాణా షాపింగ్‌ల ద్వారా నిరంతరం ఒత్తిడికి గురవుతున్నారని అనుకుందాం. విందు కోసం ఏమి సిద్ధం చేయాలి అనే అంతులేని ప్రశ్న చాలా ఒత్తిడితో కూడుకున్నది. కాబట్టి మీరు కూర్చుని, మీ ఇంటిలో ఫుడ్ షాపింగ్ ప్రక్రియ, స్టోర్‌లో వస్తువులను కొనుగోలు చేయడం నుండి వంట చేసి భోజనం సిద్ధం చేయటం వరకు (ఫ్రిజ్‌లో ఏమీ లేనప్పుడు అత్యవసరంగా తీసుకెళ్లడం) వరకు దృశ్యమానంగా గీయండి.

మీరు దానిని దృశ్యమానం చేసిన తర్వాత, యీ ప్రవాహంలో ఎక్కడ పని చేయటం లేదో మీరు గుర్తిస్తారు. ఒత్తిడి కారణంగా వారం చివరిలో మీరు చాలా ఆహారాన్ని పారవేస్తున్నారని మీరు తెలుసుకుంటారు. దానివల్ల మీరు ఆహారాన్ని తేదీ ప్రకారం ర్యాంక్ చేసే కొత్త పద్ధతిని అమలు చేయడంవల్ల ఆ ప్రవాహాన్ని నియంత్రించాలని నిర్ణయించుకుంటారు. మీరు దీన్ని ఒక వారం పాటు ప్రయత్నించండి, ఆపై ఎ) మీ ఆహార ప్రక్రియ మెరుగుపడిందో లేదో చూడండి బి) మీ ఒత్తిడి తగ్గుతుంది. పెరుగుతున్న పురోగతి లక్ష్యంగా తెలుసుకుని, మీరు కొన్ని మార్పులు చేసి మళ్లీ ప్రయత్నించండి.

నిజమే, మొదట్లో మీరు ఈ సమస్య గురించి ఎక్కువగా ఆలోచిస్తున్నట్లు అనిపించవచ్చు. కానీ ఇక్కడ, మీ ఆలోచనలు మీకు చెడ్డ అనుభూతిని కలిగించే పనికిరాని జ్ఞాపకాల వలయం కాదు; బదులుగా, మీరు మార్పులు చేయడానికి, మీ రోజువారీ జీవితానికి బాధ్యత వహించడానికి, మీకు సరిగ్గా ఏది పని చేస్తుందో కనుగొనడానికి మిమ్మల్ని మీరు శక్తివంతం చేసుకుంటున్నారు. ముఖ్యంగా, మీరు మీ చుట్టూ ఒక జీవితాన్ని నిర్మించుకుంటారు, అది ఖచ్చితంగా మీ మనస్సు నుండి ఒత్తిడిని తగ్గించడానికి రూపొందించబడింది. అంతే తప్ప ఎక్కువ చేయదు!

చివరగా, ప్రతి పనికి మనం కేటాయించిన సమయాన్ని సమర్థవంతంగా ఉపయోగించుకోవడానికి ఒక తెలివైన మార్గాన్ని చూద్దాం. తర్వాత అది ఒక పెద్ద ప్రక్రియకు ఎలా సరిపోతుందో పరిశీలించుదాం.

సమయాన్ని నిరోధించడం

మనలో చాలామంది ప్రతిరోజూ ఒక దానిని చేయడం కోసం గణనీయమైన సమయాన్ని వెచ్చిస్తారు: పని చేయడం! అయినప్పటికీ సమావేశాలు, ఇమెయిల్‌లు, "బిజీ వర్క్" అంటూ సమయాన్ని వృథా చేయడం చాలా సులభం. ఇది మీ దృష్టిని పక్క దారులకు మళ్లించి అతిగా ఆలోచించడాన్ని ప్రోత్సహిస్తుంది. ఒత్తిడిని తగ్గించడానికి వారి పని షెడ్యూల్‌లను నియంత్రించాలనుకునే అగ్నిమాపక సిబ్బంది, పనులు వాయిదా వేసేవాళ్లు, సమయవీరులకు సమయాన్ని నిరోధించడం చాలా బాగుంటుంది. ఇది ప్రతికూలత, విరమణ ఆలోచనల ఒత్తిడి నుండి బయటపడటానికి, అంతరాయం లేదా అస్తవ్యస్తమైన రోజులను నిరోధించడంలో మీకు సహాయపడుతుంది.

సమయాన్ని నిరోధించడం అంటే, మీరు మీ షెడ్యూల్‌లోని నిర్దిష్ట సమయాన్ని ఒక పనికి, ఖచ్చితంగా ఒకే పనికి మాత్రమే కేటాయించండి. ఎక్కువ పనులు ఒకేసారి చేయడం లేదా ఒక పని నుండి మరో పనికి మారడం చేయకుండా ఉండడం. ముందస్తుగా ప్లాన్ చేయడం ద్వారా, మీరు ఏమి చేయాలనే దాని గురించి నిర్ణయాలు తీసుకోవడంలో సమయం లేదా సంకల్ప శక్తిని వృథా చేయరు. అందువల్ల మీరు ఎల్లప్పుడూ మీ ప్రాధాన్యతలతో ప్రారంభిస్తారని నిర్ధారించుకోవచ్చు. మీరు "గాఢమైన పని" ని ప్రోత్సహించాలని, మీరు చేస్తున్న పనిలో నిమగ్నమవ్వాలని కోరుకుంటారు. ఒకేసారి అనేక విషయాలపై నిస్సారంగా దృష్టి పెట్టకండి. చేసేపనిపై దృష్టి ఉంచడం అనేది ప్రభావవంతంగా ఉండటమే కాదు (అంటే మీరు నిర్ణీత సమయ వ్యవధిలో ఎక్కువ పూర్తి చేస్తారు) ఒత్తిడి తక్కువగా ఉంటుండి. మీరు తక్కువ మానసిక, భావోద్వేగ ప్రయత్నాలతో ఎక్కువ పనిని చేయగలుగుతారు.

గాఢమైన పని అనేది మీ "అత్యవసరమైన మరియు ముఖ్యమైన" మరియు "ముఖ్యమైనదే కానీ అత్యవసరం కాదు" పనులలో అన్నింటిని కలిగి ఉంటుంది. అయితే నిస్సారమైన పని అనేది మీరు మరొకరికి అప్పగించాలనుకునేది లేదా పూర్తిగా వదిలించుకోవాలనుకుంటున్న పనులు. మీ జీవితాన్ని నిజంగా సుసంపన్నం చేసే మీ లక్ష్యాలను చేరుకోవడంలో సహాయపడే ఆ పనులపై మీరు సాధ్యమైనంత ఎక్కువ సమయాన్ని వెచ్చించిన రోజును మంచి రోజు అంటారు. అదే సమయంలో మీరు ఎంత

నిస్సారమైన పని చేయాలి, అది మిమ్మల్ని ఎంత ఒత్తిడికి గురి చేస్తుంది అనేది కూడా ముఖ్యం. సమయాన్ని నిరోధించడం అనేది సమగ్రతావాది ప్రేరణను అరికట్టవచ్చు, వాస్తవానికి ఎంత సమయం పడుతుంది అనే దాని గురించి మీకు మరింత వాస్తవిక ఆలోచనను అందిస్తుంది.

- ఒక రోజు లేదా వారంలో మీరు ఏమి సాధించాలనుకుంటున్నారు, మీరు ఏ ప్రాధాన్యతలపై దృష్టి పెట్టాలనుకుంటున్నారు అని మిమ్మల్ని మీరు అడగడం ద్వారా ప్రారంభించండి. ఇది మీ విధానానికి మార్గనిర్దేశం చేస్తుంది.
- ఆపై మీరు ప్రతి రోజు ప్రారంభంలో, ముగింపులో చేయాలను కుంటున్న ఉదయం, సాయంత్రం రొటీన్ పనులను చూడండి. ఉదాహరణకు, మీరు ఉదయం వ్యాయామం, ధ్యానంతో ప్రారంభించి, కుటుంబ సభ్యులతో గడపడం, విశ్రాంతిగా చదవడం వంటి వాటితో ముగించవచ్చు. అయితే, ఇవన్నీ మీ ప్రాధాన్యతలు, విలువల ప్రకారం నిర్దేశించబడ్డాయి (మీ ప్రత్యేకమైన నిద్ర అలవాట్లు గురించి చెప్పనవసరం లేదు).
- తర్వాత, ముందుగా ప్రాధాన్యతా టాస్క్‌లను బ్లాక్ చేయండి, మీరు అత్యంత అప్రమత్తంగా, శక్తివంతంగా ఉంటారని మీకు తెలిసినప్పుడు వాటిని ప్లాన్ చేయండి. ఈ బ్లాక్‌లను వీలైనంత వరకు విభజించకుండా ఉంచండి.
- అప్పుడు తక్కువ ప్రాముఖ్యత లేని, నిస్సారమైన పని కోసం కేటాయించండి. మీరు ఉత్పాదకంగా లేని సమయాలను షెడ్యూల్ చేయండి.
- వాస్తవానికి, ఇమెయిల్‌లకు ప్రతిస్పందించడం లేదా ఆ సమయంలో ఉద్భవించే ఇతర విషయాలకు, మీరు సరిగ్గా అంచనా వేయలేని పనుల కోసం మీకు ప్రతిరోజూ సమయం అవసరం. అందువల్ల వీటిని పరిష్కరించడానికి కొంత సమయం కేటాయించండి. తద్వారా అవి మిమ్మల్ని ఒత్తిడికి గురిచేయవు. ఈ సమయాన్ని సెట్ చేయడం వలన మీరు వీటికి వెలుపల రియాక్టివ్ టాస్క్‌ల గురించి నమ్మకంగా మర్చిపోవచ్చు.

- మీ షెడ్యూల్‌ను పరిశీలించి, కొన్ని రోజుల పాటు దీన్ని ప్రయత్నించండి. ఇదేమీ సువార్త కాదు. అందువల్ల ఏది పని చేస్తుందో చూడండి. పని చేయని వాటిని మార్చండి.

చాలామంది వ్యక్తులు ఉద్దేశపూర్వకంగా విశ్రాంతి, ఖాళీ సమయాలను షెడ్యూల్ చేస్తారు. ప్రతి పనికి మధ్య కొద్దిగా బఫర్ ఉండేలా చూసుకోండి. మీరు వారంలో ఒక రోజును క్యాచ్-అప్ చేయడానికి లేదా "ఓవర్‌ఫ్లో" కోసం అంకితం చేయాలని కూడా గుర్తుంచుకోండి. కాబట్టి మీకు అంతగా ఏమీ అనిపించదు.

గుర్తుంచుకోండి! మీ నియంత్రణలో ఉండటానికి మీ షెడ్యూల్ ఉంది. అది మిమ్మల్ని నియంత్రణలో ఉంచదు. ఏదైనా పని చేయకపోతే, దాన్ని సర్దుబాటు చేయండి. యాప్‌లు, క్యాలెండర్‌లు లేదా రిమైండర్‌లను నిర్వహించడానికి విభిన్న షెడ్యూల్‌ను ప్రయత్నించండి. ఎక్కువ లేదా తక్కువ బ్లాక్‌లను ప్రయత్నించండి. మీరు ఆగి, మీరు ఎలా చేశారో, ఎందుకు చేశారో అంచనా వేయడానికి ప్రతిరోజూ కొంత వ్యవధి కేటాయించండి. కాలక్రమేణా, మీ షెడ్యూల్ అత్యంత శక్తివంతమైన ఒత్తిడి తగ్గింపు సాధనాల్లో ఒకటిగా మారవచ్చు. ఇది చాలా ఎక్కువ ఉత్పాదకంగా చేయగలదని ప్రత్యేకంగా చెప్పనక్కర్లేదు.

గుర్తుంచుకోవలసిన విషయాలు

- ఆందోళనకు అతిపెద్ద కారణాలలో ఒకటి పేలవమైన సమయ నిర్వహణ. మనల్ని దయనీయంగా మార్చే విషయాలకు మనం ప్రాధాన్యతనిస్తాము, అదే సమయంలో మనం నిజంగా ఆనందించే విషయాలకు తగినంత సమయం ఇవ్వడానికి నిరాకరిస్తాము. మనం తగినంత విశ్రాంతి, ఖాళీగా వుండేందుకు చాలా అరుదుగా సమయాన్ని వెచ్చిస్తాము. కాబట్టి మన ఆందోళన స్థాయిలను మెరుగుపరచడానికి మనం స్పృహతో దీన్ని చేయాలి. అనుసరించాల్సిన కొన్ని చిట్కాలు ఏమిటంటే, క్రమం తప్పకుండా చేయవలసిన పనుల జాబితాలను తయారు చేయడం, మీ వాస్తవ ప్రాధాన్యతల క్రమంలో మీ పనులకు ప్రాధాన్యత ఇవ్వడం, లక్ష్యాలను చిన్న చిన్న పనులుగా విభజించడం.

- మన సమయాన్ని మెరుగ్గా నిర్వహించడంలో మనకు సహాయపడే ఇతర వ్యూహాలు కూడా ఉన్నాయి. వీటిలో ఒకటి అలెన్ యొక్క ఇన్‌పుట్ ప్రాసెసింగ్ పద్ధతి. ఇక్కడ, ఇన్‌పుట్‌లు ఏదైనా బాహ్య ఉద్దీపన. కాల్‌లు, ఇమెయిల్‌లు మొదలైన ఉద్దీపనలకు కూడా మనం ఎలా స్పందిస్తామో విశ్లేషించి, గమనించండి. ఆ తర్వాత, మన ప్రస్తుత ప్రతిస్పందనల ఆధారంగా ప్రతిస్పందించడానికి ఉత్తమ మార్గం కోసం ప్లాన్ చేసుకోవాలి, తద్వారా మనం నిర్దిష్ట ప్రాధాన్యత ఇవ్వగలము.
- SMART లక్ష్యాలను ఉపయోగించడం మరొక ఉపయోగకరమైన పద్ధతి. ఇది నిర్దిష్టమైన, కొలవగల, సాధించగల, సంబంధిత, సమయ-బౌండ్ లక్ష్యాలను సూచిస్తుంది. మీ లక్ష్యాలను చాలా నిర్దిష్ట వివరంగా గమనించండి, తద్వారా మీరు ఏమి చేయాలో ఖచ్చితంగా తెలుస్తుంది. ఆపై, మీరు సాధించిన లక్ష్యాలను కొలవడానికి ప్రమాణాలను సెటప్ చేయండి. లక్ష్యం సాధించగలమని నిర్ధారించుకోండి; అది వింతగా ఉండకూడదు. ఈ లక్ష్యం మీ విలువ వ్యవస్థకు ఎలా సంబంధించినదో, దానిని సాధించడం వలన మీ జీవితంలో ఏ ప్రయోజనం నెరవేరుతుందో అంచనా వేయండి. చివరగా, ఈ లక్ష్యాన్ని పూర్తి చేయడానికి సమయ పరిమితిని సెట్ చేయండి, తద్వారా మీరు దీన్ని సహేతుకమైన సమయంలో పూర్తి చేయండి.

అధ్యాయం 4

అనువైన ధ్యానాన్ని తక్షణం ఎలా కనుగొనాలి

మీరు మీ విలువలు, లక్ష్యాల ప్రకారం మీ సమయాన్ని రూపొందించుకుని, దానిని నిర్వహించడానికి ప్రయత్నం చేస్తే, మీ ఒత్తిడి, ఆందోళన స్థాయిలు మరింత తగ్గుముఖం పడతాయని, అదే విధంగా అతిగా ఆలోచించడం కూడా తగ్గుతుందని మీరు సహజంగానే గ్రహిస్తారు. మీరు ఆందోళన, జ్ఞాపకాల వలయంలో చిక్కుకు పోకుండా, క్షణకాలం నిలిచి, గట్టిగా ఊపిరి తీసుకుని, మీరు చేయవలసిన పనులపై దృష్టి సారించినట్లయితే మీరు విజయం వైపు అడుగులు వేయటం ప్రారంభిస్తారు.

అయినప్పటికీ, మనం జీవితంలో ప్రతిదానినీ ప్లాన్ చేయలేరు. ఊహించని సంఘటనలు జరగవచ్చు. ఉత్తమంగా ప్రణాళికలు రూపొందించి నప్పటికీ కొన్నిసార్లు మీరు ఆందోళనలోనూ, అతిగా ఆలోచించడం యొక్క ఉచ్చులోనూ చిక్కుకోవచ్చు.

ఆందోళనలను నియంత్రించటానికి ప్రయత్నించినపుడు మనకు ఎన్నో అడ్డంకులు కలుగవచ్చు. వాటిని తగ్గించడానికి ఆచరణాత్మకమైన మార్గాలను ఈ అధ్యాయంలో పరిశీలిస్తాము. మనం చర్చించే పద్ధతులు రోజువారీ నివారణగానూ లేదా అవసరమైన క్షణంలో తక్షణ నివారణగానూ ఉపయోగించవచ్చు. కానీ ఒక విషయం మాత్రం స్పష్టం: సేద తీరడం (relax) అనేది ఏదైనా ఇతర మంచి అలవాటు మాదిరిగానే ఆచరించడం.

అయితే, దానంతట అది జరిగేందుకు మనం దీనిపై ఆధారపడలేము. అలాగే మనం యీ పద్ధతుల్ని దాచివుంచి అవసరమైనపుడు మాత్రమే వాడేందుకు ప్రయత్నించనవసరం లేదు. మనం యీ పద్ధతుల్ని ఎప్పుడు కావాలంటే అప్పుడే అమలు చేయవచ్చు.

మీరు విశ్రాంతి తీసుకున్నప్పుడు, మీ హృదయ స్పందన రేటు, శ్వాస వేగం, రక్తపోటు తగ్గుతుంది. మీ జీర్ణక్రియ, రక్తంలో చక్కెర స్థాయిలు మెరుగుపడతాయి. మీరు శరీరంలో ఒత్తిడి హార్మోన్లను మితంగా మారుస్తారు. అలసట, కండరాల నొప్పిని తగ్గించి, ఏకాగ్రత, మంచి నిద్ర మరియు విశ్వాసాన్ని పెంచుకుంటారు. ఇవన్నీ తక్కువ ఆందోళన, జ్ఞాపకాల వలయాన్ని సూచిస్తాయి. ఈ పుస్తకంలో ఇతర పద్ధతులతో కలిపి, విశ్రాంతి అనేది జీవన ఒత్తిడిని తగ్గించడానికి ఒక శక్తివంతమైన సాధనంగా మనం అర్థం చేసుకుంటాము.

మనం ఇక్కడ మూడు ప్రధాన పద్ధతులను పరిశీలిస్తాము: స్వయంసంభూతమైన సేద తీరడం (autogenic relaxation), ప్రగతిశీల కండరాల సడలింపు (progressive muscle relaxation), దృశ్యీకరణ (visualization) 5-4-3-2-1 టెక్నిక్ లాగా, ఈ మూడూ పని చేస్తాయి. ఎందుకంటే అవి మీ మనస్సును ప్రశాంతంగా ఉంచుకోవడానికి, శరీరం గురించి అవగాహనతో స్థిరపడాలని ప్రోత్సహిస్తాయి. అంతేగాని, మీ మనస్సులో చెలరేగే ఆలోచనల తుఫానులకు సాయపడటం కాదు. ఈ అభ్యాసాలను అనువజ్ఞుడైన వృత్తి నిపుణుడితోగానీ, లేదా ఇంట్లోగానీ వాటిని సాధన చేయడానికి మీరు ప్రతిరోజూ కొంత సమయాన్ని షెడ్యూల్ చేయవచ్చు. అయితే, మీరు వాటితో అనుభవం పొందిన తర్వాత, మీరు అవసరమైనప్పుడు ఉపసంహరించుకునే ఒత్తిడి నిర్వహణ పద్ధతులను తెలుసుకుంటారు.

స్వయంచాలకమైన శిక్షణ (autogenic training)

"ఆటో" అంటే స్వయంచాలకంగా, "జెనెటోస్" అంటే పుట్టడం లేదా ఉద్భవించడం. ఆటోజెనిక్ రిలాక్సేషన్ అనేది మీలో నుండి వచ్చే సేదతీరే భావన. దృశ్యీకరణ అంటే మీ శ్వాస మరియు మీ శరీరం యొక్క అవగాహనను కలపడం. మిమ్మల్ని మీరు ప్రశాంతంగా ఉంచుకునేందుకు

పని చేస్తారు. ఒక రకంగా చెప్పాలంటే, ఈ పుస్తకంలోని అన్ని టెక్నిక్‌లు ఆటోజెనిక్‌గా ఉంటాయి. ఎందుకంటే అవి ఒత్తిడికి గురైన స్థితి నుండి సాపేక్ష ప్రశాంతతకు, శరీరం యొక్క సహజమైన ఒత్తిడి నిరోధక విధానాలతో పని చేసే మీ సామర్థ్యంపై ఆధారపడతాయి.

ఈ రకమైన విధానాన్ని 1920లలో జోహన్నెస్ షుల్ట్జ ప్రతిపాదించారు. అతనికి హిప్నాసిస్ మరియు ఇతర రకాల సేదతీరే రీతులలో కూడా మంచి ప్రవేశం ఉంది. ఆటోజెనిక్ శిక్షణ అనేది శరీరం మరియు మనస్సు యొక్క ఈ ప్రశాంత స్థితిని ఇష్టానుసారంగా క్రమపద్ధతిలో ప్రేరేపించడానికి ఉద్దేశించబడింది. అందువల్ల యిది ఆందోళనతో బాధపడుతున్న వారికి అద్భుతమైనది. Asian Nursing Research వాళ్లు చెప్పిన దాని ప్రకారం నర్సింగ్ విభాగంలో ఆటోజెనిక్ శిక్షణ తీసుకున్న నర్సులకు ఒత్తిడి నిర్మూలనలో యీ పద్ధతి బాగా పనిచేసింది. దాని తర్వాత 2021లో రివెరా, అతని బృందం వాళ్లు Frontiers in Psychology లో వెలువరించిన దాని ప్రకారం ఆటోజెనిక్ శిక్షణ స్పెయిన్ దేశంలో కోవిడ్ 19 మహమ్మారి సమయంలో ఒత్తిడిని ఎదుర్కునేందుకు బాగా ఉపయోగపడింది.

నేడు ప్రపంచవ్యాప్తంగా ఆటోజెనిక్ శిక్షణా కేంద్రాలు ఉన్నాయి. (ఎక్కువగా UK, జపాన్, జర్మనీలలో), అవి షుల్ట్జ పరిశోధనల ఆధారంగా పనిచేస్తున్నాయి. లేదంటే మీరు సర్టిఫైడ్ సైకోథెరపిస్ట్ ద్వారా ఈ రకమైన శిక్షణను కూడా పొందవచ్చు. మీ కోసం ప్రాథమిక సూత్రాలను అర్థం చేసుకోవడానికి మీరు ప్రత్యేకంగా ఏదీ చేయవలసిన అవసరం లేదు. ఇది కేంద్ర నాడీ వ్యవస్థను ఉద్దేశపూర్వకంగా శాంతపరచడం గురించి తెలియజెబుతుంది. ఇది జీవశాస్త్రపరంగా చెప్పాలంటే ఆందోళన మరియు అతిగా ఆలోచించడం గురించి ప్రారంభమవుతుంది. బాధ కలిగించే ఆలోచనలు, అనుభూతుల నేపథ్యంలో ప్రతిస్పందనగా, నిస్సహాయంగా ఉండటానికి బదులుగా, మీరు వాటిని నియంత్రించడం, నిర్దేశించడం నేర్చుకుంటారు. మీ స్వంత భావోద్వేగ స్థితిని, అదే సమయంలో మీ శారీరక ఉద్రేకాన్ని నియంత్రిస్తారు.

మొత్తం శరీరం, మనస్సులో ఆరు ప్రధాన పద్ధతులు ఉన్నాయి. అధికారిక సెషన్‌లు ఇరవై నిమిషాల పాటు ఉంటాయి. "శిక్షణార్థి" సౌకర్యవంతమైన స్థితిలో ప్రారంభించవచ్చు. శిక్షకుడు శరీర అనుభూతుల అవగాహనపై దృష్టిని మార్గనిర్దేశం చేయడానికి శబ్ద సూచనలను

ఉపయోగిస్తాడు. ఉదాహరణకు, శిక్షకుడు దాదాపు ఐదు లేదా ఆరు సార్లు, "నేను పూర్తిగా ప్రశాంతంగా ఉన్నాను:" అని చెప్పవచ్చు, ఆ తర్వాత "నా కుడి చేయి బరువుగా ఉంది," "నేను పూర్తిగా ప్రశాంతంగా ఉన్నాను," "నా ఎడమ చేయి బరువుగా ఉంది" ఇలా చెప్పవచ్చు. శరీరం ఈ సూచనలను పదే పదే పునరావృతం చేస్తుంది. సెషన్ ముగింపులో ఈ ప్రక్రియ రివర్స్ చేయబడుతుంది, ఉదాహరణకు "నా చేయి గట్టిగా ఉంది"; "నేను అప్రమత్తంగా ఉన్నాను" వంటి పదబంధాలను ఉపయోగించడం ద్వారా విశ్రాంతి నుండి బయటపడవచ్చు.

ఆరు టెక్నిక్‌లు లేదా "పాఠాలు" కింది వాటిపై అవగాహన పెంపొందించే సూచనలను ఉపయోగిస్తాయి:

- భారం
- వెచ్చదనం
- గుండె చప్పుడు గురించి అవగాహన
- శ్వాస గురించి అవగాహన
- ఉదర సంచలనాల గురించి అవగాహన
- నుదిటి చల్లదనంపై దృష్టి పెట్టండి

ప్రతి సెషన్ ముగింపులో, శిక్షణ పొందిన వ్యక్తి విశ్రాంతి తీసుకోవడమే కాదు, అన్ని రకాల ఉద్దీపనల గురించి వారి స్వంత అవగాహనపై మెరుగైన నియంత్రణ కలిగి ఉండాలి. ఈ పద్ధతులను అభ్యసించడం ద్వారా, మీరు మీ అంతర్గత ప్రపంచంపై మరింత సాధికారతను, నియంత్రణను మెరుగు పరుచుకుంటారు. వాస్తవానికి, Applied Psychophysiology and Biofeedback నిర్వహించిన మెటా-విశ్లేషణ రక్తపోటు నుండి నిరాశ, ఆస్తమా, మైగ్రేన్‌లు, ఆందోళన, భయాలు, నొప్పి, నిద్రలేమి వంటి పరిస్థితులకు చికిత్స చేయడంలో సాంకేతికత యొక్క ప్రభావపు రుజువును చూపించింది. సాధారణ అభ్యాసం రోజువారీ జీవితంలో సాధారణ ఒత్తిడి, ఉద్రిక్తతకు సహాయపడదు. ప్రక్రియలో ఆత్మగౌరవాన్ని పెంచడానికి ఎటువంటి కారణం లేదు. మీ స్వంతంగా సెషన్‌ను ఎలా ప్రయత్నించాలో ఇక్కడ క్లుప్తంగా చెప్పబడింది:

1. సౌకర్యవంతమైన భంగిమను తెలుసుకోండి. కూర్చోవడం లేదా పడుకోవడం, నెమ్మదిగా గాఢమైన శ్వాసలు తీసుకోండి. "నేను పూర్తిగా ప్రశాంతంగా ఉన్నాను" అని ఆరుసార్లు పునరావృతం చేయడం ద్వారా ప్రారంభించండి. మీరు ఉదాహరణకు రెండవ "పాఠం" చేస్తున్నట్లయితే, మీరు వెచ్చదనంపై దృష్టి పెట్టవచ్చు. మీ శరీరంలోని వెచ్చదనం యొక్క అనుభూతులపై మీ అవగాహనను ఉంచండి.
2. ఆపై ఆరుసార్లు పునరావృతం చేయండి, "నా ఎడమ చేయి వెచ్చగా ఉంది" తర్వాత "నేను పూర్తిగా ప్రశాంతంగా ఉన్నాను" అని ఆరు పునరావృత్తులు చేయండి. దీన్ని నెమ్మదిగా చెప్పండి. నిజంగా ఉద్వేగంలో నిమగ్నమవ్వండి. మీ శ్వాసను నెమ్మదింపజేసి, మీ శరీరంపై మాత్రమే దృష్టి పెట్టండి.
3. మీ మరొక చేయి, రెండు కాళ్లు, ఛాతీ, పొత్తికడుపుతో అనుసరించండి. "నేను పూర్తిగా ప్రశాంతంగా ఉన్నాను"
4. మీరు సెషన్‌ను ముగించేటప్పుడు "నా చేతులు దృఢంగా ఉన్నాయి" "నేను అప్రమత్తంగా ఉన్నాను" చివరగా, "కళ్ళు తెరవండి" అని చెప్పడం ద్వారా ప్రక్రియను రివర్స్ చేయండి. ఇది మొత్తం పదిహేను నుండి ఇరవై నిమిషాలు పట్టాలి.

మీరు ఈ ప్రక్రియను ప్రయత్నించిన ప్రతిసారీ, వేరు వేరు ఉద్వేగాలపై దృష్టి పెట్టండి. అంటే మొదట బరువు, తరువాత వెచ్చదనం, తరువాత హృదయ స్పందన, ఆ విధంగా మొత్తం ఆరింటి మీద దృష్టి పెట్టండి. మీరు దీన్ని పూర్తి చేసిన తర్వాత, మీరు వాటిని ఒకే సెషన్‌గా మిళితం చేయవచ్చు, ఉదాహరణకు: "నా చేతులు భారీగా ఉన్నాయి."

"నా కాళ్ళు వెచ్చగా ఉన్నాయి."

"నా హృదయ స్పందన ప్రశాంతంగా, క్రమంగా ఉంది"

"నా శ్వాస ప్రశాంతంగా, క్రమంగా ఉంది."

"నా ఉదరం సేదతీరింది"

"నా నుదురు ఆహ్లాదకరంగా బాగుంది"

వీటన్నిటిలోనూ, ముఖ్యమైనది ఏమిటంటే, మీరు మీ సమయాన్ని వెచ్చిస్తారు, నిజంగా ఉద్వేగపు అనుభూతిలో మునిగిపోతారు. తొందరపడకండి! ప్రశాంతంగా కోరుకున్న అనుభూతిని మార్గనిర్దేశం చేయడానికి మెల్లమెల్లగా ప్రయాణించండి. "నేను ప్రశాంతంగా ఉన్నాను" అని మీరు చెప్పినప్పుడు మీ శరీరం ఎలా ప్రశాంతంగా మారుతుందో అనుభూతి చెందండి. అద్భుతం! ఆటోజెనిక్ శిక్షణ దాని ప్రయోజనాల యొక్క పూర్తి స్థాయిని చూపించడానికి కొంత సమయం పడుతుందని ఇక్కడ నొక్కి చెప్పడం చాలా ముఖ్యం. ఈ వ్యాయామానికి అంకితభావం మరియు నిబద్ధత రెండూ అవసరం. అయినప్పటికీ, మీరు కృషి చేయగలిగితే, మీ శ్రమ ఫలాలు అంతులేనివి. ఎందుకంటే మీరు ఎప్పుడైనా, ఎక్కడైనా చేయగలిగే సాధారణ వ్యాయామం ద్వారా మీ ఒత్తిడి స్థాయిలను నియంత్రించే కళను నేర్చుకుంటారు. హృదయ స్పందన, శరీర ఉష్ణోగ్రత, రక్తపోటు వంటి మన ఇష్టానికి మించిన అంతర్గత జీవప్రక్రియలపై కూడా మీరు కొంత నియంత్రణను కలిగి ఉంటారు. ప్రతిరోజూ కొన్ని నిమిషాలు పడుతుంది, వీలైతే చాలాసార్లు ఈ ప్రక్రియను క్రమం తప్పకుండా అభ్యసించడానికి ప్రయత్నించండి. అధికంగా ఆలోచించడం ఆపడానికి మీకు సహాయపడటానికి ఇది ఎంత ప్రభావవంతంగా ఉంటుందో మీరు చివరికి చూస్తారు.

మీకు యీ పద్ధతులు నచ్చినట్లయితో మీకు దగ్గరలో యీ కోర్సులను అందించే వృత్తి నిపుణుల కోసం వెతకండి. మీరు ప్రారంభంలో వున్నట్లయితే యిందుకు సంబంధించిన వివరాలు నెట్ లో దొరికే అవకాశాలు కూడా ఉన్నాయి. మీకు మీరుగా కూడా యీ విషయాలను ఆడియో చేసుకోవటం ద్వారా నిపుణులు చెబుతున్న దానిని ప్రతి సెషన్లో వింటున్నట్లుగా చేసుకోండి.

ఈ పద్ధతులను మీ స్వంతంగా ప్రయత్నించడంలో, శిక్షణ పొందిన వృత్తి నిపుణుల యొక్క మార్గదర్శకత్వం లేకుండా చేయడంలో కొన్ని ప్రమాదాలు ఉన్నాయని గమనించాలి. చాలా అరుదైన సందర్భాలలో, ఈ పద్ధతులు కొంతమందికి మరింత ఆత్రుతను లేదా నిరాశను కలుగజేస్తాయి. ఏదేమైనా, మానసిక ఆరోగ్య సమస్యలు లేనివారు ఆటోజెనిక్ శిక్షణ ద్వారా ప్రేరణ పొందిన కొన్ని సాధారణ పద్ధతులను సురక్షితంగా ప్రయత్నించవచ్చు. అంతేకాక, ప్రజలు డయాబెటిస్ లేదా గుండె జబ్బులతో బాధపడుతుంటే ప్రజలు ఆటోజెనిక్ శిక్షణను ప్రయత్నించడం మంచిది కాదు. ఆటోజెనిక్

శిక్షణ ఫలితంగా రక్తపోటులో పదునైన పెరుగుదల లేదా తగ్గుదల కూడా కొంతమంది అనుభవిస్తారు. మీకు ఈ ఆరోగ్య సమస్యలు ఏమైనా ఉంటే, మీరు తదుపరిసారి సందర్శించినప్పుడు మీ వైద్యుడితో తనిఖీ చేయించుకోవడం చాలా మంచిది. ఆటోజెనిక్ శిక్షణ మీకు సురక్షితం అని నిర్ధారించుకోండి.

ఊహాత్మక దృశ్యీకరణ (Guided Imagery and Visualization)

ఏ మాత్రం ప్రయత్నించకుండా, ఆటోజెనిక్ రిలాక్సేషన్ చేసేటప్పుడు మీరు కొంచెం దృశ్యీకరణ (విజువలైజేషన్) చేసి ఉండవచ్చు. బహుశా మీరు అనుభూతి చెందుతున్న వెచ్చదనం మీ శరీరం చుట్టూ వెచ్చటి మబ్బులు, మీ కాళ్లు సీసంతో చేయబడటం వల్ల బరువు అనుభూతి, మృదువైన, మెత్తటి మేఘంలో మునిగిపోతున్న అనుభూతికి మీరు గురి కావచ్చు. మీ మానసిక, భౌతిక ప్రపంచాన్ని సమం చేయడానికి ఇలాంటి మానసిక చిత్రాలు పని చేస్తాయి. మీ అవగాహన, ఆలోచనలు మరియు అనుభూతులను ప్రస్తుత క్షణంలో అమరికలోకి తీసుకువస్తాయి. అది సాధారణంగా మనలను ఎక్కువగా ఆలోచించి, ఒత్తిడి తెచ్చే ఒక విధమైన మానసిక యంత్రాన్ని తీసుకోవడం వంటిది. ఇది మనల్ని శాంతింపజేసే, సమతుల్యం చేసే గమ్యం వైపు నడిపిస్తుంది.

మీ మెదడు గంటకు వెయ్యి మైళ్ల వేగంతో ప్రయాణం చేసే సామర్థ్యం ఉంది. అది సృష్టించే ఆందోళన, ఉద్వేగ దృశ్యాలు నిజానికి విలువలేనివి. కానీ మీ శరీరం అంత వేగంతో ప్రయాణం చేయలేదు. పైగా మీ ఇంద్రియాలు మీ చుట్టూ వున్న పరిసరాలతో ఎక్కువ ప్రభావితమౌతూ వుంటాయి. అందుకు తగిన విధంగానే మీకు భావోద్వేగాలు కలుగుతుంటాయి. మానసిక దృశ్యీకరణ మెదడు వేగాన్ని నియంత్రణ చేయటానికి, వాటిని నెమ్మదించటానికి వినియోగపడుతుంది.

ఇది ఊహాజనిత దృశ్యాల గురించి మాత్రమే కాదు. అయినప్పటికీ ఎక్కువ ఇంద్రియాలు పాలు పంచుకున్నాయి, మంచిది! సానుకూల భావాలను ప్రోత్సహించే ఓదార్పు "స్థలం" యొక్క మానసిక చిత్రాన్ని చిత్రించడానికి దృష్టి, ధ్వని, స్పర్శ, రుచి మరియు వాసనను ఉపయోగించండి. మమూలుగా, మనం అధికంగా ఆలోచించినప్పుడు, సరిగ్గా దీనికి వ్యతిరేక

దిశలో చేస్తుంటాము. బాధాకరమైన ఊహాత్మక ప్రపంచాన్ని సృష్టించుకుని, అందులో మనం ఉన్నట్టు ఊహించుకుంటాము!

ఈ టెక్నిక్ మీకు మీరుగా, లేదంటే వృత్తి నిపుణులతోగానీ లేదా మాట్లాడే సూచనల రికార్డింగ్‌తోగానీ చేయవచ్చు (తరచుగా దీన్ని "గైడెడ్ ఇమేజరీ" అని పిలుస్తారు). దీనిని మసాజ్, ప్రగతిశీల కండరాల సడలింపుతో జత చేయవచ్చు (మనం దీని గురించి తెలుసుకుంటాం), ఆటోజెనిక్ పద్ధతులు లేదా యోగా వంటివి కూడా. ఈ ఆలోచన సుపరిచితమైనది: మనం అంతర్గతంగా విశ్రాంతి దృశ్యాన్ని సూచించగలిగితే, మనపై కలిగే ఒత్తిడి ప్రతిస్పందనను మనం నియంత్రించవచ్చు, మనం అధికంగా ఆలోచించకుండా, ఒత్తిడి చేయటానికి బదులుగా సేద తీరే విధంగా ఉండటానికి ఇష్టపడతాము. ఇది పరధ్యానం కంటే కొంచెం ముందుకు వెళుతుంది. ఎందుకంటే మీరు చేస్తున్నది మీ అవగాహనను సడలించే అనుభూతులకు, ఒత్తిడితో కూడిన వాటికి దూరంగా ఉంటుంది.

మీ శరీరం, మనస్సు కలిసి పనిచేస్తాయి. మీరు కళ్ళు మూసుకుని, ఒక పుల్లని నిమ్మకాయను ఊహించుకుంటే, అనివార్యంగా మీ నోటిలో లాలాజలం స్రవిస్తుంది. చిత్రం ఏమిటంటే నిమ్మకాయ నిజం కానప్పటికీ! ఈ తర్కంతో, మనం ప్రశాంతమైన ప్రదేశంలో ఉన్నామని, సేదతీరుతున్నామని భావిస్తే మన శరీరం అనుసరిస్తుంది. దృశ్యీకరణకూ, దృశ్యీకరణ ఆలోచనల మధ్య తేడాను గుర్తించలేకపోతుంది. మీరు మామూలుగా దృశ్యీకరణను అభ్యసిస్తే, మీరు ఆ సంకేతాలతో మెదడుకు శిక్షణ ఇస్తున్నారు. అందువల్ల మనస్సు యొక్క స్థితిని మళ్లీ ఆధీనం చేయడానికి త్వరగా ఉపయోగించవచ్చు. మీరు కోరుకున్నప్పుడల్లా మీ "సంతోషకరమైన ప్రదేశానికి" తిరిగి వస్తారు.

ఇది ఒక విధంగా స్వయం ఆవిష్కరణ: మనం మన శరీరాల ఇష్టాలకు లేదా మన మనస్సుచేసే గందరగోళానికి లోబడి ఉండము. కానీ మన మనస్సు యొక్క స్థితిని స్పృహతో, ఉద్దేశపూర్వకంగా రూపొందించగలము. మనం ఎంత ఎక్కువ సాధన చేస్తే, మనం అంత నైపుణ్యం కలిగి ఉంటాము. ధ్యానంలో, మనం అవగాహన పెంచుకుంటాము, వాస్తవంలోకి వస్తాము; ఊహాత్మకమైన దృశ్యీకరణతో కూడా మనం అదే చేస్తాము. కాని ఒకసారి మనం ఒత్తిడితో కూడిన ఆలోచనల నుండి వేరుచేసుకుంటే, అప్పుడు మన

అవగాహనను మన ఎంపిక యొక్క లక్ష్యానికి నిర్దేశిస్తాము. ధ్యానం మరియు దృశ్యీకరణ కలిసి అందంగా పని చేస్తాయి.

దృశ్యీకరణ గురించి గొప్ప విషయం ఏమిటంటే, మీరు ప్రారంభించటానికి కావలసిన ప్రతిదాన్నీ మీరు ఇప్పటికే కలిగి ఉన్నారు. మీరు దీన్ని ఎక్కడైనా చేయవచ్చు. మీకు నచ్చినంత కాలం, మీకు నచ్చినంత తరచుగా చేయవచ్చు. ఇది అక్షరాలా మీ ఊహ ద్వారా మాత్రమే పరిమితం చేయబడింది. ఏదేమైనా, ఇది మొదట్లో కొంత సహనం, అంకితభావం తీసుకుంటుంది. మీరు దానికి అంకితమౌతున్నపుడు, మీరు అంతరాయం లేని స్థలం, సమయాన్ని మీరు రూపొందించాలి.

2018 లో జెస్సికా గూయన్, ఎరిక్ బ్రైమర్, Nature-Based Guided Imagery as an intervention for State Anxiety అనే పరిశోధనా పత్రాన్ని సమర్పించారు. దాని ప్రకారం మనం ప్రకృతిలోని అందమైన, ప్రశాంతమైన దృశ్యాలను ఊహల్లోకి తెచ్చుకున్నపుడు మనలోని ఒత్తిడి తగ్గుముఖం పడుతుందని పేర్కొన్నారు. ఇది ఒక్కోసారి మన ఊహకు అందనంతగా వుంటుందని కూడా వాళ్లు భావించారు. మీరు మీ మనసులో సుందరమైన అరణ్యాలు, ఉవ్వెత్తున ఎగసిపడే మహాసముద్రాలను ఊహించ లేకపోతే ప్రకృతి ప్రసాదించే మానసిక ప్రశాంతతను అందుకో లేమన్నది వాళ్ల అభిప్రాయం. బయటకు వెళ్లలేక కేవలం ఇంటికే పరిమితమైన వాళ్లకి యిటువంటి ఊహా ప్రపంచం అనేక పరిష్కారాలను చూపిస్తుందని వాళ్లు భావించారు.

సాధారణంగా యిందులో ఉపయోగించే టెక్నిక్ ఈ క్రింది విధంగా ఉంటుంది:

- సౌకర్యవంతమైన స్థానంలో ఉండండి. శ్వాస తీసుకుంటూ విశ్రాంతిగా సేద తీరుతూ ఉండండి; మిమ్మల్ని మీరే కేంద్రీకరించుకుని, కళ్ళు మూసుకోండి.
- మీకు వీలైనంత వివరంగా, మీరు ఎంచుకున్న ప్రదేశాన్ని ఊహించుకోవడానికి మీ సమయాన్ని కేటాయించండి. ఇది మీకు సంతోషంగా, ప్రశాంతంగా, శక్తివంతం అవుతుంది. మీరు ఒక చల్లని, ఆధ్యాత్మిక అడవి, బీచ్, లైబ్రరీలో, చలిమంట పక్కన సుఖంగా దుప్పటి కప్పుకుని ఉన్నారు. లేదా దూరంగా వున్న

యితర గ్రహం మీద అందమైన భవంతిలో ఉన్నారు. (ఇది మీ ఊహాచిత్రం, మీకు నచ్చినదాన్ని ఊహించండి!)

- మీరు ఈ స్థలం యొక్క వివరాలను ఊహించినట్లుగా, అది ఎలాంటి వాసనతో ఉంది, రంగులు, శబ్దాలు, ఎలా అనిపిస్తుంది, ఏ రుచిని యిస్తుంది లాంటివి, మీరు ఎలా అనుభూతి చెందాలనుకుంటున్నారో అలా ఉద్వేగం పొందండి. బహుశా ప్రశాంతంగా, ఆనందంతో, సంతోషంగా ఉంటారు. ఈ స్థలంలో మిమ్మల్ని మీరు ఊహించుకోండి. నవ్వుతూ, లేదా ప్రశాంతంగా ఎక్కడో కూర్చోవడం చూడండి.
- మీరు మీ కోసం ఒక చిన్న కథను సృష్టించవచ్చు. మీరు ఒత్తిడిని కడిగివేసే, గలగలా పారుతున్న ఫౌంటెన్‌లో స్నానం చేసారు. లేదా మీకు నచ్చిన దేవదూతతో స్నేహపూర్వకంగా మాట్లాడతారు. లేదంటే అందమైన పువ్వులను సేకరిస్తున్నారు. ఇలాంటి ఊహా చిత్రాన్ని చిత్రించండి. ఇక్కడ మీ సమయాన్ని తీసుకోండి. ఈ స్థలంలో కనీసం ఐదు లేదా పది నిమిషాలు గడపండి.
- మీరు సిద్ధమైన తర్వాత, మీ చిత్రం నుండి మెల్లగా బయటకు వచ్చి, కళ్ళు తెరిచి, కొంచెం కొనసాగించండి. మీరు చిత్రంలోనే ముగింపు అంశాన్ని చేర్చాలనుకోవచ్చు. ఉదాహరణకు, సన్నివేశాన్ని పెయింటింగ్ లాగా మడవటం, తరువాత యాక్సెస్ చేయడానికి మీ జేబులో ఉంచడం మీరు ఊహించవచ్చు. మీకు నచ్చినప్పుడల్లా మీరు ఎల్లప్పుడూ ఇక్కడకు రాగలరని తెలుసుకోండి.

ఆటోజెనిక్ పద్ధతుల మాదిరిగానే, మీరు మీ భావోద్వేగ స్థితిపై దృష్టి పెట్టాలనుకుంటున్నారు; "నేను ప్రశాంతంగా, దృఢంగా ఉండాలని భావిస్తున్నాను" లేదా ఏదైనా ఇష్టమైన మంత్రం వంటి విషయాన్ని చెప్పడానికి ప్రయత్నించండి లేదా మీ గైడెడ్ ఇమేజరీని వెచ్చదనం, బరువు యొక్క అనుభూతులపై దృష్టి పెట్టండి. ఉదాహరణకు, మీరు మీ ప్రతి అవయవంపై మీ దృష్టిని కేంద్రీకరించవచ్చు, అయితే మీ ఊహ మాత్రం మీ ఒత్తిడిని చిన్న చిన్న బుడగలు మాదిరిగా తేల్చి వేస్తుంది. లేదా మీరు మీ నుదిటిపై చల్లదనం

యొక్క అనుభూతిని సుందరమైన తాజాతనంలో జత చేయవచ్చు. మీరు మీ శరీరంపై నీటిని తొలకరిస్తే, అది ఎంత ఓదార్పు మనోహరమైన అనుభూతిని కలిగిస్తుందో గమనించండి.

ఊహాజనిత దృశ్యీకరణ ఆందోళన స్థాయిలను తగ్గించడంలో సహాయపడటమే కాకుండా, ఉపచేతన స్థాయిలో ఉంచే జ్ఞానాన్ని పొందడంలో మనకు సహాయం చేస్తుందని తెలుసుకుంటారు. ఈ సాంకేతికత చాలా సరళమైనది, ప్రభావవంతమైనదే కాకుండా ఇది సాంప్రదాయిక పద్ధతులతో పాటు మానసిక చికిత్స యొక్క అనుబంధ రూపంగా ఎక్కువగా సాయపడుతుంది. పోస్ట్ ట్రామాటిక్ ఒత్తిడి, దుర్వినియోగం, నిరాశ మొదలైన తీవ్రమైన సమస్యలతో బాధపడుతున్న వ్యక్తులు కూడా ఈ సాంకేతికత ఒత్తిడిని తగ్గించడానికి, సులభంగా నిర్వహించదగినదిగా సహాయపడుతుందని కనుగొన్నారు.

మీరు అధిక ఆలోచనలకు అలవాటుపడినట్లయితే, ఎక్కువ విశ్లేషణ చేయండి. ఉత్సుకత పొందండి. ఈ పద్ధతి ఎక్కువ ఉపయోగకరంగా ఉంటుందని గ్రహించండి. మీ దృశ్యీకరణ ఏ విధంగా ఉండాలనేదాని గురించి కాసేపు మర్చిపోండి. అది ఏదైనా కావచ్చు. అది సృష్టించే వినోదాన్ని అనుభవిస్తూ సేద తీరటం గురించి ఆలోచించండి.

మనం చెప్పుకున్నట్లుగా, నైపుణ్యం సాధించడానికి కొంత సమయం పడుతుంది. దీనికి కారణం మీకు మీరే సృష్టించిన కథలు విశ్రాంతి కోసం చాలా ఉద్వేగభరితంగా ఉండటానికి తగినంతగా వివరించాల్సిన అవసరం ఉంది. ఈ కార్యాచరణ కొంచెం ఇబ్బందికరంగానూ, ప్రారంభించడానికి గందరగోళంగానూ అనిపిస్తుంది. మీరు మానసిక చిత్రంలో పూర్తిగా మునిగిపోవడానికి కష్టపడవచ్చు. మీరు అధిక ఆలోచనాపరులని భావించినప్పటికీ, యీ విషయంలో మీ ఆలోచనలు పెద్దగా కలవరపెట్టవు. నిజానికి మీరు ఊహించిన రంగులు, లోతులు కనబడవు.

మీకు మీరు అనిశ్చితంగా వున్నారని అనుకుంటే, స్పష్టతలేని ఆలోచనలు ఉన్నాయనుకుంటే, వాటిని మీ ఇంద్రియ నియంత్రణలోకి తీసుకురండి. మీరు కేవలం "మౌనం"గా వుండకండి. మీరు వాటిని అనుభవం చెంది, వాటిని మీ మానసిక ఇంద్రియాలు నియంత్రణ చేస్తాయని భావించండి. మౌనం ఏ రంగులో ఉంటుంది? మీ చేతి వ్రేళ్ల కింద ఎలాంటి

ఆకృతిలో ఉంటుంది? అది చూసేందుకు ఏ విధంగా ఉంటుంది, వాసన, శబ్దం కలిగి వుంటుందా? ఏ విధమైన చర్యలు, జ్ఞాపికలు, కథలు వాటి చుట్టూ ఆవరించి ఉంటాయి?

ఈ చర్య చూసేందుకు కాస్త గందరగోళంగానూ, ప్రారంభించేందుకు సందేహించేదిగానూ ఉంటుంది. మానసిక చిత్రాన్ని ఊహించేందుకు మీరు చాలా ఇబ్బందిని ఎదుర్కొంటారు. విషయాలను సులభతరం చేయడానికి, కొంతమంది "తెలివైన గైడ్" ఊహించుకుంటారు. మీకు మీరుగా సేద తీరేందుకు బదులుగా అవి మిమ్మల్ని విశ్రాంతి స్థలానికి తీసుకెళ్లేందుకు ప్రయత్నిస్తాయి. మీరు దీన్ని ఎలా చేసినా, గైడెడ్ ఇమేజరీ స్వీయ-హిప్నాసిస్‌తో సమానంగా ఉంటుంది. గాఢమైన విశ్రాంతి స్థితిని చేరుకోవడానికి యిది మీకు సహాయపడుతుంది. మీరు ప్రారంభించినప్పుడు కంటే చాలా సానుకూల మనస్సులో మిమ్మల్ని వదిలివేస్తుంది.

ప్రగతిశీల కండరాల సడలింపు (progressive muscle relaxation)

చివరగా, మరో శక్తివంతమైన సాంకేతికతను పరిశీలిద్దాం: అది చేతన నియంత్రణ, మన కండరాల అవగాహన. దీర్ఘకాల ఒత్తిడి మనకు 'పోరాటం లేదా పారిపోవటం' నేర్పిస్తుంది. అందుకు మెదడు శరీరాన్ని, హార్మోన్ల క్యాస్కేడ్‌ను విడుదల చేయడానికి శరీరాన్ని హెచ్చరిస్తుంది. ఇవి శరీరాన్ని చర్య కోసం సిద్ధం చేస్తాయి లేదా పారిపోతాయి. ఈ హార్మోన్లలో ఒక ప్రభావం కండరాలను ఉద్రిక్తంగా మార్చడం. అందువల్ల దీర్ఘకాలిక ఒత్తిడితో బాధపడేవారు నొప్పులు, బాధలు, కండరాల బిగుతు మరియు ఉద్రిక్తతతో కూడిన తలనొప్పిని అనుభవించవచ్చు.

సామాజిక ఆందోళన రుగ్మతతో బాధపడుతున్న వారు ముఖ్యంగా ఒత్తిడి కారణంగా వారి కండరాలను బలహీనపరిచే అవకాశం ఉంది. కానీ అది వారికి తెలిసే అవకాశం లేదు. గుర్తుంచుకోండి! శరీరం, మనసు ఒకటేనని గ్రహించండి. మీరు అధిక ఆలోచనలు చేసినపుడు మీ మెదడు ఎలక్ట్రో కెమికల్ యాక్టివిటీని వేగవంతం చేస్తుంది. తద్వారా మీ శరీరంలో బయోలాజికల్ రియాలటీ హార్మోన్ల ద్వారా సృష్టిస్తుంది. దానివల్ల మీ శరీరం మరింత ఉద్రిక్తతకు గురై బిగుసుకు పోతుంది.

మీరు అతిగా ఆలోచించే వ్యక్తి అని మీరు గమనించి ఉండవచ్చు. అది మీ కణజాలం, అవయవాలలో ప్రతిబింబించేలా కనిపిస్తుందా? లేదా మీ GI ట్రాక్ట్‌లోనా? మనం ఒత్తిడికి గురైనప్పుడు, మన శరీరం మొత్తం ప్రతిస్పందిస్తుంది. ఒత్తిడి అనేది మన పుర్రె లోపల జరిగేది మాత్రమే కాదు. అతిగా ఆలోచించేవారు వారి శరీరాల నుండి కొంతవరకు వేరు చేయబడతారు. ఉదాహరణకు, వారి దీర్ఘకాలిక భుజం నొప్పి, పళ్లు నూరడం వంటివి ఆందోళనవల్ల కలిగే ఒకే సమస్య అని ఎప్పటికీ గమనించరు. మెదడు ఉద్రిక్తంగా ఉన్నపుడు శరీరం యొక్క కండరాలు కూడా అలాగే ఉంటాయి.

అది మరింత ఆసక్తికరంగా మారుతుంది. Chronic Stressలో ప్రచురించబడిన 2017 అధ్యయనం, "దీర్ఘకాలిక నొప్పి; దీర్ఘకాలిక ఒత్తిడి: ఒకే నాణానికి రెండు ముఖాలా?" కండరాల నొప్పి, దీర్ఘకాలిక ఒత్తిడి రెండూ ప్రతికూల ఆలోచనలు, భావోద్వేగాల జ్ఞాపకాలను నియంత్రించలేకపోవడానికి మూలకారణాన్ని పంచుకున్నాయని పరిశోధనా ఫలితాలు సూచించాయి. కాబట్టి నిశితంగా పరిశీలించినప్పుడు, PTSD మాంద్యం, కొనసాగుతున్న కండరాల నొప్పి ఒక పెద్ద పరిస్థితి యొక్క ప్రత్యేక లక్షణాలుగా కనిపిస్తాయి, HPA అక్షం ద్వారా మధ్యవర్తిత్వం వహించడం. ఒత్తిడి మన కండరాలను అక్షరాలా బిగించి, నొప్పిని కలిగిస్తుంది, అయితే ఇది నొప్పితో మనకు గల ఆత్మాశ్రయ అవగాహనకు కూడా ఆటంకం కలిగిస్తుంది.

ప్రగతిశీల కండరాల సడలింపుతో మనం ఉద్రిక్తత, క్రమబద్ధీకరణ నుండి ఉపశమనం పొందవచ్చు.

కండరాల ఉద్రిక్తత నుండి ఉపశమనం పొందడంతో పాటు, ప్రగతిశీల కండరాల సడలింపుకు ఇతర ప్రయోజనాలు ఉన్నాయి. మంచి ఆరోగ్యం (GI ట్రాక్ట్‌లో మానసిక ఉద్రిక్తత మరియు కండరాల దుస్సంకోచం మధ్య బలమైన సంబంధం ఉంది) మరియు రక్తపోటు తక్కువ.

ప్రగతిశీల కండరాల సడలింపు మీ కండరాలపై నియంత్రణను తీసుకుంటుంది. ఉద్దేశపూర్వకంగా వాటిని వేరుపరచి విశ్రాంతి తీసుకోవడం. అదే సమయంలో ఈ అనుభూతుల గురించి మీ అవగాహనను పెంచుతుంది, వాటిపై మీ నియంత్రణ స్థాయిని పెంచుతుంది. ఒక కండరం బలంగా బిగిసినప్పుడు, ఉద్రిక్తతను విడుదల చేస్తుంది. బిగిసే ముందు కంటే ఎక్కువ రిలాక్స్డ్ అవుతుందని వైద్యులు గమనించారు. ఇది ప్రతికూలమైనదిగా

అనిపించవచ్చు. కానీ మీరు మొదట ఆందోళనకు గురైనప్పుడు, ఒత్తిడికి గురైన కండరం సడలించడానికి బదులు, అందుకు విరుద్ధంగా, మీరు కండరాల సడలింపు యొక్క గాఢమైన స్థితులను సాధించవచ్చు.

ఎడ్మండ్ జాకబ్సన్ 1930 లలో చెప్పిన దాని ప్రకారం, 'ఒకరు శారీరకంగా సేదతీరితే, మానసికంగా కూడా సేదతీరుతారు'. అతను ప్రతిరోజూ పది లేదా ఇరవై నిమిషాలపాటు కండరాల సడలింపు పద్ధతులను ప్రతిపాదించాడు. ఈ అభ్యాసాన్ని దినచర్యలో, ధ్యానం లేదా వ్యాయామం చివరిలో లేదా ప్రారంభంలో చేయవచ్చు. లేదంటే, ప్రతి సాయంత్రం మీ దినచర్యలో ముగింపులో భాగంగా మీరు చేయవచ్చు, కొంత దృశ్యీకరణ, పుస్తకం రాయడం, సున్నితమైన పఠనం, సంగీతం లేదా ప్రార్థనతో జతచేయవచ్చు.

టెక్నిక్ చాలా సులభం

- సౌకర్యవంతమైన స్థితిని ఎంచుకోండి. కళ్ళు మూసుకుని, మీ దృష్టిని ఒక శరీర భాగం నుండి మరొకదానికి తరలించండి. మొదట కండరాన్ని వీలైనంత పటిష్టంగా కదిలించడం, ఆపై ఆ ఉద్రిక్తతను పూర్తిగా విడుదల చేయడానికి ముందు పూర్తిగా విడుదల చేయండి.
- కాలివేళ్లు, చేతివేళ్లు వంటి భాగాలతో ప్రారంభించండి. ఆపై లోపలికి కదలండి. మీరు మీ పొత్తికడుపు, ఛాతీ వరకు వచ్చాక కాసేపు ఆగండి. తరువాత చివరకు మీ ముఖం యొక్క చిన్న కండరాలు, మీ నెత్తి యొక్క ఉపరితలంలో ముగించండి. లేదంటే మీరు తలతో ప్రారంభించి, వెనుకకు కూడా రావచ్చు.
- మీరు గట్టిగా ఊపిరి పీల్చి, కండరంపై దృష్టి నిలిపి ఐదు లేదా పది వరకూ అంకెలు లెక్కపెట్టండి. ఇప్పుడు మీరు ఊపిరి పూర్తిగా వదిలిపెట్టండి. కండరాలలోని అనుభూతులలో ఏవైనా తేడాలు ఉన్నాయేమో గమనించండి (స్పాంజి వంటి మీ కండరాలను పిండినట్లుగా ఉద్రిక్తతను ఊహించుకోవడం, కొద్దిగా దృశ్యీకరణ యిందుకు సహాయపడుతుంది.)

- గాఢమైన శ్వాసలు తీయండి. ఆ తర్వాత కొద్దిగా దీర్ఘశ్వాస తీసి ముగించండి; మీకు ఎలా అనిపిస్తుందో గమనించండి. ఈ టెక్నిక్ మీకు శారీరకంగా విశ్రాంతి తీసుకోవడంలో సహాయపడటమే కాకుండా, మీ శరీర అవగాహనను మెరుగుపరుస్తుంది. మీ శరీరంలో ఒత్తిడి ఎక్కడ ఉందో దానిపై ఎక్కువ శ్రద్ధ వహించడానికి మీకు నేర్పుతుంది. మీరు మీ శరీరాన్ని మరింత దగ్గరగా "చదివినప్పుడు" మీ మొత్తం ఆరోగ్యం గురించి మీ అంతర్ దృష్టి మెరుగుపడుతుందని మీరు సమయంతో కనుగొనవచ్చు.

మీరు మీ శరీరంలోని వివిధ భాగాలను వివిధ మార్గాల్లో ఉద్రిక్తంగా ఉంచగలగాలి. మీ కండరపుష్టి, పై చేతులు, చేతులు, తొడలు వంటి ప్రాంతాలను పట్టుకోగలిగినప్పటికీ, మీ భుజాలు వంటి ప్రాంతాలను మీ చెవుల వైపు తీవ్రంగా కదిలించడం ద్వారా వాటిని చేరుకోవచ్చు. మీ కళ్ళు గట్టిగా మూసివుంచినప్పుడు మీ నుదిటిని గాఢమైన ముడతలు పడవచ్చు. తరువాత, మీ దవడలు, ముఖ కండరాలను ఉద్రిక్తంగా చేయడానికి, మీరు మీకు వీలైనంత విస్తృతంగా నవ్వాలి. మీరు దానిని గట్టిగా పీల్చుకుంటే మీ కడుపు ఉద్రిక్తంగా మారుతుంది, అయితే మీ వెనుకభాగం తీవ్రంగా వంపు ఉండాలి. ఇది గుర్తుంచుకోవడానికి చాలా ఎక్కువ అనిపించవచ్చు. కానీ మీరు కొన్ని సార్లు ప్రయత్నించిన తర్వాత, మీరు అకారణంగా కండరాలను ఉద్రిక్తంగా మార్చడం ప్రారంభిస్తారు.

ప్రగతిశీల కండరాల సడలింపును క్రమం తప్పకుండా అభ్యాసం చేయడం వల్ల మీ ఆందోళన స్థాయిలను తగ్గించడంతో పాటు అనేక ప్రయోజనాలు ఉన్నాయి. ఇది మీ నిద్ర యొక్క నాణ్యతను మెరుగుపరుస్తుంది. మెడను సులభతరం చేస్తుంది. వెన్నుపూస నొప్పిని తగ్గిస్తుంది. మైగ్రేన్ల ఫ్రీక్వెన్సీని తగ్గిస్తుంది. ఇతర ఆరోగ్య సమస్యలను కూడా నివారిస్తుంది.

ఆటోజెనిక్ శిక్షణ, దృశ్యీకరణ, కండరాల సడలింపు అన్నీ ఒక విధంగా, ఒకే థీమ్‌పై వైవిధ్యాలు: మీ చేతన అవగాహన ఎక్కడ స్థిరపడుతుందో నియంత్రించడం నేర్చుకోవాలి. మీ శరీరం, ప్రస్తుత క్షణం, వర్తమానం

నుండి మార్గనిర్దేశం చేయండి. మీ ఐదు ఇంద్రియాలు ఒత్తిడి, ఆందోళన నియంత్రణవల్ల అధికంగా ఆలోచించటానికి దూరంగా ఉంటాయి. మానసిక మరియు భావోద్వేగ అభ్యాసం మీ ఆలోచనల నుండి మాత్రమే కాకుండా, మీ భావోద్వేగాలు, మీ భౌతిక శరీరం కూడా మీరు నియంత్రణలో ఉన్నారని క్రమంగా నేర్చుకోవడం ద్వారా వస్తుంది.

ఆందోళన వాయిదా

ఒక చివరి (అద్భుతంగా సులభమైనది కూడా!) టెక్నిక్ గురించి యిప్పుడు చెప్పుకుందాం. మనలో వున్న ఆందోళన, ఒత్తిడి భావోద్వేగాలను కొద్దిసేపు నిలిపి వుంచడాన్ని ఆందోళన వాయిదా అని పిలుస్తారు. వాస్తవానికి, దీన్ని ఉపయోగించడం ద్వారా ప్రయోజనం పొందటానికి మీరు ఆందోళనతో బాధపడాల్సిన అవసరం లేదు. ఇది ఒత్తిడి నిర్వహణలో యిది గొప్ప టెక్నిక్. ఒక విధంగా చెప్పాలంటే ఒత్తిడి బడ్జెట్‌ను రూపొందించడం లాంటిది.

యూనివర్శిటీ ఆఫ్ లైడెన్‌లో యాంకే వెర్స్‌లూయిస్ నేతృత్వంలోని బృందం మీరు ఆందోళనను పూర్తిగా పోగొట్టుకోవాల్సిన అవసరం లేదు అనే ఆలోచనకు మద్దతు ఇచ్చింది. అయితే వెంటనే దీన్ని చేయకుండా మీకు మీరు ఒప్పందం చేసుకోండి. వారి పరిశోధన "ఆత్మాశ్రయ ఆరోగ్య ఫిర్యాదులను" నివేదించే వ్యక్తుల ధోరణిపై దృష్టి సారించింది. అయితే ఈ ఆలోచన అనేక ఇతర ఆందోళనలు, జ్ఞాపకాల వలయాలకు వర్తించవచ్చు. వారి అన్వేషణల ప్రకారం, ఆందోళన వాయిదా అనేది ఒక వ్యక్తికీ, బాధ కలిగించే ఆలోచనలకూ మధ్య లక్ష్య దూరాన్ని ఉంచడానికి ఒక ప్రభావవంతమైన మార్గం. అలాగే మెటాకాంగ్నిషన్ స్థాయిని అభ్యసించవచ్చు. ఇది మొత్తం ఆందోళన, అతిగా ఆలోచించడాన్ని తగ్గిస్తుంది.

ఆత్రుత, ఆందోళనతో కూడిన ఆలోచనలు ఒక రకమైన జిడ్డుగా ఉంటాయి. వాటికి చొరబాటు గుణం కూడా ఉంటుంది. బెదిరింపు లేదా ప్రతికూల ఆలోచన మీ తలలోకి వచ్చిన తర్వాత, దానిని మార్చడం లేదా విస్మరించడం కష్టంగా అనిపిస్తుంది. మీ మెదడు, "ఓహ్, ఇక్కడ నేను నిజంగా శ్రద్ధ వహించాలి!" అని భావించడం వలన మీరు త్వరగా పరధ్యానంలో ఉండిపోవచ్చు. అదే విధంగా, మీ దృష్టి, శ్రద్ధ ప్రస్తుత క్షణం నుండి తొలగిపోతుంది.

కాబట్టి, నిజంగా జరుగుతున్నది ఏమిటంటే, మీరు వాటిని నియంత్రించడం కంటే ఆందోళనలు మిమ్మల్ని నియంత్రిస్తాయి. ఒత్తిడితో కూడిన ఆలోచన వచ్చి కొరడా ఝుళిపిస్తుంది. మీరు తక్షణమే కట్టుబడి పోతారు. ప్రతికూల ఆలోచనలు వస్తే వాటి మీద దృష్టి పెట్టడం తప్ప మరో మార్గం లేదని అనుకోవడం మనం చేసే తప్పు. గుర్తుంచుకోండి, మన మెదడు, దానికిగల సమాచార ప్రాసెసింగ్ సాఫ్ట్‌వేర్ చెడు వార్తలను విస్తరించడానికి మాత్రమే ఉద్భవించాయా? భయానక విషయం ఎల్లప్పుడూ ప్రాధాన్యతనిస్తుందని ఇది మనకు చెబుతుంది.

ఇప్పుడు, "నా ఎదురుగా ఉన్న పులి నన్ను తినడానికి చూస్తుందా అని నేను భయపడిపోతున్నాను" అని ఆందోళన చెందుతుంటే, స్పష్టంగా, దానికి ప్రాధాన్యత ఇవ్వండి. కానీ సాధారణంగా ఆందోళన ఇలా ఉంటుంది, "జెన్నీ నా ప్రెజెంటేషన్ పోతుందని అనుకుంటే నేను ఆశ్చర్యపోతాను" లేదా "ఐడెంటిటీ దొంగలు నా చెత్తబాక్స్‌లో నేను అనుకోకుండా పంపించిన పేపర్లు చూసినట్లయితే, FBIలోని ప్రతి ఒక్కరికీ నా భయంకరమైన రహస్యాలు తెలుస్తాయి?" మరో మాటలో చెప్పాలంటే, మనం నిజంగా చేయకూడని సమయంలో ఈ ఆలోచనలకు ప్రాధాన్యతనిస్తాము.

ఆందోళన వాయిదా అనేది మీరు మీ బాధలను పూర్తిగా నిర్మూలించబోతున్నారని చెప్పడం లేదు (అవును, మనందరికీ అవి ఉన్నాయి, ఆత్రుత లేని వ్యక్తులకు కూడా). అయితే, మీరు మీ బాధలను సరైన స్థానంలో ఉంచబోతున్నారని ఇది చెబుతోంది. మీ తలపై ఏదైనా ఆందోళనతో కూడిన ఆలోచన వచ్చిన ప్రతిసారీ దృష్టిని ఆకర్షించే బదులు, మీరు వేచి ఉండేలా చేయండి. మీ స్పృహతో కూడిన అవగాహన ఎక్కడికి వెళుతుందో మీరు బాధ్యత వహిస్తారు. మీ దృష్టి మరల్చడానికి లేదా మీ దృష్టికి అంతరాయం కలిగించడానికి మీరు దేనినీ అనుమతించరు.

బాధ పడటం వాయిదా అనేది సరిగ్గానే అనిపిస్తుంది. బాధ పడడాన్ని వాయిదా వేయడానికి ఉద్దేశపూర్వకంగా ఎంచుకోవచ్చు. మీరు చింతించకండి అని చెప్పడానికి ఇది భిన్నమైనది. ఎందుకంటే మీరు దానిని వాయిదా వేస్తారు. ఇది మీ ఆందోళనను నియంత్రించడం, నిర్వహించడం, మీ జీవితంపై మీరు ఎంత ప్రభావం చూపాలనుకుంటున్నారో ముందుగానే

నిర్ణయించడం వంటిది. ఈ సమయంలో, ఆందోళన చాలా అత్యవసరంగా, అన్నింటికంటే ముఖ్యమైనదిగా అనిపించవచ్చు. మీరు ఆ ఆలోచనలు, భావాల వైపు మీ జీవితపు ఫలించని ప్రతి క్షణాన్ని తిప్పడం చర్చనీయాంశం కాదని అనిపించవచ్చు. కానీ వాస్తవానికి, మీకు ఎంపిక ఉంది.

కొన్ని అధ్యయనాలు వాస్తవానికి ఆందోళనకు దారితీసేది మన స్వంత ఆందోళనపై మన ప్రతికూల అవగాహనే తప్ప మన చింత కాదు అని చెబుతున్నాయి. ది జర్నల్ ఆఫ్ ఎక్స్‌పెరిమెంటల్ సైకాలజీ యొక్క 2010 ఎడిషన్‌లో, అడ్రియన్ వెల్స్ "అతి పెద్ద చింత" లేదా సాధారణ ఆందోళన యొక్క ప్రతికూల అంచనా, వాస్తవానికి మరింత తీవ్రమైన ఆందోళన రుగ్మతలకు ఎలా దారితీస్తుందో వివరిస్తుంది. అందువల్ల, మన స్వంత ఆందోళనను మనం రోగలక్షణీకరించినప్పుడు, ప్రతిఘటించినప్పుడు, మనం తప్పనిసరిగా దానిలో కూరుకుపోతాము, దాని కంటే ఎక్కువ సమస్యగా మారుస్తాము. ఆందోళన వాయిదా దీని గురించి చెబుతూ, "ఇది సమస్య కాదు. మీకు నచ్చినంత మీరు చింతించవచ్చు, దానికేమీ నిషేధం లేదు. ఇప్పుడు తప్ప చేయలేరు" ఇది మాత్రమే ఆందోళన, అతి పెద్ద చింత రెండింటినీ కరిగించే ప్రభావాన్ని కలిగి ఉంటుంది (అంటే.,ఆందోళన గురించి ఆందోళన).

ఆందోళన వాయిదాను కొన్ని విభిన్న మార్గాల్లో చేయవచ్చు. అయితే ఇది ఆందోళనకు ఉద్దేశపూర్వక, చేతన పరిమితులను నిర్ధారణ చేయడంలాంటిది, అంటే దాని చుట్టూ చిన్న కంచె కట్టడంలాంటిదన్న మాట!

మీరు చింతిస్తున్న సమయ వ్యవధిని పరిమితం చేయడం ఒక పద్ధతి. ఉదాహరణకు, మీరు రాత్రి పడుకుని నిద్రకు సిద్ధమవుతున్నారు. కానీ మీ మెదడు తక్షణమే ఆందోళన మోడ్‌లోకి మారుతుంది. అది కుతకుతలాడే వెయ్యి విషయాలను అందిస్తుంది. మీకు మీరే యిలా అనండి, "అది మంచిదే. దాని గురించి ఆందోళన చెందడానికి నాకు అనుమతి ఉంది. నేను చింతిస్తాను కానీ ఇప్పుడు కాదు. దీని గురించి ఆందోళన చెందడానికి నేను నిర్దిష్ట సమయాన్ని షెడ్యూల్ చేస్తాను. రేపు ఉదయం 10.00 గంటలకు చింతిస్తాను. దానికి ముందు, నేను దీని గురించి ఒక్క సెకను కూడా ఆలోచించను".

ఆ తర్వాత మీరు ఆ విధంగా చేయండి. మీ మనస్సు అతి ముఖ్యమైన, జీవితం–లేదా–మరణం ఆలోచనల వైపు తిరుగుతుంటే, అది బాగానే ఉందని

మీరు నమ్మకంగా చెప్పుకోవచ్చు. మీరు దాని గురించి ఆలోచిస్తారు, అయితే యిప్పుడు కాదు. అవకాశాలు ఉన్నాయి. చింతలు అన్ని సమయాలలో సున్నితమైనవి కావు, కానీ వేచి ఉండగలవు. నిజానికి, మీరు ఉదయాన్నే ఫ్రెష్‌గా ఉంటారు. మీరు ఇంకా కావాలనుకుంటే మీ పూర్తి మెదడును పనికి తీసుకురావచ్చు. మీరు చేయవలసిన ప్రతిదాన్ని మీరు ఇప్పటికే పూర్తి చేసారని మీరే చెప్పండి. చింతిస్తున్న విషయం జాబితా నుండి తొలగించబడింది. ప్రస్తుతం మీరు చేయవలసింది ఏమీ లేదు. హాయిగా నిద్రపోండి.

పరిమితులు పెట్టడం అనేది ఆందోళన వ్యవధికి ప్రత్యామ్నాయం. కాబట్టి, మీరు మీ మంచం మీద నుంచి లేచిన తర్వాత మీకు మీరు చెప్పుకోండి, “సరే, చింతించాలనుకుంటున్నవా? సరే, చింతిద్దాం. కానీ మనం దీన్ని ఐదు నిమిషాలు మాత్రమే చేస్తున్నాము. ఆపై మనం నిద్రపోతున్నాము”. టైమర్‌ని సెట్ చేయండి, మీ హృదయాన్ని కలవరపెట్టండి, ఆపై ఆపివేయండి. ఈ పద్ధతుల్లో దేనితోనైనా మీరు కొన్ని విషయాలను గమనించవచ్చు.

మొదటిది ఏమిటంటే, మీరు ఆందోళనను ఆలస్యం చేస్తే, ఏమైనప్పటికీ మీరు తరచుగా దీన్ని చేయకూడదు. రెండవది ఏమిటంటే, మీరు కొంత ఆందోళన సమయాన్ని అనుమతించినప్పటికీ, ఆందోళనకు ముందు మరియు తర్వాత మీ ఆందోళన స్థాయిలు సరిగ్గా ఒకే విధంగా ఉన్నాయని మీరు తరచుగా గమనించవచ్చు. అంటే, ఆందోళన సమయం సహాయం చేయడానికి ఖచ్చితంగా సున్నా చేసింది. ఏ సందర్భంలోనైనా, మీరు ఆందోళన మీపై చూపే ప్రభావాన్ని పరిమితం చేస్తారు, దానిని నిర్వహిస్తున్నారు. ఆ విషయంలో మీకు ఎంపిక ఉందని, అపసవ్య, అనుచిత ఆలోచనల దయతో ఉండరని మీకు మీరే చెప్పుకుంటారు.

ఈ పద్ధతిని అభ్యాసం చేయడానికి ముందుగా సిద్ధపడటం, తర్వాత అభ్యాసం అవసరం. మీరు ఉద్దేశపూర్వకంగా ఆందోళన చెందుతున్నప్పుడు ప్రతిరోజూ సమయాన్ని సెట్ చేయండి. మీకు అంతరాయం కలగని అంటే, మీరు మంచి ఆలోచనలో ఉండే సమయాన్ని ఎంచుకోండి. కొంచెం ప్రయోగం చేయండి. అది సరైనదని భావించే ముందు కొన్ని విభిన్న విషయాలను ప్రయత్నించడానికి బయపడకండి.

అయితే, మీరు ఏమి ఆలోచిస్తున్నారో నేను వింటున్నాను. బహుశా మీరు ఆశ్చర్యపోతున్నారా, “ఖచ్చితంగా, బాగానే ఉంది, కానీ ఈసారి నేను

నిజంగా దేని గురించి ఆందోళన చెందాల్సిన అవసరం ఉంటే? ఈసారి సీరియస్‌గా ఉంటే? చింత మీ దృష్టిని ఆకర్షించడానికి కొన్ని సృజనాత్మక, వినూత్నమైన మార్గాలతో ముందుకు వస్తుంది. ఆందోళన యొక్క స్వభావం మీరు ఈ ఒక్కసారి నొక్కిచెప్పడం మానేస్తే, నిజంగా విపత్తు సంభవిస్తుందని మిమ్మల్ని మీరు ఒప్పించవచ్చు.

సరే, మనం డెవిల్స్ అడ్వకేట్‌గా ఆడుదాం. అప్పుడప్పుడు, మన చింతలు, భయాలు, పుకార్లు వాస్తవానికి చాలా ముఖ్యమైనవి. అందువల్ల వాటిని వెంటనే పరిగణించాల్సిన అవసరం ఉందని ఊహించుకోండి. మనకు కావలసింది ఆ పరిస్థితులు మరియు సాధారణమైన అతిగా ఆలోచించడం మధ్య తేడాను గుర్తించడానికి ఒక పద్ధతి. మనల్ని మనం ప్రశ్నించుకోవచ్చు: ఇది ఆందోళన 1) నిజమైన సమస్య 2) నేను తక్షణం ఏదైనా చేయగలనా?

నిజాయితీగా ఉండండి. సమస్య నిష్పక్షపాతంగా క్లిష్టంగా ఉండాలి, కానీ ఆ క్షణంలోనే చర్య తీసుకోవచ్చు. లోలోపల మిమ్మల్ని తినే పనిలో పని విషయం ఉందనుకుందాం. ఇది నిజంగా నిజమైన సమస్య, అయితే ఇది అర్ధరాత్రి మరియు మీరు మాట్లాడవలసిన వ్యక్తి ఉదయం వరకు అందుబాటులో లేరని అనుకుందాం. కాబట్టి, సమస్య నిజమైనది, కానీ మీరు ఇప్పుడు దాని గురించి ఏమీ చేయలేరు. మీ బిడ్డకు జ్వరం ఉందని అనుకుందాం, అయితే అది బాగానే ఉంది, కానీ మీరు వారిని అత్యవసర గదికి తరలించి పరిశీలించవచ్చు. ఇది చర్య తీసుకోగల సమస్య, కానీ ఇది నిజమైన సమస్య కాదు. చివరగా, ఇటీవలి క్లయింట్ మీకు చెడ్డ సమీక్షను అందించబోతున్నారని మీరు ఆందోళన చెందుతున్నారని ఊహించండి. వాస్తవానికి, ఇది నిజంగా తీవ్రమైన సమస్య కాదు (ఒక చెడు సమీక్ష వెనుక ఏ వ్యాపారమూ విఫలం కాలేదు), మరియు దీని గురించి మీరు ప్రస్తుతం ఏమీ చేయలేరు.

అయితే ఇది తీవ్రమైన సమస్య అయితే మీరు ఇప్పుడే పని చేయగలిగితే? అప్పుడు క్రియాశీలకంగా ఉండండి. కానీ పని చేయండి, చింతించకండి. ఆందోళన, అతిగా ఆలోచించడం పనికిరానివి, ప్రత్యేకించి తగిన చర్య అవసరమైనప్పుడు. ఇక్కడ, మీరు ఇంకా తక్కువ చింతించాల్సిన అవసరం ఉంది, ఎందుకంటే ప్రశాంతమైన, స్పష్టమైన మనస్సు కలిగి ఉండటం వలన మీరు త్వరగా పరిష్కారాన్ని చూడగలుగుతారు. మీ ఆత్రుతతో కూడిన ఆలోచన నిజంగా గంభీరంగా ఉంటే మరియు మీరు క్షణంలో తెలివిగా ఏదైనా

చేయగలిగితే తప్ప, దానిని వాయిదా వేయండి. ఉదయం కాల్ చేయండి, తర్వాత దాన్ని క్రమబద్ధీకరించండి లేదా ప్రస్తుతానికి డ్రాప్ చేయండి.

చింతించాల్సిన పని లేదని మీరు నిర్ణయించుకున్న తర్వాత, నిర్దాక్షిణ్యంగా ఉండండి. మీ మనస్సు ఒక కుక్కగా ఉన్నట్లు ఊహించుకోండి. దానిని వర్తమానంలోకి లాగుతూ ఉండండి. మీరు మీ ఐదు ఇంద్రియాలను నిమగ్నమైతే నిజమైన, ప్రస్తుత క్షణంలో మిమ్మల్ని ఎంకరేజ్ చేస్తే దీన్ని చేయడం చాలా సులభం. మీరు మూడు దృశ్యాలు, మూడు శబ్దాలు, మూడు వాసనలు మొదలైనవాటిని జాబితా చేయగలరా అని చూడటానికి మీ వాతావరణాన్ని పరిశీలించండి.

ఆందోళన సమయం వచ్చినప్పుడు, ఆవశ్యకత ఏదో ఒకవిధంగా తగ్గినట్లు అనిపిస్తుందో లేదో గమనించండి. ఒకప్పుడు అత్యవసరంగా అనిపించేది అలా ఉండదని మీకు గుర్తు చేసుకోండి. ఆందోళనలు మరియు ఆందోళనలపై తాజా కళ్లతో చూడండి. సమస్య పరిష్కార మోడ్‌లోకి వెళ్లి, ఉపయోగకరమైన చర్య తీసుకోవడం వల్ల మీ ఆందోళన తగ్గుతుందేమో చూడండి. కొన్నిసార్లు, ఆందోళన కోసం మీరు చేయగలిగిన గొప్పదనం ఏమిటంటే, దానిని వాస్తవ ప్రపంచంలోకి లాగడం, దానిని ఆచరణాత్మక సమస్యగా మార్చడం, ఆపై దానిపై క్రియాశీలకంగా ఉండటం.

గుర్తుంచుకోవలసిన విషయాలు

- మీ ఆందోళన జ్వరం పిచ్‌కు చేరుకుంటాయని లేదా అది మీ నియంత్రణ నుండి స్పైరలింగ్ అంచున ఉందని మీరు భావించే సందర్భాలు ఉండవచ్చు. ఇటువంటి సందర్భాల్లో, మీ ఒత్తిడి స్థాయిలను తగ్గించడానికి మీరు కొన్ని ఋజువుకాబడిన, పరీక్షించిన పద్ధతులపై ఆధారపడవచ్చు.
- ఈ పద్ధతుల్లో మొదటిది ఆటోజెనిక్ శిక్షణ. దీని ద్వారా, ఆరు వేర్వేరు వ్యాయామాల ద్వారా మన ఆలోచనలు మరియు భావోద్వేగాలపై నియంత్రణ సాధించాలని మేము లక్ష్యంగా పెట్టుకున్నాము. మొదటి పద్ధతిని అభ్యసించడానికి, కూర్చోవడానికి లేదా పడుకోవడానికి సౌకర్యవంతమైన స్థలాన్ని కనుగొనండి. అప్పుడు, నెమ్మదిగా మరియు స్థిరంగా ఊపిరి

పీల్చుకునేటప్పుడు "నేను పూర్తిగా ప్రశాంతంగా ఉన్నాను" వంటి కొన్ని శబ్ద సూచనలను మీరే ఇవ్వండి. మీరు మీ శరీరంలోని వివిధ భాగాలలోని ఉద్వేగాలను అనుభూతి చెందండి. ఈ టెక్నిక్ నైపుణ్యం కోసం కొంత సమయం పడుతున్నప్పటికీ, ఇది చాలా సులభం మరియు ఎప్పుడైనా ఎక్కడైనా చేయవచ్చు.

- రెండవ పద్ధతిని గైడెడ్ ఇమేజరీ అంటారు. ముఖ్యంగా, మీరు సౌకర్యవంతమైన స్థానాన్ని కనుగొని, వాసన, ధ్వని మొదలైన మీ విభిన్న ఇంద్రియాలను ఆహ్లాదకరంగా ఉత్తేజపరిచే మార్గాల్లో నిమగ్నం చేసే స్థలం గురించి ఆలోచించండి. ఇది ఏ ప్రదేశం అయినా కావచ్చు, ఇది విశ్రాంతిని ప్రేరేపించేది కావాలి. మీ ఊహను పూర్తిగా ఉపయోగించడం ద్వారా మీకు వీలైనంత వివరంగా చిత్రించండి.
- మూడవది, మాకు ప్రగతిశీల కండరాల సడలింపు ఉంది. ఈ సాంకేతికత శారీరక సడలింపు మానసిక విశ్రాంతికి దారితీస్తుందనే సిద్ధాంతంపై ఆధారపడుతుంది. కాబట్టి, మీ కండరాలను మొదట టెన్సింగ్ చేయడం ద్వారా భౌతికంగా విశ్రాంతి తీసుకోవడం లక్ష్యం. మళ్ళీ, సౌకర్యవంతమైన స్థితిలో కూర్చుని, తల నుండి కాలి వరకు లేదా దీనికి విరుద్ధంగా వెళ్లి, విశ్రాంతి తీసుకోవడానికి మరియు వెళ్ళే ముందు మీ శరీరంలోని వివిధ భాగాలను ఉద్రిక్తంగా ఉంచండి.
- చివరగా, బాధ పడడం వాయిదా వేయటం అనేది ఋజువైన, ప్రామాణికమైన ఒత్తిడి నివారణకు ఒక మార్గం. మనలోపల అధిక ఆలోచనలు వస్తూ యిబ్బంది పెడుతూ వుంటే ఆ ఒత్తిడిని వాయిదా వేయటం అనేది సరైన మార్గం. అందుకు అనేక మార్గాలు ఉన్నాయి. మీరు చింతించ వలసిన ఆలోచనకోసం ప్రత్యేక సమయాన్ని కేటాయించండి. ఆ సమయం ప్రకారం మాత్రమే మీరు చింతలో ఉండవచ్చు. అందువల్ల మన జీవితంలోనుంచి దుఃఖాలను పూర్తిగా తొలగించలేకపోయినా మనం దుఃఖించడం మాత్రం కొద్దిసేపు వాయిదా వేసే అవకాశం ఉంటుంది.

అధ్యాయం 5

మీ ఆలోచనలను పునః నిర్మించండి!

ముందు చెప్పుకున్న అధ్యాయాలలో మనం ఆందోళన, అధిక ఆలోచనల స్థాయిలను, వాటి నియంత్రణలను అర్థం చేసుకునే కొన్ని మార్గాలను తెలుసుకున్నాము. సక్రమమైన ఒత్తిడి నిర్వహణ అనేది మన మానసిక వైఖరులను, చర్యలను, క్రమబద్ధమైన పద్ధతిలో ఉంచుతుంది. తద్వారా మన ఆలోచనలు సఫలతా వైఖరులతో, సమయ నిర్వహణతో ఆందోళన, భయాలను అవలీలగా దాటగలిగే సామర్థ్యాన్ని పెంచుకుంటాము. ఈ అధ్యాయంలో మనం ఆలోచనల గురించి తెలుసుకుందాం.

ఆలోచన, మనస్సు, శరీరం కలగలిసిన భావోద్వేగాలు అన్నీ అనుసంధానించబడి ఉంటాయి. ఒకదానికొకటి పరస్పరం ప్రభావితం చేస్తాయి. కానీ ఆందోళన విషయానికి వస్తే, మనస్సు చాలా ముఖ్యమైన పాత్ర పోషిస్తుందని మీరు గమనించవచ్చు. ఇది మనం ఆలోచించే మార్గం, మన మానసిక నిర్మాణాలు, ప్రపంచం యొక్క అంతర్గత అభిజ్ఞా వ్యాఖ్యానం కలిసి వుంటాయి. వాటి గురించి మన అనుభవాన్ని ఎక్కువగా రూపొందిస్తుంది. దీన్ని అర్థం చేసుకోవడం, అభిజ్ఞా ప్రవర్తనా చికిత్స (Cognitive Behavioral Therapy) లేదా CBT, ప్రపంచం గురించి మన మనస్సులో కలిగే అవగాహన యొక్క మూలాన్ని పొందడానికి ప్రయత్నిస్తుంది. ప్రజల గురించి మరింత సహాయకరమైన, అనుకూల ఆలోచనలను రూపొందించడానికి అనుమతిస్తుంది. ప్రతికూల ఆలోచన నమూనాలు దాదాపుగా ఎక్కువగా ఆలోచించటం వెనుక

ఉంటాయి. CBT తో, అయితే, మీరు వక్రీకరించిన ఆలోచనల మూలాన్ని పొందవచ్చు. మంచి వాటిని నిర్మించవచ్చు, అనగా ప్రపంచాన్ని మరింత ప్రశాంతంగా, నియంత్రణ భావనతో ప్రపంచం గుండా వెళ్ళడంలో మనకు సహాయపడతాయి.

Depression and Anxiety జర్నల్‌లో ప్రచురించబడిన 2018 మెటా విశ్లేషణలో, జోసెఫ్ కార్పెంటర్, అతని శిష్యగణం CBT బోర్డు అంతటా ఆందోళన నుండి ఉపశమనానికి మొగ్గు చూపుతున్నట్లు కనుగొన్నారు (చికిత్స పొందుతున్న ఆందోళన రకాన్ని బట్టి ఫలితాలు మారుతూ ఉంటాయి), 2019 లో పేపర్ కోలెట్ హిర్ష్, మరియు ఇతరులు చెప్పిన Frontiers in Psychiatry లో CBT ప్రోగ్రాం తర్వాత 74% మంది ఆత్రుత బాధితులు కోలుకున్నారని కనుగొన్నారు. అయితే మిగిలిన 26% సంగతేంటి?

మనం యీ పుస్తకంలో, ఆలస్యంగానైనా అతిగా ఆలోచించే సమస్యకు సంబంధించిన ఈ అంశాన్ని ప్రస్తావిస్తాము. ఎందుకంటే, నిజం చెప్పాలంటే, మునుపటి అధ్యాయాలలో వివరించబడిన ఆలోచనలపై, మనకు తగినంత 'అవగాహన' లేకపోతే, CBT పద్ధతులు సహాయపడవు. చాలామంది దీనిని కష్టతరమైన మార్గంగా భావిస్తారు. అతిగా ఆలోచించడం ఒక సమస్య అని వారు గ్రహించారు, కాబట్టి వారు మానసిక, అభిజ్ఞా స్థాయిలో సమస్యను పరిష్కరిస్తారు. వారు అధిక కెఫిన్ తీసుకోవడం, నిరంతరం బిజీగా ఉండే జీవనశైలి, కాలం చేసిన గాయాలు, నిద్రావస్థలో వారి దీర్ఘకాలిక అలవాటును విస్మరిస్తారు. ప్రపంచంలోని ఉత్తమ ఉద్దేశాలతో, వారు ఒక CBT ప్రోగ్రామ్‌ను ప్రారంభిస్తారు. అయితే, వారు ఒక కఠినమైన 'పాచ్'ను తాకిన లేదా పాత 'స్పైరల్'గా ప్రేరేపించబడిన క్షణంలో వెంటనే విడిపోతారు.

మన మెదడు యొక్క ఎలెక్ట్రోకెమికల్ పనితీరు నుండి ఆలోచనలు ఉద్భవిస్తాయి. మన మెదడు అవయవాలు, మన భౌతిక శరీరాలలో భాగం. "హయ్యర్ ఆర్డర్" జోక్యాలు పై నుండి క్రిందికి ఓవర్‌థింకింగ్‌ను పరిష్కరించడానికి ప్రయత్నించేవి. ఆలోచన అనేది మన జీవసంబంధమైన పనితీరు యొక్క వ్యక్తీకరణ అని గుర్తించే దిగువ జోక్యాలతో సరిపోలాలి. మరో మాటలో చెప్పాలంటే, మీరు అతిగా ఆలోచించే పజిల్‌లోని అన్ని ఇతర

అంశాలను కూడా పరిగణనలోకి తీసుకుంటే తప్ప, ఆలోచనల స్థాయిలో పని చేయడం ప్రభావవంతంగా ఉండదు.

దాదాపు అన్ని 'అతిగా ఆలోచించడం' వెనుక ప్రతికూల ఆలోచనా విధానాలు ఉంటాయని చెప్పుకోవచ్చు. సాధారణంగా, ఇది మీ తల చుట్టూ పరుగెత్తే ఆలోచనల పరిమాణం మాత్రమే కాదు, వాటి నాణ్యత ముఖ్యం. అన్నింటికంటే, చాలామంది వ్యక్తులు మంచి గ్రహణశక్తి కలిగి ఉంటారు. చాలా ఆలోచిస్తారు, అది వారికి ఎటువంటి బాధను కలిగించదు! అయితే, CBTతో, మీరు వక్రీకరించిన ఆలోచనల యొక్క మూలాన్ని తెలుసుకోవచ్చు, మెరుగైన వాటిని నిర్మించవచ్చు, అంటే, మందులు లేకుండా, మరింత ప్రశాంతంగా, నియంత్రణతో ప్రపంచాన్ని కదిలించడంలో మీకు సహాయపడతాయి.

బక్‌మిన్‌స్టర్ ఫుల్లర్, మనస్తత్వవేత్త కానప్పటికీ, CBT యొక్క సూత్రాలపై తనకున్న అవగాహనను చూపించాడు. "మీరు ఇప్పటికే ఉన్న వాస్తవికతతో పోరాటం చేయడంవల్ల విషయాలను మార్చలేరు. ఏదైనా మార్చాలంటే, ఇప్పటికే ఉన్న మోడల్‌ను పాతది చేసే కొత్త మోడల్‌ను రూపొందించండి" మనం జ్ఞాపకాల వలయంలో చిక్కుకున్నపుడు, అధిక ఆలోచనలు చేసినప్పుడు, మనం వాస్తవికతను మార్చడానికి ప్రయత్నిస్తాము (లేదా దానిని మార్చడం గురించి ఆలోచిస్తాం) కానీ మనం CBT పద్ధతులను ఉపయోగించినప్పుడు, మనం మార్చేది మోడల్‌నే లేదా మనం గ్రహించే మార్గాలనే!

నిరాధారమైన భయాందోళనలు, OCD లేదా సాధారణీకరించిన ఆందోళన వంటి రోగనిర్ధారణ ఆందోళన రుగ్మతలకు CBT ఉపయోగించబడుతుంది. కాని రోజువారీ ఒత్తిడిని తట్టుకోవడానికి కూడా మనం అదే పద్ధతులను ఉపయోగించుకోవచ్చు, ప్రత్యేకించి ఆ ఒత్తిడి యొక్క మూలం మన స్వంత ఆలోచనలు అయితే.

ఇది CBT యొక్క అంతర్లీన ఆవరణ: మన ఆలోచనలతో (బయటి ప్రపంచంతో కాదు) మనం ప్రపంచాన్ని ఎలా చూస్తామో, మనం ఎలా ప్రవర్తిస్తామో ప్రభావితం చేస్తాము. ఆలోచనలు భావోద్వేగాలను సృష్టిస్తాయి. తద్వారా, ఇవి మన అవగాహనను రూపొందిస్తాయి. మన గురించి, మన నమ్మకాల గురించి, మనం ఎవరితో ఎలా వ్యవహరిస్తామో నిర్ణయిస్తాయి.

మనం మన ఆలోచనలను మార్చినప్పుడు, మిగతావన్నీ అనుసరిస్తాయి. అధికంగా ఆలోచించడంతో, ఉదాహరణకు, ఒక ఆలోచనకు మూలం "ఏదైనా వైఫల్యం భరించలేనిది, నేను విఫలమైనట్లయితే, నేను మంచి వాణ్ణి కాదు" అంటే మీరు విఫలమైనప్పుడు, మీరు భయంకరంగా మారిపోతారు. మీ ప్రవర్తన మారిపోవచ్చు. కాబట్టి మీరు ఎప్పుడూ విఫలమయ్యేందుకు రిస్క్ తీసుకోరు. అయితే, మీ ఆలోచన దానికి బదులుగా "వైఫల్యం సాధారణం, అది ప్రపంచానికి అంతం కాదు". ఇప్పుడు మీరు విఫలమైనప్పుడు, మీరు కొంచెం నిరాశకు గురవుతారు, కానీ మీకు మీరుగా తేరుకుని, దానిని సులభంగా తీసుకొని ముందుకు సాగిపోతారు.

ఇంకా మంచిదేమిటంటే, మీ ఆలోచన యిలా ఉంటే, "నేను మరింత తెలుసుకోవడానికి, బలంగా ఎదగడానికి ఒక మార్గంగా వైఫల్యాన్ని విలువైనదిగా భావిస్తాను". ఇప్పుడు మీరు విఫలమైనప్పుడు మీకు అధికారం లభించినట్టుగా ప్రేరేపింపబడతారు. తదుపరిసారి మరింత కష్టపడేందుకు సిద్ధపడతారు. ప్రతిసారీ అదే వైఫల్యం, కానీ దాని వెనుక ఉన్న ఆలోచనలు భిన్నంగా ఉంటాయి. కాబట్టి భావోద్వేగాలు, వాటి వల్ల కలిగే ఫలితాలు భిన్నంగా ఉంటాయి. కాబట్టి, ఈ ఆలోచనలు, నమ్మకాలు, అంచనాల యొక్క మూలానికి చేరుకోవడం, అవి మీకు కావలసిన భావోద్వేగాలు, ప్రవర్తనలకు దారితీస్తాయా అని తరచి చూడడం ముఖ్యం. అలా కాకపోతే, వాటిని మార్చవచ్చు.

కింది విభాగాలలో, మన కోసం పని చేయని ఆలోచనలను గుర్తించడం, వాటిని సవాలు చేయడం, ఆపై వాటిని పునర్నిర్మించడం లేదా వాటిని మరింత సహాయకారిగా, ఖచ్చితమైన ఆలోచనలతో భర్తీ చేయడం అంటే ఏమిటో మనం చూస్తాము. ఈ ప్రక్రియను నేర్చుకోవడం తప్పనిసరిగా ఒక బలమైన నైపుణ్యం. ఇది మీ ఆందోళనను గాఢమైన స్థాయిలో అర్థం చేసుకోవడమే కాకుండా, మిమ్మల్ని నియంత్రించనివ్వకుండా ఆ భయాలను ఎదుర్కోవటానికి, పని చేయడాన్ని మీకు నేర్పుతుంది. అభిజ్ఞా వక్రీకరణల శక్తిగా దీనిని భావించండి. అధిక ఆలోచనల వలయంలో చిక్కుకు పోకుండా మీరు వాటిని విశ్లేషించి, చైతన్యవంతంగా ఆలోచించి, మీ జీవితానికి ఉపయోగపడే దిశగా దృష్టి పెడతారు.

అభిజ్ఞా వక్రీకరణలను వెలికి తీయటం

మనం ముందుగా మనకు కలిగే వికటమైన ఆలోచనలను, నమ్మకాలను గుర్తించే పనితో మొదలుపెడదాము. వీటిని అభిజ్ఞా వక్రీకరణలు అని కూడా పిలుస్తారు. మీరు యింతవరకూ యిటువంటి ఆలోచనలను చేయకపోవచ్చు. అయితే ప్రపంచం గురించి మీ ఆలోచనలన్నీ ఖచ్చితంగానే వుంటున్నాయా? మనం వాస్తవికతపై వేసిన వడపోతను చూడలేము. కాని నిజం చెప్పాలంటే, మనమందరం మన వ్యక్తిగతీకరించిన అంచనాలు, నమ్మకాలు, విలువల వైఖరులు, పక్షపాతం, అంచనాలు లేదా అనుభవాల భ్రమల ద్వారానే ప్రపంచాన్ని చూస్తాము. అధికంగా ఆలోచించే వారితో వచ్చిన చిక్కేమిటంటే అది నిజమని పూర్తిగా నమ్ముతారు. మన ఆలోచనలు, విశ్లేషణలు, నమ్మకాలు మొదలైన వాటి విలువ ఆధారంగానే ప్రవర్తిస్తాము. అవే అసలైన వాస్తవాలని నమ్ముతాము. సత్యానికి మన నమ్మకాలను ఏ దశలో జోడించిందీ మనం పెద్దగా పట్టించుకోం. అలాంటి అభిజ్ఞా వక్రీకరణలు మీ దగ్గర ఉన్నాయా? (అవును, మీ దగ్గర కూడా వుంటాయి. మా దగ్గర వున్నట్టుగానే!).

ఈ క్రింది పేర్కొన్న కొన్ని అభిజ్ఞా వక్రీకరణలలో మీ ఆలోచనలు, నమ్మకాల ఆధారంగా గుర్తుపట్టండి:

మొత్తంగా లేదా అసలేమీ లేకుండా వుండే ఆలోచన. ఇది మితిమీరిన సరళంగా వుండే నలుపు, తెలుపు ఆలోచన. ఎవరైనా పూర్తిగా తప్పు, లేదా అతను పూర్తిగా సరైనవాడు అంతే తప్ప మధ్యలో ఆలోచన లేదు. ఇది పోరాటం లేదా పారిపోవడం అనే ప్రతిస్పందన నుండి ఉత్పన్నమయ్యే భావోద్వేగ స్థితి. మీరు దానిని సంపూర్ణ భాషలో ఎప్పుడూ, ఎల్లప్పుడూ, ఖచ్చితంగా, పూర్తిగా లేదా ఏమీలేకుండా వంటివి గుర్తిస్తారు. కానీ ఈ రకమైన ఆలోచన రాజీ, సృజనాత్మకత లేదా స్వల్పభేదాన్ని తగ్గిస్తుంది. ఇది నిస్సహాయత, నిరాశ, వశ్యతతో సంబంధం కలిగి ఉంటుంది. ఒక రాజకీయ నాయకుడు, "మీరు మాతో లేదా మీరు మాకు వ్యతిరేకంగా ఉన్నారు" అని చెప్పినప్పుడు మీ మెదడు "ఈ హక్కును పొందండి లేదా ఉన్న ప్రతిదీ ఎప్పటికీ పాడైపోతుంది" అని మీకు చెబుతుంది.

అతి సామాన్యం. ఇది మొత్తంగా లేదా అసలేమీ లేకుండా ఆలోచనకు సంబంధించినదని చెప్పొచ్చు. ఇక్కడ మనం చాలా తక్కువ డేటాను

ఉపయోగించి స్వీపింగ్, అన్నింటినీ కలిగి ఉన్న ప్రకటనలు చేస్తాము. ఉదాహరణకు, "మగవాళ్లంతా యిలాగే వుంటారు" లేదా "ఎప్పుడూ యిలాగే జరుగుతుంది". వాస్తవానికి ఎవరో ఒక మగవాడు ఆ విధంగా వుండొచ్చు. ఎప్పుడైనా ఒకసారి అలా జరగొచ్చు. ఈ ఆలోచన, అర్థమయ్యేలా, మన వాటాను పెంచుతుంది, ఆందోళనను పెంచుతుంది, పరిపూర్ణ భావాలను మరింత స్పష్టంగా చేస్తుంది. 2017 లో కురు, అతని అనుచరులు సామాజిక ఆందోళన కలిగి వున్న వారిలో కొన్ని గుర్తించగలిగిన అభిజ్ఞా వక్రీకరణలను పేర్కొన్నారు. వాటిలో యీ 'అతి సామాన్యీకరణ' ఒకటి.

వ్యక్తి ప్రధానం

సామాజిక పరిస్థితులను దుర్విశ్లేషణ చేస్తూ తద్వారా ఆందోళన చెందే వారిలో యిటువంటి వక్రీకరణ ఉండే అవకాశం ఉంది. మనం వ్యక్తి ప్రధానంగా భావించినప్పుడు "విషయాలన్నీ వ్యక్తిగతమే". బయట జరిగే సంఘటనలకు కూడా వ్యక్తిగా మనమే బాధ్యులమని భావించినపుడు యిలా జరుగుతుంది. సంఘటనలకు, వ్యక్తులకు సంబంధం వుంటుందనేది యీ ఆలోచన.

ఉదాహరణకు, ఒక బార్ లోపల చేతిలో ఆల్కహాల్ వున్న వ్యక్తి ఒక్కసారి పైకి ఎగిరి మన పైన పడ్డాడు. అతని చేతిలో వున్న ఆల్కహాల్ మన మీద చిందింది. అక్కడున్న ఏ వ్యక్తికీ ఆ సంఘటన జరగకపోవడం, మనకే ఎందుకు జరిగిందని ఆలోచించడం, మన మీద తూలిపడిన వ్యక్తి మనపై శత్రుత్వం పెంచుకున్నాడేమో అనుకుంటాం. మన మిత్రుడెవరో ఏదో యిబ్బందుల్లో వున్నాడని తెలిస్తే అందుకు మనమే బాధ్యులమేమో అని అనుకుంటాం, అందుకు కారణాలేమీ లేకుండానే! మన పిల్లవాడు స్కూల్లో సరిగ్గా ప్రవర్తించకపోతే మనం మంచి తల్లిదండ్రులం కామని నిర్ణయించుకుంటాం. మీరు గుర్తిస్తే కనుక, యిలాంటి వక్రీకరణ భావాలే మనలో ఆందోళనలూ, భయలూ పెరిగిపోయే విధంగా చేస్తాయి. చిత్రం ఏమిటంటే యివన్నీ గాల్లోంచి పుడతాయి.

అంతర్గతీకరణ లేదా బాహ్యీకరణ

మనం కొన్ని బాహ్య సంఘటనలను ఎలా వివరిస్తాము? దృగ్విషయం వెనుక మనం కారణం అని తప్పుగా అనుకుంటే, మనం అంతర్గతీకరణంగా ఉన్నట్టుగా చెప్పుకోవచ్చు. ఉదాహరణకు, "నేను నా గదిని తగినంతగా

శుభ్రం చేయనందున మమ్మీ, డాడీ విడాకులు తీసుకున్నారు.” స్వీయ-నింద, తక్కువ ఆత్మగౌరవ ఫలితం, మరియు అధికంగా ఆలోచించడం స్వీయ-పునర్వినియోగ రుచిగా తీసుకోవచ్చు. బాహ్యీకరణ చాలా దూరం వెళుతుంది. ఇది మనం కారణం అయిన పనికి కూడా ఇతరులను నిందించడం. ఉదాహరణకు, “నేను చెప్పినదానితో ఆమె కలత చెందడం నా తప్పు కాదు, ఆమె అంత సున్నితంగా ఉండకూడదు.” ఈ రెండు వక్రీకరణలు కర్తృత్వాన్ని తొలగిస్తాయి, నిస్సహాయతకు దారితీస్తాయి.

ప్రతికూలతకు అనుకూలంగా, అనుకూలతకు తక్కువగా. ఇది సాధారణం; మనం వంద పరీక్షలలో ఒక పరీక్ష విఫలమవుతాము. కాని “నేను విఫలమయ్యాను” అని చెప్పినప్పుడు, మిగతా తొంభై తొమ్మిదిని విస్మరిస్తాము. బహుశా మనం విజయాన్ని అదృష్ట అవకాశం లేదా గాలివాటంగా చూస్తాము. అయితే నిజమైన ప్రమాదం మనం చెడ్డదని రుజువు చేస్తుంది. చెడు విషయాలు ఎల్లప్పుడూ జరుగుతాయి. ఈ పక్షపాతం మన ప్రధాన నమ్మకాలతో కొనసాగుతుంది. విషయాలు ఎల్లప్పుడూ చెడ్డవిగా ఉంటాయి. అయితే, మనం ఇకపై మంచిని కూడా చూడలేము.

భావోద్వేగ తార్కికం. ఈ అభిజ్ఞా వక్రీకరణలో, మనకు ఏదో ఒక నిర్దిష్ట మార్గం అనిపిస్తే, మన భావాలు ఆ విషయం యొక్క సత్యానికి సూచించాలని మనం స్వయంచాలకంగా అనుకుంటాము. మరో మాటలో చెప్పాలంటే, “నేను అనుకున్నానంటే, అది నిజం” మీ ఉద్యోగంలో మీకు పనితీరు సమీక్ష ఇవ్వవలసి ఉంది. ఇది చాలా పొగిడేది కాదని మీకు తెలుసు. ఇది ఎలా బయటపడుతుందో మీకు నిజంగా తెలియకపోయినా, మీ అనుమానాలకు యోగ్యత ఉందని మీరు అనుకుంటారు. పేలవమైన సమీక్ష సమస్యలకు దారితీస్తుందని, మీరు నిజం తెలుసుకోవటానికి ముందే మీ ఆత్మగౌరవాన్ని తగ్గిస్తుందని మీరు నమ్ముతారు.

ఇవి మాత్రమే వక్రీకరణలు కాదు, కానీ అవి చాలా సాధారణమైనవి. ఇతరులు విపత్తు (“బహుశా జరిగే ఏకైక చెత్త విషయం!”), మాయా ఆలోచన (“కాకి తలుపు వెలుపలనే ఉంది. అంటే నేను ఈ రోజు బయటకు వెళ్ళకూడదు”), మైండ్ రీడింగ్ (“అతను నన్ను ద్వేషిస్తాడు, నేను ఇప్పుడే తెలుసుకున్నాను”), భవిష్యవాణి వినిపించడం (“ఫలానా విషయం జరగబోతోంది. నాకు తెలుసు”), లేదా పాతకాలపు ఆలోచన (రెండు

పీహెచ్‌డీలు ఉన్న ఎవరైనా ఇప్పటికీ అజ్ఞానంగా ఐదేళ్ల వయస్సులో ఉన్నట్లుగా ప్రవర్తిస్తున్నారు).

మనలో చాలామంది ఒకేసారి బహుళ అభిజ్ఞా వక్రీకరణలలో పాల్గొంటారు. ఉదాహరణకు, భాగస్వామి నమ్మకద్రోహంగా ఉన్నట్టుగా మనం భయపడితే, వాళ్లు నిజంగానే మోసం చేశారని (భావోద్వేగ తార్కికం) స్వయంచాలకంగా అనుకోవచ్చు. అది మన స్వంత లోపాల (అంతర్గతీకరణ) కారణంగా ఉండాలి అని అనుకోవచ్చు. దీనిని విపత్తు లేదా భవిష్యం చెప్పడం ద్వారా దీనిని అనుసరించవచ్చు. దీనిలో మీరు విడిపోవడం, మళ్లీ ఒంటరిగా మిగిలిపోవడం యొక్క పరిణామాల గురించి మీరు ఎక్కువగా ఆలోచించండి. ఈ ఆలోచనలో మీరే ఈ ఆలోచనలో నిమగ్నమవ్వడాన్ని గమనించడం ట్రిక్. "తప్పక" లేదా "తప్పక" వంటి పదాల కోసం, పరీక్షించని ఊహల కోసం లేదా మీ వైపు ఏదైనా ప్రయత్నం కోసం, రెండవ రూపంలో, తప్పనిసరిగా, తప్పనిసరిగా లేనిదాన్ని వివరించడానికి లేదా సమర్థించటానికి మీ వైపు ఏదైనా ప్రయత్నం కోసం చూడండి. ఈ వక్రీకరణలను ఎలా పట్టుకోవాలో చూద్దాం.

పూర్వపు ప్రవర్తన పర్యవసాన మోడల్ (The Antecedent Behavior Consequence Model [ABC])

1970 లో ఎడ్వర్డ్ కార్, అతని సహచరులు చేసిన పరిశోధనలో సమస్యాత్మకమైన ప్రవర్తనలన్నీ వ్యక్తుల పూర్వ ప్రవర్తన పర్యవసానంగా జరుగుతాయని నిరూపణ అయింది. వారి లక్ష్యం అనువర్తిత ప్రవర్తన విశ్లేషణ అయినప్పటికీ, వారి నమూనాలు వ్యక్తి ప్రవర్తన కనుగొనేందుకు ఉపయోగపడింది. ఇప్పుడు మనం అధిక ఆలోచనల గురించి, జ్ఞాపకాల వలయాలు, బాధల గురించి చెప్పుకుంటున్నాం.

ఈ నమూనాలు మీ స్వయం అభిజ్ఞా వక్రీకరణలను అర్థం చేసుకోవడానికి, వాటిని గుర్తించడంలో మీకు సహాయపడుతుంది, ముందు (పూర్వపు) వచ్చే వాటిని దగ్గరగా చూడటం ద్వారా మరియు తరువాత ఒక నిర్దిష్ట ఆలోచన ప్రక్రియ ద్వారా ప్రేరణ పొందిన ప్రవర్తన (పర్యవసానంగా) పరిశీలించడం. ABC మోడల్ ప్రధానంగా చర్యలు మరియు ప్రవర్తనలపై దృష్టి పెడుతుంది, కాని మనం చూసినట్లుగా, మన చర్యలు మన ఆలోచనలు, నమ్మకాలతో నడుస్తాయి.

పూర్వ ప్రవర్తన అనేది ఒక ప్రవర్తనను తీర్చగల ట్రిగ్గర్. ఉదాహరణకు, మీరు బీచ్‌లో ఉన్న ప్రతిసారీ మీకు ఐస్ క్రీం వస్తుంది, మీ భాగస్వామి ఆలస్యం అయిన ప్రతిసారీ మీకు కోపం వస్తుంది కానీ నిశ్శబ్దం పాటిస్తారు. పూర్వప్రవర్తన ఒక వ్యక్తి, పదం, పర్యావరణం, భావన, పరిస్థితి, రోజు సమయం లేదా ఈ విషయాల మొత్తం కలయిక కావచ్చు.

ప్రవర్తన అనేది ట్రిగ్గర్ ఫలితంగా వచ్చిన చర్య. ఇది మనకు సహాయకారిగా ఉండొచ్చు లేదా అంతగా సహాయపడక పోవచ్చు. మీరు పనిలో ఒత్తిడికి గురైన ప్రతిసారీ, మీరు మద్యపానం చేయవలసి వస్తే, స్పష్టంగా ఇది సహాయపడదు. కొన్ని చర్యలు అనుకూలమైనవి, భరించటానికి మనకు సహాయపడతాయి. మరికొన్ని మన ఉత్పాదకతను బలహీనపరుస్తాయి. అవి మరింత దిగజారిపోతాయి లేదా మనల్ని ప్రమాదంలో పడేస్తాయి.

పర్యవసానం అనేది ప్రవర్తన యొక్క ఫలితం, మంచి లేదా చెడు కావచ్చు. కొన్ని ప్రవర్తనలు పరిస్థితిని మెరుగుపరుస్తాయి లేదా మనకు మంచి అనుభూతిని కలిగిస్తాయి. మరికొన్ని అనారోగ్యకరమైనవి. అవి మనకు ఏ మాత్రం సహాయపడవు. సాధారణంగా, మనము చర్యలను మంచిగా నిర్ణయిస్తాము. ఎందుకంటే వాటి పరిణామాలు మంచివి. లేదా అప్పుడప్పుడు విరుద్ధం కావచ్చు.

ఈ మూడు భాగాలను వివరించే విషయం ఏమిటంటే అవి వాస్తవానికి ఒక దానితో ఒకటి అనుసంధానం అయ్యాయని గ్రహించడం. కొన్నిసార్లు, మన ఆలోచనలు మన ప్రవర్తనను ఎలా ప్రభావితం చేస్తాయో, ఈ ప్రవర్తన మన జీవితాలను ఎలా ప్రభావితం చేస్తుందో మనం గ్రహించలేము. కొన్నిసార్లు, మన ప్రవర్తనను మొదటి స్థానంలో నిజంగా ప్రేరేపించేది ఏమిటో మనం చూడలేము, కాని ఒక్కోసారి, ప్రవర్తనపై నేరుగా పని చేయకుండా, ట్రిగ్గర్ను నివారించడానికి లేదా మార్చడానికి చర్యలు తీసుకోవచ్చు.

కొన్ని ప్రవర్తనల యొక్క కారణాలు, ప్రభావాలను మీరు ఆగి పరిశీలించగలరా? మీరు ఎందుకు చేస్తున్నారో, అది మనకు కావాల్సిన పరిణామాలకు దారితీస్తుందా అనే దానిపై మీరు అంతర్దృష్టిని పొందగలరా? ప్రారంభంలో, మీరు శాస్త్రవేత్త మాదిరిగా మీ స్వంత ప్రవర్తనపై డేటాను సేకరించవలసి ఉంటుంది. అందుకు నమూనాల కోసం చూడండి. నాలుగు నిలువు వరుసలతో స్ప్రెడ్‌షీట్‌ను గీయండి. సంఘటనలను జాబితా

చేయండి, తద్వారా మీరు A, B మరియు C లను నింపవచ్చు లేదా ఒక వారం లేదా రెండు రోజులు డేటాను సేకరించవచ్చు లేదా మీరు పునరావృత నమూనాలను గమనించడం ప్రారంభించే వరకు చేయవచ్చు. ఉదాహరణకు:

	పూర్వపు ప్రవర్తన	వాస్తవ ప్రవర్తన	పర్యవసానం
సంఘటన 1	భోజన సమయాల్లో కిరాణా దుకాణంలో ఉండటం	డోనట్స్ పెట్టెను ఎంచుకొని కారులో వాటిని చిందరవందర చేయడం	శారీరక అనారోగ్యం అవమానపడటం
సంఘటన 2	ఆఫీసులో సహోద్యోగి పుట్టిన రోజు	కేకు తినడం	శారీరక అనారోగ్యం అవమానపడటం
సంఘటన 3	పిల్లలతో వాదన తర్వాత సిగ్గుపడటం	కుకీలకోసం అల్మారాలు వెతికి సగం డబ్బా ఖాళీ చేయడం	నియంత్రణ కోల్పోవడం

ఈ సరళమైన ఉదాహరణ చూసిన వెంటనే ఆ వ్యక్తి అత్యాశగల వాడని, అతిగా తినేస్తాడని ఎవరైనా త్వరగా గ్రహించవచ్చు (వాస్తవానికి, యీ భావన అతిగా తినడం యొక్క పరిణామం) కానీ వారు ఒత్తిడిని ఎదుర్కోవటానికి అతిగా తినడం లేదా పర్యావరణ సూచనలవల్ల, నేర్చుకున్న ప్రవర్తనలు ప్రేరేపిస్తున్నందువల్ల కావచ్చు. (కార్యాలయ పార్టీ = కేక్ సమయం!).

ఈ సరళమైన ఉదాహరణ కొన్ని విషయాలను వెల్లడిస్తుంది: ప్రవర్తన వాస్తవానికి పనిచేయడం లేదు, ఎందుకంటే పర్యవసానంగా ఎల్లప్పుడూ ప్రతికూలంగా ఉంటుంది. ఇది వెంటనే ముందుకు వెళ్ళే మార్గాన్ని కూడా సూచిస్తుంది: ప్రవర్తనను నివారించడానికి ట్రిగ్గర్‌లను మోడరేట్ చేయండి.

ఉపయోగకరంగా ఉన్నప్పటికీ, సాంకేతికత మరింత సరళమైన ప్రవర్తనలకు బాగా సరిపోతుంది; మరింత సంక్లిష్టమైన లేదా మర్మమైన ధోరణులను వివరించేందుకు మీకు ఒక ప్రొఫెషనల్ సహాయం అవసరం కావచ్చు, ప్రత్యేకించి మీరు కొన్ని పక్షపాతపు, లేదా తప్పు

ఆలోచనలను విశ్లేషణలో పరిచయం చేస్తున్న పక్షంలో. ABC మోడల్‌ను ఉపయోగించడానికి రెండు భాగాలు ఉన్నాయి: మొదట, మీరు ఇప్పటికే ఉన్న ప్రవర్తనలపై మరింత అంతర్దృష్టిని కనుగొనడానికి డేటాను సేకరిస్తారు, మరియు రెండవది, అవాంఛిత ప్రవర్తనలను పరిష్కరించే ప్రయత్నంలో ట్రిగ్గర్‌లు మరియు పరిణామాలను పునర్నిర్మించడానికి మీరు పని చేస్తారు.

ప్రవర్తన మార్పు సాధ్యమే, కానీ దీనికి సమయం పడుతుంది. మీరు గ్లోబల్ వీక్షణను తీసుకున్నప్పుడు ఇది సాధారణంగా ఉత్తమంగా పనిచేస్తుంది, అనగా మీ ప్రవర్తనను చుట్టుముట్టే నిర్మాణాన్ని పరిగణించడమే కాకుండా, ఆ ప్రవర్తనకు మద్దతు ఇచ్చే ఆలోచనలను కూడా పరిగణించండి. అధికంగా ఆలోచించే విషయానికి వస్తే, ఆలోచనలు ఏ ఆలోచనలు, దానితో పాటుగా మన చర్యను అనుసరించండి. మన ఆలోచనలు ఆ చర్యలను ఎలా తెలియజేస్తాయో పరిగణనలోకి తీసుకోవడం ద్వారా మనం ABC పద్ధతిలో కట్టవచ్చు.

అనుకోకుండా చెడు ప్రవర్తనను నిర్దేశించే బహుమతి పరిణామాలు పుష్కలంగా ఉండవచ్చు. (ఉదాహరణకు, మీరు ఎక్కువగా తాగినప్పుడల్లా, మీరు పార్టీ యొక్క ఆత్మగా మారతారు. మీ స్నేహితుల నుండి చాలా సానుకూల ధ్రువీకరణను పొందుతారు). దగ్గరగా చూస్తే, మీ ప్రవర్తనను మాత్రమే కాకుండా, దాని వెనుక ఉన్న ఆలోచనలను విశదీకరించేందుకు ప్రయత్నం చేయవచ్చు. “నేను తాగితే, నన్ను వ్యక్తులు ఇష్టపడతారు, అంటే నేను తాగకపోతే ప్రజలు నన్ను అంతగా ఇష్టపడరు.” మీరు మిశ్రమ విజయంతో వెళ్ళవచ్చు, కాని మద్యపాన ప్రవర్తనను ఉంచే ప్రధాన నమ్మకాలు, ఆలోచనలను మీరు అంగీకరించినట్లయితే మీరు ఈ మద్యపాన సమస్య చుట్టూ ఉన్న ఆందోళనను బాగా పరిష్కరిస్తారు.

పనిచేయని ఆలోచనను నమోదు చేయండి

అధికంగా ఆలోచించటానికి, ఆందోళనను తగ్గించడానికి మరొక మార్గం ఉంది. హానికరమైన ఆలోచనలతో నేరుగా పనిచేయడం. ముఖ్యంగా మీ జీవితంలో మీరు కోరుకోని పరిణామాలను కలిగి ఉన్న ప్రవర్తనల వెనుక ఉన్న ఆలోచనలు. “పనిచేయని ఆలోచన రికార్డ్” అనేది ఆ స్వయంచాలక, అపస్మారక ఆలోచనలన్నింటినీ ఒకే చోట సేకరించడానికి ఒక నిర్మాణాత్మక

మార్గం. కాబట్టి మనం వాటిని విశ్లేషించవచ్చు. ప్రత్యామ్నాయం మనకు బాగా ఉపయోగపడుతుందో లేదో నిర్ణయించవచ్చు.

పైన ఉన్న ABC స్ప్రెడ్‌షీట్‌ను నిర్మించిన విధంగానే, ఆలోచన రికార్డును నిర్మించండి:

తేదీ, సమయం	పరిస్థితి	స్వయం-చాలక ఆలోచనలు	భావో-ద్వేగాలు	ప్రత్యామ్నాయ ప్రతిస్పందన	ఫలితం

మీరు బలమైన ప్రతికూల భావోద్వేగాన్ని అనుభవించిన ప్రతిసారీ ఈ రికార్డులో నమోదు చేయండి. ఆలోచనలు, భావాలపై "పోస్ట్‌మార్టం" చేయడానికి ఈ రికార్డ్ మీకు సహాయపడుతుంది. ఆ సమయంలో మీ మనస్సులో ఏమి జరుగుతుందో తెలుసుకోండి. మీరు తెలివైన, డేటా-ఆధారిత మార్పులు చేయాలనుకుంటే ఉపయోగించండి.

పరిస్థితి: మీరు "పూర్వప్రవర్తన" కోసం చేసినట్లుగా, కొన్ని ఆలోచనలు, భావాల ముందు వచ్చే ఏవైనా ప్రేరేపించే సంఘటన లేదా వాతావరణాన్ని రికార్డ్ చేయండి. ఇది జ్ఞాపకశక్తి, ఆలోచన, భావోద్వేగం, ఆలోచన లేదా చిన్న పగటి కల కావచ్చు, అది మీకు ఒక నిర్దిష్ట మార్గాన్ని చూపిస్తుంది.

స్వయంచాలక ఆలోచనలు: ఆలోచనలు లేదా చిత్రాలను, అలాగే వాటిలో మీ నమ్మకం లేదా పెట్టుబడి స్థాయిని ఉంచండి.

భావోద్వేగాలు: ఈ స్వయంచాలక ఆలోచనలు ప్రేరేపించిన భావోద్వేగాన్ని, అలాగే వాటి తీవ్రతను ఒక శాతం బాధించండి.

ప్రత్యామ్నాయ ప్రతిస్పందన: ఇక్కడ, ప్రారంభ సంఘటన గడిచిన తరువాత, మీరు చేసిన అభిజ్ఞా వక్రీకరణల గురించి ఆలోచించండి. మీకు భిన్నమైన, ఆరోగ్యకరమైన ప్రతిస్పందన ఉందా అని ఆలోచించండి. ఈ వక్రీకరణలను సవాలు చేయడం, అధిగమించడం గురించి మనం ఈ కాలమ్‌ను తదుపరి విభాగంలో మరింత పూర్తిగా కవర్ చేస్తాము.

ఫలితం: మీ అసలు ఆలోచనలు, భావాలను గుర్తించి, పునర్నిర్మించిన తర్వాత దీన్ని పూరించండి. మీకు ఎలా అనిపిస్తుందో తిరిగి అంచనా వేయండి, మీ భావాల తీవ్రత, మీరు ఎలా వ్యవహరించాలనుకుంటున్నారో, స్వయంచాలక ఆలోచనలను మీరు ఎంతగా నమ్ముతారు మొదలైనవి.

మీరు అభిజ్ఞా వక్రీకరణల కోసం అదనపు కాలమ్ కూడా చేయవచ్చు. ఇది కాలక్రమేణా వాటిని మరింత సులభంగా గుర్తించడంలో మీకు సహాయపడుతుంది. మీరు ఏ వక్రీకరణలను ప్రత్యేకంగా ప్రవేశించారో గమనించండి.

ABC ఫార్మాట్ మరియు పైన పేర్కొన్న పనిచేయని ఆలోచన రికార్డ్ రెండూ తప్పనిసరిగా ఒకే ఫంక్షన్‌ను నిర్వహిస్తాయి; ఏదేమైనా, ఒకరు ప్రవర్తనలపై, మరొకటి వాటి వెనుక ఉన్న ఆలోచనలు, భావాలపై ఎక్కువ దృష్టి పెడతాయి. మీరు మీ ప్రత్యేక పరిస్థితిని బట్టి ఉపయోగించవచ్చు లేదా మీరు ఆందోళనను అధిగమించినప్పుడు, ఆందోళనను అనుభవించినప్పుడు అంతర్గతంగా ఏమి జరుగుతుందో గాఢమైన అవగాహన పొందడానికి రెండింటినీ కలిసి ప్రయత్నించవచ్చు. మీరు ఏమి నిర్ణయించుకున్నా, కొన్ని వారాల తరువాత మీరు తదుపరి దశకు వెళ్లడానికి తగిన డేటాను సేకరించాలి: మీ ఆలోచనలను సవాలు చేయడం మరియు మార్చడం వంటివి.

అభిజ్ఞా వక్రీకరణలను వదిలించుకోవటం

మీ సహాయపడని ఆలోచనలను వదిలించుకోవడానికి మీరు ఏ పద్ధతిని ఉపయోగించుకున్నప్పటికీ, అసలైన కారణం ఏమిటంటే ఎల్లప్పుడూ మిమ్మల్ని ఆందోళన కలిగించే ఆలోచన నమూనాలను నియంత్రించాలనే ఆలోచన. వాటిని ప్రశాంతంగా, నియంత్రణలో, సమర్థవంతంగా అనిపించడంలో మీకు సహాయపడే ఆలోచనా విధానాలతో వాటిని భర్తీ చేయడం. అదీగాక, వాటి గురించి తీవ్రంగా ఆలోచించకుండా ఆదరణీయ ఆసక్తితో నిర్ణయించే మార్గం అనుసరించు కోవడంలో మహత్వం ఉందని గుర్తుంచుకోవాలి. ఆందోళనతోనూ, అధిక ఆలోచనలతోనూ వుండే ప్రజలు తరచుగా వారిపట్ల వారే అత్యంత కాఠిన్యంతో వుంటారు. ఒక్కోసారి వాళ్ల బలహీనతలు, తప్పులపై దండన విధించుకుంటారు. మీరు మీ స్వయం ప్రజ్ఞలో వున్న తీరులు గమనించివుంటే, కొంత తక్కువ వైఫల్యం కనిపించే

విధంగా చూసుకోవడం ఉత్సాహాన్ని కలిగించే విధంగా ఉంటుంది. ఆ విధంగా ఎదిగేందుకు, మీలో వున్న నిజాయితీకి, ధైర్యానికి మీరు గర్వపడండి. దీని వెనుక కారణం ఏమిటంటే, మన ఆలోచనలపై వున్న ముసుగులు తొలగించటం. అంటే వాటికి మార్పు చేసుకునేందుకు ప్రయత్నించటం, అది కూడా మన విలువలు ఆధారంగా, మన జీవితాన్ని మనం కోరుకున్నట్లుగా వుండేందుకు ప్రయత్నించడం. ఇది నిజంగా శక్తివంతంగా ముందుకు వెళ్లే ప్రక్రియ అనిపిస్తుంది. కొన్ని ప్రసిద్ధ విధానాలను చూద్దాం.

అభిజ్ఞా పునర్నిర్మాణం

ఇది తమాషా కాదు. దాని కోసం మన స్వంత పదాన్ని ఎంత తరచుగా మరియు ఎంత సులభంగా తీసుకుంటాము? ఎక్కువ సమయం, మన మనస్సుల గుండా నడిచే ఆలోచనలను మనం ప్రశ్నించము, కాని మన ఆలోచనను నిశితంగా చూడగలిగితే, మనం వక్రీకరణలు, దోషాలు, తప్పుడు కథనాలను గుర్తించగలము. అవి మనల్ని అధికంగా ఒత్తిడి యొక్క నమూనాలలో చిక్కుకునేట్టు చేస్తాయి. పాత అభ్యాసం, సంప్రదాయం నుండి లేదా ఒక విషాదం నుండి వచ్చిన గుర్తింపును వాటి నుండి మార్పిడినట్లుగా వివరించగలిగినా, మీకు అన్ని నమ్మకాలను ప్రామాణికంగా తెలియాలని నమ్ముతాయి. కానీ, ఈ వివరణలు వాస్తవంగా మనకు సత్యంపట్ల ప్రతిపాదనలు తెలియజేస్తాయి. కానీ వాస్తవం అదే.

మనం, యిప్పుడే శాస్త్రవేత్తల మోస్తరుగా వ్యవహరించడానికి సిద్ధంగా ఉండాలి. మన స్వంత ఆలోచనను తటస్థంగా పరిశీలించి ప్రశ్నించాలి. ఏ పాత ఆలోచనను మన నుండి పారిపోనివ్వకుండా సాక్ష్యంగా ఉంచుకోవాలి. ఈ స్పష్టత మన ఆలోచనలను తేలిగ్గా తెంచటానికి సహాయపడే కత్తిలా మారుతుంది. అప్రయోజకమైన, అనవసరమైన ఆలోచనలను వదిలివేసి, ఉపయోగకరమైన, ఖచ్చితమైన ఆలోచనలను ఈ గందరగోళం నుండి శస్త్రచికిత్స రూపంలో తొలగించడానికి సహాయపడుతుంది.

అల్బర్ట్ ఎలిస్ కాగ్నిటివ్ థెరపీలో, ముఖ్యంగా కాగ్నిటివ్ రీస్ట్రక్చరింగ్‌లో, ఒక స్థాపక పితామహులుగా గుర్తింపబడ్డారు. ఇందులో మనకు సహాయపడని ఆలోచనలను గుర్తించి, వాటిని సవరించుకోవడం జరుగుతుంది. మనకు కావలసిన ఆలోచనలను నిర్మించుకునే ఎంపిక

మనకు ఉంది. పరిమితమో, అనవసరమో అయిన ఆలోచనలను మరింత తార్కికమైన వాటిగా మార్చేందుకు సాక్ష్యాలను ఉపయోగించుకోవచ్చు.

ఒక థెరపిస్టు, వారి ఆలోచనలు, అనుమానాలు, వ్యక్తీకరణలు, వ్యాఖ్యానాలు వాస్తవానికి మద్దతుగా ఉన్నాయా అని తెలుసుకోవడానికి, ఎవరైనా బయటకు వెళ్లి ఖచ్చితమైన డేటాను సేకరించాలని అడగవచ్చు. మీరు చాలా విషయాలను సాక్ష్యాల లేమితో నిర్ధారించుకుంటారనే ముఖ్యమైన అవగాహన ఇక్కడ వస్తుంది! మీరు ఒక ఆలోచనల సముదాయాన్ని ఎంచుకుంటే, మీరు మరొకదాన్ని కూడా ఎంచుకోవచ్చు.

మనకు ఎలా అనిపిస్తుందనేది ఏమి జరిగిందనేది కాదు, కానీ ఏమి జరుగుతుందనే దాని గురించి మనం ఎలా ఆలోచిస్తామనేది. మనం విషయాలను చూసే విధానాన్ని మార్చినప్పుడు, మనం భావించే విధానాన్ని కూడా మారుస్తాము. వాస్తవానికి, మునుపటి విభాగంలో వివరించిన విధంగా మీరు మీ స్వంత ఆలోచనపై కొన్ని పరిశీలనలు చేస్తే, మీ చేతన శ్రద్ధ ఇప్పటికే మీరు మిమ్మల్ని మానసికంగా నిర్వహించే విధానాన్ని మారుస్తోంది. మందగించడం, శ్రద్ధ చూపడం ద్వారా, మీకు మరింత అవగాహన ఉంటుంది. మరింత పని చేసేందుకు మీరే అవకాశం ఇస్తారు. మన ఆలోచనలను వాటితో పాటు ప్రశ్నార్థకం చేయకుండా, వాటిని గుర్తించడం ద్వారా, మనం మరింత హేతుబద్ధంగా, మరింత స్పష్టంగా ఆలోచిస్తాము. ఒత్తిడితో కూడిన మానసిక అలవాట్లను విచ్ఛిన్నం చేసే దిశగా పెద్ద అడుగు వేస్తాము.

విషయాలను మరింత ముందుకు తీసుకుపోదాం. మీకు ప్రతికూల భావోద్వేగం అనిపించినప్పుడు, కొద్దిసేపు ఆగండి. క్షణకాలం నిశ్చలస్థితిలో ఉండి, ఆ తర్వాత అప్రమత్తంగా మారండి. మీరు ఏ విధానాన్ని ఎంచుకున్నారో, మీ రికార్డ్‌లో మీకు వీలైనంత ఎక్కువ రాసుకోండి. ట్రిగ్గర్ లేదా సంకేతాన్ని గుర్తించండి. కనీసం ఏదైనా అనుభూతికి ముందు నేరుగా వచ్చిన దాన్ని గుర్తించండి. దానిని గమనించండి. మీకు వీలైతే వివరాల్లోకి వెళ్లండి: ఎవరు ఉన్నారు? ఇది ఎక్కడ, ఎప్పుడు జరిగింది? అక్షరాలా ఏమి జరిగింది, వివరంగా రాయండి. (వివరాలు చాలా చిన్నవి కావు)?

మీ స్వయంచాలక ఆలోచనలు మీ మనస్సులో స్పష్టంగా లేకపోయినప్పటికీ వాటిని వ్రాయండి. ఏదైనా స్వీయ-చర్చను, మాయమైపోయే ఏవైనా ప్రశ్నలు, ఏవైనా వివరణలు లేదా కథనాలను

మీరు వెంటనే చెప్పడం ప్రారంభించడాన్ని చూడండి. గమ్మత్తైన విషయం ఏమిటంటే, అత్యంత మొండిగా, నష్టపరిచే స్వయంచాలక ఆలోచనలు సాధారణంగా మొదట అత్యంత అస్పష్టంగా, ఉచ్చరించడానికి కష్టంగా ఉంటాయి. ఫలితంగా వచ్చిన భావోద్వేగాన్ని గమనించండి (ఆలోచన మరియు భావోద్వేగం ఒకేలా ఉన్నట్లు మొదట అనిపించవచ్చు. జాగ్రత్తగా గమనించి వాటిని విడదీయండి!) మీరు దానిని ఎంత తీవ్రంగా భావిస్తున్నారో తెలుసుకోండి. మీరు ఒకటి కంటే ఎక్కువ అనుభూతులు చెందవచ్చు.

మీరు దీన్ని అలవాటు చేసుకున్న తర్వాత, మనం ముఖ్యమైన భాగానికి వస్తాము: మార్పుచేయడం! తటస్థంగా డేటాను సేకరించడానికి మీరు తగినంత సమయాన్ని వెచ్చించిన తర్వాత మాత్రమే పునర్నిర్మించే ప్రయత్నం చేయండి. మనం వాస్తవంగా ఏమి మారుస్తున్నామనేది స్పష్టంగా తెలిసేవరకూ, మనం తరచుగా మార్పులు చేయడం ప్రారంభించే స్థితిలో ఉండము! మీరు చేసే వక్రీకరణ ద్వారా మీ ప్రత్యామ్నాయాలు మార్గనిర్దేశం చేయబడతాయి. మీరు ప్రాసెస్‌కి కొత్త అయినప్పుడు, మీరు వీలైనన్ని ఎక్కువ ప్రత్యామ్నాయాలను రూపొందించాలనుకోవచ్చు. అవి పని చేయగలిగితే పర్వాలేదు. వాస్తవానికి, ఇతరాలు ఉన్నాయని చూడటానికి మీరు మీ మనస్సును తెరచి వుంచితే, విషయాల గురించి ఆలోచించే మార్గాలు గోచరిస్తాయి. విభిన్న వివరణల కోసం చూడండి. విషయాలను మృదువుగా చేయండి లేదా మీ విశ్లేషణలో కొంచెం సరళంగా లేదా కొంచెం దయతో ఉండండి.

ఈ ప్రక్రియకు మార్గనిర్దేశం చేయడానికి ఇక్కడ కొన్ని ప్రశ్నలు ఉన్నాయి:

- నా స్వయంచాలక ఆలోచన వాస్తవానికి నిజమో కాదో చెప్పడానికి నా దగ్గర ఏ ఆధారాలు ఉన్నాయి?
- ఇతర వివరణలు ఉన్నాయా?
- నేను పొరపాటు చేశానా లేదా ఊహించానా?
- జరగబోయే దుష్పరిణామం ఏమిటి – అది నిజంగా చెడ్డదా?
- నేను ఏ అభిజ్ఞా వక్రీకరణలను ఉపయోగిస్తున్నాను? నేను ఈ వక్రీకరణను దూరంగా వుంచితే ఆలోచన ఎలా ఉంటుంది?

- నాకు ప్రియమైన వ్యక్తి లేదా స్నేహితుడు ఇలాంటి ఆలోచన గురించి ఆలోచిస్తే నేను ఏమి ఆలోచిస్తాను?
- నేను అన్ని వాస్తవాలను చూశానా లేదా వాటిలో కొన్నింటిని మాత్రమే చూశానా?
- నా ప్రతిస్పందన నిజమైనదేనా లేక నేను అలవాటుగా ప్రవర్తిస్తున్నానా?
- ఇంకా ఏ ఇతర దృక్కోణాలు ఉన్నాయి? ఈ పరిస్థితి గురించి ఇతరులు ఏమి చేయవచ్చు?
- ఈ ఆలోచన నిజంగా ఎక్కడ నుండి వచ్చింది? ఇది నమ్మదగిన మూలమా?

ఈ విధంగా మీకు వీలైనన్ని ప్రత్యామ్నాయాలను రాయండి, కనీసం మూడు. ఆపై, మీ చార్ట్‌ని మళ్లీ తరచి చూసుకోండి. మీ ఆలోచనలు, భావోద్వేగాలను కొత్త కోణంలో చూడండి. ఇప్పుడు మీరు మీ ఆలోచనను పునర్నిర్మించిన తర్వాత ఏదైనా భిన్నంగా ఉందా? అలా అయితే, ఏవైనా ప్రయోజనాలను గమనించండి మరియు అభినందించండి. అభిజ్ఞా పునర్నిర్మాణం వాస్తవానికి మీ జీవితాన్ని మెరుగుపరుస్తుంది. మీకు మంచి అనుభూతిని కలిగిస్తుంది అనే వాస్తవాన్ని మీరు ఎంత ఎక్కువగా అంతర్గతీకరించగలిగితే, అంతగా మీరు దానితో కట్టుబడి, ప్రయోజనాలను పొందే అవకాశం ఉంది!

ఒక నిర్దిష్టమైన ఉదాహరణ చూద్దాం. మైక్ దీర్ఘకాలిక ఆలోచనాపరుడు. అతను పని గురించి పదే పదే చింతిస్తూ తీవ్ర ఒత్తిడికి లోనయ్యాడు. ప్రతిదీ ఎల్లప్పుడూ విపత్తు అంచున ఉంటుందనే భయంతో విశ్రాంతి తీసుకోలేకపోయాడు. అతను కొన్ని వారాలపాటు పనిచేయని ఆలోచనల రికార్డును తయారుచేసారు. అతని ఎంట్రీలలో ఒకటి ఇక్కడ ఉంది:

కొన్ని వారాల తర్వాత మైక్ అదే పునరావృత ఆలోచనల నమూనాను, మళ్లీ మళ్లీ అదే రకమైన వక్రీకరణలను గమనించాడు. అతను ఆలోచనలను పరిశీలిస్తాడు, ముందుగా జాబితా చేయబడిన ప్రశ్నల నుండి ప్రేరణ పొందిన కొన్ని ప్రత్యామ్నాయాలను రూపొందించాడు: “ప్రజలు నా పనిని అప్పుడప్పుడు గమనించినప్పటికీ, ప్రజలు నాపై తీర్పు యిస్తున్నారని నా దగ్గర ఎటువంటి సాక్ష్యాలు లేవు.”

తేదీ, సమయం	పరిస్థితి	స్వయంచాలక ఆలోచనలు	భావోద్వేగాలు	ప్రత్యామ్నాయ ప్రతిస్పందన	ఫలితం
9 జూలై, 10:45	హడావుడిగా ఆఫీసుకు వెళ్లినపుడు, హాలులో బాస్ అడిగిన ప్రశ్నలకు వెంటనే సమాధానం చెప్పలేనప్పుడు, అతను నవ్వాడు.	"ఇతరులు నన్ను నిరంతరం గమనిస్తున్నారు మరియు మూల్యాంకనం చేస్తున్నారు" "నేను ఖచ్చితంగా అన్ని సమయాలలో నియంత్రణలో కనిపించాలి" "నేను ఒక విధంగా ఉద్యోగంలో విఫలమయ్యాను"	భయాందోళన (80%) అవమానం (10%) నేను ఎప్పుడూ విశ్రాంతి తీసుకోలేను, మోసగాడిలా భావించలేను.	సాధ్యమైన వక్రీకరణ: విపత్తు, అధిక ద్రవ్యోల్బణం, ప్రతికూలతపై దృష్టి సారించడం, మనస్సును చదవడం.	నేను ఆలో చనలను పునర్నిర్మించి నప్పుడు చాలా సుఖంగా మరియు తేలికగా ఫీల్ అవుతాను.

"నా బాస్ నన్ను ఎంత దగ్గరగా పర్యవేక్షిస్తున్నారన్న విషయంలో నేను కాస్త అతిశయోక్తికి గురవుతున్నాను"

"నేను అతని నవ్వులో అసలు విషయంకంటే భయంకరమైనదిగా అర్థం చేసుకోవచ్చు"

"నా బాస్ నా పనితో సంతోషంగా ఉన్నారని నా దగ్గర చాలా సాక్ష్యాలు ఉన్నాయి."

"నేను చిన్న పొరపాటు చేసినా, ఇతరులు దానిని చూసినా అందులో నష్టమేం లేదు. ప్రపంచమేమీ అంతం కాదు. నేను వెంటనే పని నుంచి తొలగించబడటం అసంభవం."

"ఇతరులు నా గురించి ఏమనుకుంటున్నారో నాకు నిజంగా తెలియదు. వారు నా గురించి చెడుగా ఆలోచిస్తున్నారనడానికి ఎటువంటి ఆధారాలు లేవు."

... యిలా యిలా

ఈ ఆలోచనలతో, వాస్తవానికి 80 శాతం ఉన్న అతని భయాందోళన దాదాపు 30 శాతానికి పడిపోయిందని మైక్ గమనిస్తాడు. అతను మరింత సానుకూలంగా ఆలోచించినప్పుడు అతను అస్సలు సిగ్గుపడనవసరం లేదని అతను గమనించాడు. తదుపరిసారి వక్రీకరించిన ఆలోచనలు ఉద్భవించినప్పుడు, అతను తక్షణమే ఆగుతాడు. అతను నియంత్రణలోనే ఉన్నాడని, ఎంపికలను కలిగి ఉన్నాడని గుర్తు చేసుకుంటాడు. అతను జ్ఞాపకాల వలయం మరియు ఒత్తిడికి దారితీసే పాత మానసిక మార్గాల్లోకి వెళ్లాలనుకుంటున్నాడా? లేక అతను మరింత సౌకర్యవంతమైన, వాస్తవిక ఆలోచనా విధానాన్ని ఎంచుకోవాలనుకుంటున్నాడా?

ప్రవర్తనా ప్రయోగాలు

మీరు పైన పేర్కొన్న విధానాన్ని తీసుకున్నప్పుడు, మీరు తప్పనిసరిగా మీ అతి చురుకైన మనస్సును స్థిరంగా కూర్చోబెట్టి, అది సృష్టించే స్వయంచాలక, అపస్మారక, పనికిరాని ఆలోచనలన్నింటినీ ప్రశ్నిస్తున్నారు. మీరు తటస్థ పరిశోధకుడి లేదా శాస్త్రవేత్త పాత్రను పోషించండి, అప్పుడు విషయాల

మూలాలను చేరుకుంటారు. కానీ మన అత్యంత ప్రతిష్టాత్మకమైన ఊహలు, పక్షపాతాలలో కొన్ని మాత్రం మనం వాటిని అభిజ్ఞా వక్రీకరణల కోసం తనిఖీ చేసిన తర్వాత ప్రత్యామ్నాయాల కోసం వెతికిన తర్వాత కూడా కొనసాగవచ్చు.

ఉదాహరణకు, "అందరూ నన్ను ద్వేషిస్తారు" అనే ఆలోచన మీకు ఉండవచ్చు. ఇది మీలో బాల్యం నుండి లేదా మీ గుర్తింపు యొక్క అలవాటైన భావన నుండి ఎంతగానో పాతుకుపోయి ఉండవచ్చు. "ద్వేషం" అనేది బహుశా చాలా బలమైన పదం అని మీరు మేధోపరంగా గుర్తించినప్పటికీ, మీరు దానిని ఎప్పటికీ కదిలించలేరు. మీతో మీరు వాదించుకోవచ్చు, ప్రత్యామ్నాయ వివరణల కోసం వెతకవచ్చు, అయినప్పటికీ ఈ నమ్మకం నిజమని లోతుగా భావించవచ్చు. అయితే, మీరు ఈ ఆలోచన యొక్క మూలాన్ని పొందడానికి ఒక మార్గం ఉంది: దానిని పరీక్షించండి.

మన ఆలోచనలకు సాక్ష్యాలను చూడటం కోసం చాలా దూరం వెళ్ళవచ్చు. కానీ కొన్నిసార్లు మన ఆలోచనలు వాస్తవంలో లేవని మనం నిరూపించుకోవడానికి "ప్రయోగాలు" చేయవలసి ఉంటుంది. కొన్ని మూఢ నమ్మకాలు భావోద్వేగ భాగాన్ని కలిగి ఉంటాయి. మీరు వాటిని హేతుబద్ధంగా వాదించినందువల్ల కూడా అవి అదృశ్యం కావు. కాబట్టి, బదులుగా ఈ పద్ధతిని ప్రయత్నించండి:

- నమ్మకాన్ని స్పష్టం చేయండి. మీ ఆలోచన ఏమిటో స్పష్టంగా పేర్కొనండి. దానితో పాటు సంబంధిత భావోద్వేగాన్ని, దాని తీవ్రతను వ్రాయండి. ఈ ఉదాహరణలో, "అందరూ నన్ను ద్వేషిస్తారు."
- సంభావ్య ప్రత్యామ్నాయాన్ని కలిగి ఉన్న పరికల్పనను సృష్టించండి. అనగా "కొంతమంది నన్ను ద్వేషించరు."
- ఈ పరికల్పనను పరీక్షించడానికి ఒక ప్రయోగాన్ని సృష్టించండి. ఈ నమ్మకాన్ని నిజంగా పరీక్షించడానికి మీరు ఏమి చేయాలి? గతంలో వ్యక్తులు మిమ్మల్ని ఇష్టపడ్డారని చెప్పిన సందర్భాలను మీరు జ్ఞప్తి చేసుకోవచ్చు లేదా మీ చుట్టూ ఉన్నవారు మీతో ఎలా ప్రవర్తిస్తారో చూడడానికి ఒక వారం వ్యవధిలో వారి ప్రవర్తనను

మీరు గమనించవచ్చు. "ద్వేషం" యొక్క వైఖరికి అనుకూలంగా ఉందో లేదో చూడండి

- ప్రయోగం చేయండి. మీకు వీలైనంత ఓపెన్ మైండెడ్‌గా ప్రయోగాన్ని అమలు చేయండి. మీ పరిశీలనలను వ్రాయండి. మీతో సమయం గడపాలని, మీ చుట్టూ ఉండేందుకు ఇష్టపడటానికి చాలా మంది వ్యక్తులు వారంలో ఉద్దేశపూర్వకంగా మిమ్మల్ని సంప్రదించడం బహుశా మీరు గమనించవచ్చు.
- ఈ ఫలితాలను విశ్లేషించండి. మీరు ఎలాంటి తీర్మానం చేయవచ్చు? "అందరూ నన్ను ద్వేషిస్తారు" అనే అసలు నమ్మకం పరిశీలనకు నిలబడుతుందా? మీరు నమ్మకాన్ని మార్చుకున్నప్పుడు మీలో కలిగే మార్పును కూడా గమనించండి.
- ఈ నమ్మకానికి సర్దుబాట్లు చేయండి మీకు ఖచ్చితంగా తెలియనప్పుడు, మీ ప్రయోగానికి తిరిగి రండి. మీరు తార్కికంగా మరియు ఆచరణాత్మకంగా మీరే నిరూపించుకున్నారని మీకు గుర్తు చేసుకోండి. ప్రత్యామ్నాయ నమ్మకంతో అనుబంధించబడిన భావాలను గుర్తుంచుకోండి.

మీరు ఎంచుకోగల అనేక రకాల ప్రవర్తనా ప్రయోగాలు ఉన్నాయి. పైన పేర్కొన్న దానిని "ప్రత్యక్ష పరికల్పన పరీక్ష ప్రయోగం" అంటారు. అయినప్పటికీ, మనం అతిగా ఆలోచించే కొన్ని విషయాలు ఈ ప్రయోగాత్మక పద్ధతిలో సులభంగా పరికల్పనలను రూపొందించడానికి సహాయపడవు. ఇతర సమయాల్లో, భయాలు, ప్రతికూల ఆలోచనలు పరీక్షించడం అంత సులభం కాదు. ఉదాహరణకు, తమకు ఏదైనా జరిగితే ఎవరైనా పట్టించుకుంటారా అని ఆలోచిస్తూ ఉండే ఒంటరి వ్యక్తి, తనపట్ల ఎవరూ సుముఖంగా లేరని, తనకు తాను హాని చేసుకుంటూ దీనిని పరీక్షించుకోలేడు (చేయకూడదు కూడా!).

అటువంటి విషయాల కోసం, మనం సర్వేలను ఉపయోగించుకునే ప్రత్యామ్నాయ ప్రయోగ పద్ధతిని ఉపయోగించవచ్చు. మీరు అనుచిత ఆలోచనలతో బాధపడుతున్నారని చెప్పండి. అవి చాలా అసహ్యంగా మరియు ఇబ్బందికరంగా ఉన్నాయని మీరు నమ్ముతారు, మీరు వాటిని మరొక వ్యక్తితో ఎప్పటికీ పంచుకోలేరు. మీరు సర్వేలను ఉపయోగించుకునే

మార్గం ఏమిటంటే, మీకు తెలిసిన వ్యక్తులను వారు కలిగి ఉన్న అనుచిత ఆలోచనల గురించి ఆందోళన చెందుతున్న వారిని అడగడం లేదా ఆన్‌లైన్‌లో వ్యక్తిగత ఖాతాల కోసం వెతకడం. మీరు మీలాంటి ఆలోచనలను కలిగి ఉన్న అనేక మంది వ్యక్తుల కథనాలను మీరు చూడవచ్చు. ఇది మీ స్వంత ఆలోచనలను సాధారణీకరిస్తుంది. మీరు మొదటగా భావించిన దానికంటే తక్కువ హానికరమైన లేదా ప్రమాదకరమైన వాటిని వీక్షించడానికి మిమ్మల్ని అనుమతిస్తుంది.

మూడవ రకమైన ప్రవర్తనా ప్రయోగాన్ని డిస్కవరీ ప్రయోగాలు అంటారు. తరచుగా, ఆందోళన ఉన్న వ్యక్తులు నిర్దిష్ట వ్యక్తుల గురించి, సాధారణంగా ప్రపంచం గురించి, స్పష్టంగా గుర్తించలేని కారణాలపై వారి గురించి కూడా నిర్దిష్ట అభిప్రాయాలను కలిగి ఉంటారు. అయినప్పటికీ, వారు తమ అహేతుక భయాలను అంతర్గతీకరించారు. వారు నిజంగా ప్రత్యామ్నాయ ఆలోచనను ఊహించలేరు. వారు కొన్ని విషయాలను నివారించకపోతే లేదా కొన్ని పనులు చేయకపోతే, ఫలితం చెడ్డదని వారు నమ్ముతారు. ఉదాహరణకు, చిన్నతనంలో లైంగిక వేధింపులకు గురైన ఒక అమ్మాయి మామూలుగా సిగ్గుపడవచ్చు, ఆమెను వేధింపులకు గురి చేసిన వ్యక్తివల్ల ఏదో ఒకవిధంగా "నష్టం" జరుగుతుంది. ఆ వ్యక్తి శాశ్వతంగా దెబ్బతీస్తాడని స్పష్టమైన కారణం లేదు. అయినప్పటికీ, ఆమె ఈ అనుభవంతో జీవించినందువల్ల, చాలా కాలం పాటు ఈ విధంగా ఆలోచించినందువల్ల, "నేను పాడైపోయి ఉండకపోవచ్చు" అని ఆలోచించడం ఆమెకు కష్టంగా ఉండవచ్చు.

అటువంటప్పుడు, ఆమె తనను తాను యిలా ప్రశ్నించుకోవాలి, "నేను పాడైపోనట్లు ప్రవర్తిస్తే ఏమి జరుగుతుంది?" ఈ రకమైన ప్రయోగం, పరికల్పన పరీక్షల మధ్య వ్యత్యాసం ఏమిటంటే, మీరు ఒక నిర్దిష్ట ప్రకటన లేదా ఆలోచన యొక్క సత్యాన్ని కేవలం మూల్యాంకనం చేయడం లేదు. మీ చుట్టూ ఉన్న వ్యక్తులు దానికి ఎలా స్పందిస్తారో చూడటానికి మీరు దీన్ని అమలు చేస్తున్నారు. ఇది నిరుత్సాహకరంగా అనిపించినప్పటికీ, చాలామందికి వారు నమ్మేది నిజమో కాదో తెలుసుకోవడానికి ఇది ఏకైక మార్గం కావచ్చు. ఎందుకంటే ప్రతిబింబించడం, ఆలోచించడం ప్రభావవంతంగా ఉండదు. అంతేకాకుండా, అన్ని రకాల ప్రయోగాలలో, మీరు దీన్ని ఎక్కువగా ఒప్పించవచ్చు, ఎందుకంటే మీ స్వంత అనుభవం దాని గురించి తెలియజేస్తుంది.

మీకు వున్న మూఢ నమ్మకాల కోసం ప్రయోగాలను సృష్టించండి. కొన్నిసార్లు, గత అనుభవాలు, పాతుకుపోయిన అలవాట్ల కారణంగా మనం ఈ నమ్మకాలను పెంచుకుంటాము. కొన్నిసార్లు, మార్పు గురించి మిమ్మల్ని మీరు ఒప్పించుకోవడానికి ఉత్తమ మార్గం అక్షరాలా ప్రయత్నించడం. ఆచరణాత్మక చర్య మనల్ని మానసిక క్షోభల నుండి బయటకి నెట్టివేస్తుంది. ప్రత్యామ్నాయాలను కేవలం ఉపరితలంగా ఊహించుకోకుండా వాటిని అనుభవించడానికి అనుమతిస్తుంది.

మీ స్వీయ-చర్చను పరిశుభ్రం చేయడానికి CBTని ఉపయోగించడం

మీ ఆలోచనలను నిశితంగా పరిశీలిస్తే, మీకు ఎన్ని ఆలోచనలు ఉన్నాయో చూసి మీరు ఆశ్చర్యానికి గురవుతారు- అక్కడ యిక్కడ ఒకటో రెండో ఆలోచనలు కాకుండా, అధిక ఆలోచనాపరులు స్థిరమైన, ప్రవహించే ప్రవాహాన్ని కలిగి ఉంటారు. ఆ ప్రవాహం నుంచి ఒక ఆలోచనను ఎన్నుకోవడం సులభమైన పని కాదు. స్వీయ-చర్చ అంటే మన జీవితం గురించి మానసికంగా మనకై మనమే నడుపుతున్న స్థిరమైన కథనం, లేదా వ్యాఖ్యానం అని నిర్వచించవచ్చు. ఇది తటస్థంగా ఉండవచ్చు (అంటే కేవలం చూడడం, గమనించడం), సానుకూలం (అనగా సంతోషకరమైన, సాధికారత కలిగిన భావాలను ప్రోత్సహించడం) లేదా ప్రతికూల (అనగా, ఈ పుస్తకం యొక్క ప్రయోజనాల కోసం, మనకు భయంకరమైన అనుభూతిని కలిగించడం మరియు ఆందోళన కలిగించడం).

ఒక దుర్వినియోగ ప్రధాన విశ్వాసం ("నేను ప్రేమించబడాలంటే పరిపూర్ణుడిగా ఉండాలి" వంటివి) మరియు ప్రతికూల స్వీయ-చర్చల మధ్య తేడా ఏమిటి? నిజమే, భావనలు గణనీయంగా అతివ్యాప్తి చెందుతాయి. ప్రాథమిక వ్యత్యాసాన్ని ఒక ఉదాహరణతో వివరించవచ్చు: "నేను ప్రేమించబడాలంటే పరిపూర్ణుడిగా ఉండాలి" అనే ప్రధాన విశ్వాసం స్వీయ చర్చ, అంతర్గత కథనం యొక్క మొత్తం స్ట్రీమ్‌కు దారితీయవచ్చు. ఉదాహరణకు: "నువ్వు ఓడిపోయినవాడివి. ఈ ప్రాజెక్ట్ ఎంత చెండాలంగా మారిపోతుందో చూడండి. నాకు తెలుసు. మీరు ఇంత పనికిరాని స్థితిలో ఉన్నప్పుడు మీ చుట్టూ ఎవరు తిరుగుతారు? సరే, మీపట్ల మీరు జాలిపడటం

మానేయండి. ఈ నరాలవ్యాధి ఉన్న వారితో ఎవరూ స్నేహం చేయాలనుకోరు. మీరు ఇప్పటికీ ఒంటరిగా ఉండటంలో ఆశ్చర్యం లేదు! మీరు ప్రయత్నించే ప్రతిదానిలో మీరు విఫలమవుతారు. మీకు తెలుసా? అలా ఎందుకో? మీరెందుకిలా వున్నారో కూడా నాకు తెలియటం లేదు..." మొదలైనవి.

ఈ ప్రతికూల ప్రకటనలను ఒక్కొక్కటిగా పరిష్కరించడం ఉపయోగకరంగా ఉండదు. కానీ కొంత ఓపిక మరియు స్వీయ-అవగాహనతో, అవన్నీ వివిధ మార్గాల్లో వ్యక్తీకరించే ఒక మూఢ నమ్మకం నుండి ఉద్భవించాయని తెలుసుకోవచ్చు. ప్రతికూల స్వీయ-చర్చను దాని భావోద్వేగ స్వభావం ద్వారా గుర్తించవచ్చు. పైన స్వీయ-చర్చలో మీరు అవమానం, స్వీయ సందేహం, నిందను చూడగలరా? ఈ స్వీయ-చర్చ యొక్క ప్రవాహం సరికానిది కాదు (అయితే ఇది ఖచ్చితంగా ఉంది) కానీ అది.. బాగానే వుందిలెండి!

CBT (కాగ్నిటివ్ బిహేవియర్ థెరపీ) పరంపరగా తక్కువ స్వీయాభిప్రాయం, స్వీయ విమర్శ, స్వీయ సందేహం నుండి వచ్చే స్వీయ-చర్చను నియంత్రించడంలో కూడా మనకు సహాయపడుతుంది. పైన ఉన్న ABC స్ట్రక్చర్‌ను లేదా పనిచేయని ఆలోచనల రికార్డును ఉపయోగించి, మన స్వీయ-చర్చ స్ట్రీమ్‌ను ఏది ట్రిగ్గర్ చేస్తుందో మనం చూడవచ్చు. ఇది కొన్ని సమయాల్లో కష్టంగా ఉంటుంది. ఎందుకంటే ఇది చాలా అపస్మారకంగా, నిరంతరంగా ఉంటుంది. అది ఎప్పుడు "ప్రారంభమైందో" మీకు నిజంగా తెలియదు. కానీ మీరు మీ స్వీయ-చర్చ వెనుక ఒక భావోద్వేగ నేపథ్యాన్ని స్వేదనం చేయగలరా అని చూడటానికి ఈ రికార్డ్‌లను ఉపయోగించండి. దాని నుండి రైలులాంటి ఈ ఆలోచనలను నిలిపివేసే ప్రధాన నమ్మకం లేదా ఆలోచనను సంగ్రహించండి.

దీర్ఘకాలిక, లోతైన స్వీయ-చర్చతో వ్యవహరించేటప్పుడు, ఆరోగ్యకరమైన ప్రత్యామ్నాయం తరచుగా అభిజ్ఞా కంటే భావోద్వేగంగా ఉంటుంది. మీ మనస్సులో పరుగెత్తే ఆలోచనల యొక్క ఖచ్చితత్వం, నిజం లేదా తర్కం గురించి ఆలోచించే బదులు, మీరు దాని వెనుక ఉన్న భావోద్వేగాన్ని గుర్తించి, దానిని నేరుగా పరిష్కరించాల్సిన అవసరం ఉందని మీరు తెలుసుకుంటారు. పైన చెప్పుకున్న ఉదాహరణలో "నేను అసంపూర్ణుడిని. నాలాగే ప్రేమించదగినవాడిని" అనే ఆలోచనను మార్చడం

మాత్రమే కాదు, దానితో వచ్చే తక్కువ ఆత్మగౌరవ భావాలను చూడటం, వాటిని స్వీయ-ప్రేమ మరియు కరుణతో భర్తీ చేయడం ముఖ్యం.

స్వీయ-స్క్రిప్టింగ్: సానుకూల స్వీయ-చర్చను పెంపొందించడం మరియు బలపరచడం.

ఆలోచనలు, భావాలు, ప్రవర్తన ఎల్లప్పుడూ సంక్లిష్ట మార్గాలలో చిక్కుకుపోతాయనేది తప్పించుకోలేని నిజం. మనం మనతో మాట్లాడుకునేటప్పుడు మనం ఉపయోగించే భాష, స్టేట్‌మెంట్‌ల వాస్తవ ఖచ్చితత్వానికి చాలా తేడాను కలిగిస్తుంది. మనల్ని మనం అంతర్గతంగా సంబోధించే విధానం వినోదభరితమైన ఒకే ఆలోచనల కంటే ఎక్కువగా ఉంటుంది. కానీ కొనసాగుతున్న వైఖరి, అలవాటు అలా ఉంచుతుంది. మనం ఏ ఇతర సంబంధాన్ని కలిగి ఉన్నట్లే, కాలక్రమేణా దయ, గౌరవంతో కూడిన సంబంధాన్ని మనం నిర్మించుకోవచ్చు.

"స్వీయ-స్క్రిప్ట్లు" అనేది వ్యక్తిగత ప్రకటనలు, ఆలోచనలకు అతీతంగా ఉంటుంది. అన్ని సమయాలలో మీతోనూ, మీ గురించి మాట్లాడే ఉత్తమమైన ప్రోత్సాహకరమైన, సానుకూల మార్గాన్ని కలిగి ఉంటుంది. మీరు మీతో ఏ స్వరాన్ని ఉపయోగిస్తున్నారు? ఇది సానుకూలమా లేదా ప్రతికూలమా? ఖచ్చితమా లేక సరియైనదికాదా? వాస్తవికమా లేక అవాస్తవమా? దయ లేదా దయలేనిదా? సహాయకారిగా లేదా అసహాయకారిగా ఉందా?

ఉద్దేశపూర్వక స్వీయ-స్క్రిప్ట్ అనేది మన అంతర్గత సంభాషణను నియంత్రించడానికి ఒక మార్గం. మీరు ఒత్తిడి, అతిగా ఆలోచించే సమయంలో స్వీయ-స్క్రిప్ట్‌లో పాల్గొనగలిగితే, కాలక్రమేణా అది మరింత స్వయంచాలకంగా మారవచ్చు. మీరు ధ్యానం, విజువలైజేషన్ లేదా ప్రోగ్రెసివ్ కండరాల సడలింపు చేస్తున్నప్పుడు స్వీయ-స్క్రిప్టును ఉపయోగించవచ్చు. మీరు దానిని మంత్రాలు మరియు ఉద్వేగభరితమైన క్షణాల్లో ప్రోత్సహించే వ్యాఖ్యలతో మిళితం చేయవచ్చు. మీరు బలంగా మరియు సంతోషంగా ఉన్నప్పుడు స్ఫూర్తిదాయకమైన స్వీయ-చర్చ స్క్రిప్ట్‌ను సృష్టించండి. మిమ్మల్ని తిరిగి ట్రాక్‌లోకి తీసుకురావడానికి మీరు ఆత్రుతగా లేదా బాధగా ఉన్నప్పుడు దానికి తిరిగి వెళ్లండి.

మీ ట్రిగ్గర్‌ల గురించి మీకు బాగా తెలిసి ఉంటే, మీరు ప్రతికూల స్వీయ చర్చ లేదా అతిగా ఆలోచించే అవకాశం ఉందని మీకు తెలిసినప్పుడు

మీ స్క్రిప్ట్‌ను "స్విచ్ ఆన్" చేయమని మీకు మీరే గుర్తు చేసుకోవచ్చు. ఉదాహరణకు, పబ్లిక్ స్పీకింగ్ మిమ్మల్ని ప్రేరేపిస్తుంది అని తెలుసుకోవడం, శ్వాస పద్ధతులు, ప్రశాంతమైన విజువలైజేషన్‌లు, అంతర్గత సంభాషణలను మిళితం చేయడానికి కష్టపడి పని చేయవచ్చు. "మీకు ఇది వచ్చింది. ప్రసంగం చేయడం అంటే ప్రపంచం అంతమైపోతుందని కాదు. మీరు ఇంతకు ముందు చాలాసార్లు బాగా చేసారు.." విపత్తు, అన్నీ లేదా ఏమీ లేని వక్రీకరణలను ఎదుర్కోవడానికి ఇది మార్గం. ఈ విధంగా మీరు మిమ్మల్ని మీరు సిద్ధం చేసుకోండి, బాధ్యత వహించండి.

స్వీయ-స్క్రిప్టు అనేది స్వీయ-వశీకరణ వంటిది. మీరు కోరుకున్న చోటికి మీ దృష్టిని ఆకర్షిస్తుంది. స్వీయ-చర్చ అపస్మారకంగా ఉండవచ్చు, కానీ ఉద్దేశపూర్వక స్వీయ-స్క్రిప్ట్ మిమ్మల్ని స్పృహతో నియంత్రించడానికి అనుమతిస్తుంది. మీరు ప్రశాంతంగా మరియు ఏకాగ్రతతో ఉన్నప్పుడు దీన్ని అభ్యాసం చేయండి. కాబట్టి మీరు సిద్ధంగా ఉన్నారు. మీరు మరింత ఒత్తిడికి గురైనప్పుడు ఇది స్వయంచాలకంగా వస్తుంది. మీ గోడపై మీరు చూడగలిగే కొన్ని కీలక పదబంధాలను వ్రాసుకోండి. లేదా అంటించి పెట్టండి. కొంతసేపటి తర్వాత, స్క్రిప్ట్ సృష్టించే మానసిక స్థితి, ఆలోచనలలో మార్పులను గమనించండి (ఏదైనా ఉంటే), మీరు వెళుతున్నప్పుడు ట్వీక్స్ చేయండి. విభిన్న పరిస్థితులు, ట్రిగ్గర్‌లు, అభిజ్ఞా వక్రీకరణలు, భయాలను ప్రకటించేందుకు మీరు అనేక విభిన్న స్క్రిప్ట్‌లను కలిగి ఉండవచ్చు.

"సానుకూలత" గురించి ఒక మాట: నకిలీ ప్రమాణాలు, మీరు విశ్వసించని మంత్రాలు పెద్దగా సహాయపడవు అనేది అందరికి తెలిసిందే. సానుకూల స్వీయ-సంభాషణ అంటే వాస్తవంతో పూర్తిగా సంబంధం లేకుండా ఉండటం, మీకు అబద్ధాలు చెప్పుకోవడం లేదా సమస్యలు లేవని నటించడం కాదు. ఇది మీ జీవిత దృష్టికి స్వల్పమైన సానుకూల పక్షపాతం ఇవ్వడానికి మీరు సిద్ధంగా ఉన్నారని మాత్రమే అర్థం.

మీ లక్ష్యం ఒత్తిడి, అనిశ్చితి లేదా సవాలును పూర్తిగా తొలగించడం కాదని గుర్తుంచుకోండి. మీరు ప్రతిదీ పరిపూర్ణంగా ఉన్న ఒకానొక భూమిలో మిమ్మల్ని మీరు ఉంచుకోవడం లేదు. కొంత ఒత్తిడి మీ పనితీరును మెరుగుపరుస్తుంది మరియు ప్రేరేపిస్తుంది!

గుర్తుంచుకోవలసిన విషయాలు

- మనలో చాలామంది కొన్ని నిర్దిష్ట ప్రతికూల ఆలోచనా విధానాలలో చిక్కుకుపోతారు. ఇవి మనకు చాలా ఆందోళన కలిగిస్తాయి. కాగ్నిటివ్ బిహేవియరల్ థెరపీ ఈ ఆలోచనా విధానాలను గుర్తించడంలో మీకు సహాయపడుతుంది. వాటిని మరింత సానుకూల దృక్పథాలతో భర్తీ చేస్తుంది, ఇది మీ మానసిక ఆరోగ్యాన్ని గణనీయంగా మెరుగుపరుస్తుంది.
- మీరు చేయవలసిన మొదటి విషయం ఏమిటంటే, మీరు వేటాడే విభిన్న అభిజ్ఞా వక్రీకరణలను గుర్తించడం. కొన్ని సాధారణమైనవి నలుపు మరియు తెలుపు ఆలోచనలు, ఇందులో మీరు ప్రతి విషయాన్ని విపరీతంగా, భయంకరమైన లేదా స్వర్గానికి సంబంధించినదిగా భావిస్తారు. ఏదైనా సందర్భంలో చెడుపై అసమానంగా దృష్టి సారించడానికి సానుకూలతలను తగ్గించడం. అటువంటి వక్రీకరణల యొక్క సుదీర్ఘ జాబితా ఉంది. మనం అనేక విభిన్నమైన వాటిని కలిసి ఉపయోగించుకునే అవకాశం ఉంది.
- తర్వాత, మీ కోసం ఎలాంటి పరిస్థితులు, వ్యక్తులు లేదా పరిసరాలు నిర్దిష్ట ఆలోచనా విధానాలను ప్రేరేపిస్తాయి అనే దానిపై మనం దృష్టి పెడతాము. సంబంధిత వివరాలను ట్రాక్ చేయడానికి మీరు పనిచేయని ఆలోచనల రికార్డును ఉపయోగించవచ్చు. ఇక్కడ, మీరు ప్రతికూల ఆలోచనా సరళిలోకి జారిపోతున్నట్లు భావించినప్పుడల్లా, ఆపివేసి, ఆలోచనకు ముందు ఉన్న స్థలం, పరిస్థితి లేదా సంఘటనలను గుర్తించండి, సరిగ్గా ఆలోచన ఏమిటి? అది ఏ రకమైన వక్రీకరణ? అప్పుడు, ఈ ఆలోచనకు హేతుబద్ధమైన ప్రతిస్పందన గురించి ఆలోచించండి.
- మన అభిజ్ఞా వక్రీకరణల గురించి మనం మరింత అర్థం చేసుకున్న తర్వాత, ఈ ఆలోచనా విధానాలను మార్చడానికి మనకు మార్గాలు అవసరం. దీన్ని చేయడానికి ఒక ప్రభావవంతమైన మార్గం ప్రవర్తనా ప్రయోగాలు. ఈ పద్ధతిని ఉపయోగించడానికి

సులభమైన మార్గం మీ ప్రతికూల ఆలోచన లేదా నమ్మకాన్ని స్పష్టంగా చెప్పడం. అప్పుడు, ఒక పరికల్పనను రూపొందించండి, దీనిలో మీరు తప్పుగా ఉండే అవకాశాన్ని పరిగణించండి. నమ్మకం అసత్యమని సూచించే ఏవైనా ఆధారాలు లేదా గత అనుభవం ఉందా అని ఆలోచించండి. అదే సూచించే పరిశీలనలను చేయండి మరియు మీ అసలు నమ్మకాన్ని అనుమానించడానికి మీరు కారణాలను కనుగొంటే, వాటిని విశ్లేషించండి మరియు తదనుగుణంగా మీ ఆలోచనా సరళిలో మార్పులు చేయండి.

అధ్యాయం 6

నూతన వైఖరులు మరియు భావోద్వేగ నియంత్రణ

ఈ పుస్తకంలో, మనం చాలా విభిన్న కోణాల నుండి అతి ఆలోచనల సమస్యను (ఇది నిజంగా ఆందోళన గురించిన సమస్య) పరిశీలించాము. సమయ నిర్వహణ, జీవిత ఒత్తిళ్లను నిర్వహించడం ద్వారా మీ స్వంత ఆలోచనలు, భావోద్వేగాలను నియంత్రించడం, వాటిని మీ చేతుల్లోకి తీసుకోవడం, మీ శరీరంలోని ఒత్తిడి, దానిని తగ్గించడం వరకు పరిష్కారాలను పరిశీలించాము. మనం కొన్ని శాస్త్రీయ నమూనాలను, వాటిని మద్దతు ఇచ్చే పరిశోధనలను పరిగణలోకి తీసుకున్నాము. అయితే ఈ ఆవిష్కరణలను మన జీవితాలలో ఉపయోగించడం ఒక కళ అని మనం గ్రహించాలి.

వీటన్నింటి లక్ష్యం ఏమిటంటే, ఈ క్షణంలో కొన్ని చిట్కాలు, ఉపాయాలు నేర్చుకోవడమే కాదు (ఇవి ఉపయోగపడినప్పటికీ), పూర్తిగా కొత్త వ్యక్తిగా మారడం. అంటే, ప్రశాంతంగా, నియంత్రణలో జీవితాన్ని ఎదుర్కొనే వ్యక్తిగా హృదయం, మనస్సు తెలిసిన రెండింటిపై పూర్తి యాజమాన్యం కలిగిన వ్యక్తిగా రూపొందడం. ఎక్కువగా ప్రతికూల ఆలోచనలు చేసే వ్యక్తికీ, ఎలాంటి సవాలునైనా, ప్రశాంతంగా, ఒత్తిడిని స్థితిస్థాపకంగా మార్చుకుని ఎదుర్కొనే వ్యక్తికీ మధ్య నిజంగా తేడా ఏమిటి? కేవలం ఆ వ్యక్తుల వైఖరి!

ఈ అధ్యాయం ఆందోళన చెందని వ్యక్తికి సంబంధించిన మనస్తత్వం, దృక్పథాన్ని ఒకే చోటకు తెచ్చినపుడు మనం ఇంతకు ముందు వివరించిన

సాంకేతికతలతో ఉత్సాహాన్ని రేకెత్తిస్తుంది. ఇది ఐదు ఆలోచనల "మానిఫెస్టో", ఇంకా ఖచ్చితంగా చెప్పాలంటే ఐదు 'వైఖరులు'. మీరు ఎల్లప్పుడూ అవగాహనతో ఉండడాన్ని ఎంచుకోవచ్చు. అదే విధంగా మీ అవగాహనను ఏ విధంగా, ఎక్కడ నిర్దేశించాలో కూడా మీరు ఎల్లప్పుడూ ఎంచుకోవచ్చు. సహజంగా నెమ్మదిగా ఉండే వ్యక్తులు మీకు ఎవరైనా పరిచయం వుంటే, వారి వ్యక్తిగత జీవిత కథల్లో మనం చెప్పుకునే వైఖరులు ఒకటి లేదా అంతకంటే ఎక్కువ ఉన్నాయని మీరు గమనించవచ్చు. అయితే, వారు సహజంగా చేసే వాటిని, కొంత సావధానమైన అభ్యాసంతో మీరు నేర్చుకోగలరు. మీరు నిరంతరం సాధన చేస్తే, ముందు అధ్యాయాలలో చెప్పుకునే సాంకేతికతలు ఈ వైఖరులకు సహజంగా దారితీస్తాయని మనం ఆశించవచ్చు.

వైఖరి 1: మీరు నియంత్రించగలిగే వాటిపై దృష్టి పెట్టండి, మీరు నియంత్రించలేని వాటిపై కాదు!

మీ అవగాహన ఒకసారి ఒకే ఒక్క విషయంపై మాత్రమే ప్రకాశిస్తుంది – కాబట్టి మీరు దేనిపైన దృష్టి పెట్టబోతున్నారు? మనం శక్తిహీనులుగా వుండి మనకి మనం నియంత్రణ కోల్పోయినప్పుడు మాత్రమే ఆత్రుతగా ఆలోచించడం జరుగుతుంది. మన నియంత్రణ పరిధికి వెలుపల ఉన్న వాటిపై మన అవగాహనను కేంద్రీకరించినప్పుడు, మనం సహజంగానే శక్తిహీనులుగా భావిస్తాము. మార్పులు చేయడానికి మనకు స్వేచ్ఛ ఉన్న అన్ని మార్గాలను మనం విస్మరిస్తాము. మనకు ఎలాంటి కర్తృత్వం లేకుండా, మనకు బాధ కలిగించే వాటిపై ఆధారపడిపోతాము. ఇది మనం ఏమీ చేయలేని విషయాలపై స్పాట్‌లైట్ వేసినట్లే! మన దృష్టికి అందని ఇతర ఎంపికలు, పరిష్కారాలను మరిచిపోతాం. అయితే, పరిష్కారాలు అక్కడే ఉన్నాయి! వాటిపైన మనం దృష్టి సారించాల్సిన అవసరం ఉంది.

ఇది కదలలేని రాతి దిమ్మెను పైకి నెట్టడం లాంటిది. అలా నెట్టడం మిమ్మల్ని ఎక్కడికీ తీసుకెళ్లదు. పైగా మిమ్మల్ని నిరుత్సాహపరుస్తుంది. దానిని కదలించలేకపోతే, అది ఎప్పటికీ కదలదు. కాబట్టి దానిపై మన శక్తిని, శ్రద్ధ ఎందుకు వృధా చేయాలి? ప్రత్యేకించి ఆ ప్రయత్నం మరెక్కడికో అవకాశం ఉన్న చోట చేసినట్లయితే, అక్కడ తప్పకుండా మార్పు జరుగుతుంది!

నిజమే, కొన్నిసార్లు మీ క్రియాశీలక చర్య యొక్క పరిధి చాలా పరిమితంగా ఉంటుంది. మీరు ఏ మాత్రం ఇష్టపడని రెండు ఎంపికల మధ్య ఏదో ఒక ఎంపిక మాత్రమే మీకు అందుబాటులో ఉండవచ్చు. అయినప్పటికీ, మీకు ఎంపిక ఉంది. తరచుగా, మీరు నియంత్రించగలిగే ఏకైక సాధనం మీరే – అది పుష్కలంగా ఉంది! ఉదాహరణకు, మీకు రోడ్డుపై ఒక చిన్న కారు ప్రమాదం జరిగింది. అది పూర్తిగా అవతలి డ్రైవర్ నిర్లక్ష్యం కారణంగా జరిగింది. అతను కారు చెక్ చేసుకుంటున్నాడు. పైగా అతని తప్పును తిరస్కరించాడు. బదులుగా మిమ్మల్ని ఒక ఇడియట్ అని పెద్దగా అరుస్తున్నాడు.

ఇలాంటి క్షణాల్లో భయంతోనో, కోపంతోనో, దుఃఖంతోనో దూరంగా వెళ్లడం ఎలాంటి వాళ్లయినా చేసేపని. కానీ అలా కలత చెందడం నిజంగా ఏమి సాధిస్తుంది? విరాగిలా భావోద్వేగం పొందండి. మార్చడానికి మీ శక్తిలో లేని వాటిని చిరునవ్వుతో అంగీకరించండి. బీమా వివరాలను త్వరగా తెలియజెప్పి వీలైనంత త్వరగా పరిస్థితి నుండి బయటపడేందుకు మార్గాలను కనుగొనడంలో మీ శక్తిని ఖర్చు చేయండి. తద్వారా మీరు మీ కారును రిపేర్ చేసుకోవచ్చు. తప్పంతా అవతలి వ్యక్తిదేనా? అవును. ఆ విషయం మనల్ని బాధకు గురిచేయొచ్చు, భయంకరమైన ఒత్తిడి కలగొచ్చు! మీరు ఆ ఒత్తిడిని తీసుకోవలసిన అవసరం లేదు. ఒత్తిడిని నిరాకరించవచ్చు. అవమానాలను విస్మరించవచ్చు. అదే సమయంలో, ఆచరణాత్మకంగా, ఒత్తిడి లేని పద్ధతిలో వ్యవహరించవచ్చు.

పురాతన తత్త్వవేత్తలు ఈ సిద్ధాంతాలను బాగా అర్థం చేసుకున్నారు. ఎపిక్టీటస్ యిలా అంటాడు, "గమనించండి: మన నియంత్రణలో లేని విషయాలకు మనం ఎంతగా విలువ యిస్తామంటే, నిజానికి మనం వాటిని ఏ మాత్రం నియంత్రణ చేయలేము". మనకు మనసులపై శక్తి ఉంది, బాహ్య ఘటనలపై కాదు. కాబట్టి, మనం మనకు శక్తి లేని బాహ్య ఘటనలపై మనసుపెట్టినప్పుడు, ఫలితం మనం ఊహించిందే, అది వాటిపై మనకు నియంత్రణ లేకపోవడం! దాని ఫలితమే ఆందోళన.

వాస్తవంగా, వర్తమాన శోధకులు, మనం నియంత్రించగలిగే విషయాలపై, విరాగుల భావజాలం (Stoic principles) ప్రకారం మనం దృష్టిని నిలిపితే అది ఆందోళను మనకు ఉపయోగకరంగా నియంత్రణ చేస్తుందని విశ్వసనీయ సాక్ష్యాలు సేకరించారు. 2020 లో,

Birkbeck లో Affective and Cognitive Neuroscience Lab లో అలెక్జాండర్ మెకెల్లాన్ నిర్దేశించిన శోధకులు ఒక 'స్టోయిక్ శిక్షణ' పరిస్థితిపై పరిశోధించారు. ఆ ప్రయోగ సమూహం కనుగొన్నదాని ప్రకారం స్టోయిక్ శిక్షణ పొందిన సమూహాలు, శిక్షణ పొందని సమూహాలతో పోల్చి చూసినప్పుడు, జ్ఞాపకాల వలయాలను 13% కి పరిమితం చేస్తున్నట్లుగా కనుగొన్నారు. ఆకర్షణీయమైన విషయం ఏమిటంటే, వారు ఎంపిక చేసిన అభ్యాసాలు ఈ పుస్తకంలో ఉన్నవే.

వైఖరి 2: మీరు ఏమి చేయగలరు అనే దానిపై దృష్టి పెట్టండి, మీరు చేయలేని దానిపై దృష్టి పెట్టకండి

ఇది మనల్ని తదుపరి ప్రధాన వైఖరికి దారి తీస్తుంది. ఆందోళన, అతిగా ఆలోచించడం ఒక విచిత్రమైన లక్షణాన్ని కలిగి ఉంటాయి. ఇదంతా నైరూప్యమైనది, అంతర్గతం, అస్పష్టమైనది. ఇది అన్ని అవకాశాలు, భయాలు, 'అయితే ఏంటి?' అనే జ్ఞాపకాలు, ఊహల గురించి ఉంటుంది. మీరు దాని గురించి ఆలోచించినప్పుడు అది గాలి కంటే పలుచనైన విషయం. మీరు ఈ విధమైన ఆలోచనలతో వుంటే, మీరు సహజంగా శక్తి హీనులుగా వున్నట్టుగా భావిస్తారు. మీ చుట్టూ ఉన్న ప్రపంచాన్ని నిష్క్రియాత్మకంగా చూసేందుకు, దాని గురించి రూమినేట్ చేయడానికి మాత్రమే మీరు అక్కడ ఉన్నట్లుగా, సహజంగా మీరు నిరుత్సాహపడవచ్చు. కొన్నిసార్లు, మనం ఒత్తిడితో కూడిన అధిక ఆలోచనలను అధిగమించినప్పుడు, మనం క్రియాశీలకంగా ఉండేందుకు భయపడతాము. లేదా మనం క్రియాశీలకంగా ఉండలేమని అనుకుంటాము. మనం క్రియాశీలకంగా ఉండగలమని, పనులు చేయగలమని గుర్తించడంలో కూడా విఫలమవుతుంటాము.

క్రియాశీలకమైన చర్య అనేది స్పష్టమైన, హుందా అయిన ప్రభావాన్ని కలిగి ఉంటుంది. మానసిక ఊహలు, ఒత్తిడితో కూడిన జ్ఞాపకాల వలయాల నుండి మిమ్మల్ని బయటకు తీసుకురాగలదు. మీరు క్రియాశీలతపై దృష్టి పెట్టకపోతే లేదా ఏమి చేయలేమని మీరు ఒత్తిడికి గురైతే, మీరు నిరుత్సాహపరిచే, పనికిరాని అనుభూతిని కలిగించే ప్రతిదానికీ మీ శక్తిని మళ్లిస్తున్నారు. మనం ఈ శక్తిహీనత యొక్క భావాన్ని గట్టిగా నొక్కిచెప్పాము. సంభావ్య పరిష్కారాల వైపు మనం కళ్ళు మూసుకుంటాము.

బార్‌ను తెరవాలనుకునే ఒక వ్యక్తిని ఊహించుకోండి. అయితే ప్రభుత్వ విధానాలు, చట్టసభలు అతడిని మద్యం లైసెన్స్‌ని పొందకుండా నిరుత్సాహపరుస్తాయని తెలుసుకున్నాడు. అతను ఇరుక్కుపోయాడు. ప్లాన్ మొత్తం బెడిసి కొట్టినట్లు కనిపిస్తోంది. కాబట్టి, తను ఏమీ చేయలేడనే వాస్తవంపై దృష్టి పెట్టడం ప్రారంభిస్తాడు. అది అన్యాయం, అతడికి దారి మూసుకుపోయింది. సహజంగా, ఇది ఒత్తిడిని కలిగిస్తుంది.

కానీ దృక్కోణంలో మార్పు వస్తే గనుక, "నేను దీన్ని చేయలేకపోతే, ఇంకా ఏమి చేయగలను?" అని ఆలోచించుకుని, "దానికి బదులుగా ఒక కేఫ్‌ను ఎందుకు తెరవకూడదు?"

ఒక ఆదర్శ ప్రపంచంలో, సమస్యలను పరిష్కరించటానికి, సృజనాత్మక పరిష్కారాలను ప్రకటించటానికి, అద్భుతమైన కార్యకలాపాలను సాధించటానికి మానసిక శక్తులను ఉపయోగించవచ్చు. ఆలోచన అనేది ఒక మంచి నైపుణ్యం. అది క్రియాశీలత వైపు ప్రయాణం చేయిస్తుంది. చర్యలు లేకపోతే ఆలోచన మూర్ఖమైన చింతగా మారుతుంది. క్రియాశీలత లేని ఆలోచన ఆందోళనకు కారణమవుతుంది.

సరైన వైఖరి ప్రతికూలతలను, అడ్డంకులను సృజనాత్మక పరిష్కారాలకు అవకాశంగా మారుస్తుంది.

ఒత్తిడి, వైఫల్యం ఒక్కోసారి కొత్త ఆవిష్కరణలకు దారి తీస్తాయి. అసలు ప్రణాళికలు విఫలమైనందున ఉత్తమ ఆవిష్కర్తలు తరచుగా అద్భుతమైన మరో రకమైన ఆలోచనలు చేస్తారు. కానీ మీరు ఈ వైఫల్యం కారణంగా కొత్త అవకాశాలపై కాకుండా కలిగిన వైఫల్యంపై దృష్టి కేంద్రీకరించినప్పుడు, మీరు అనవసరంగా మీపై ఒత్తిడి తెచ్చుకుంటారు.

వైఖరి 3: మీ వద్ద ఉన్నదానిపై దృష్టి పెట్టండి, మీ వద్ద లేని వాటిపై దృష్టి పెట్టకండి

మీరు ఒక థీమ్‌ను గ్రహిస్తున్నారా? విశ్వాసం, సంతృప్తి అనేది సాధ్యమైన పరిష్కారాలు, సానుకూల వివరణలపై దృష్టి సారించే దృక్కోణం నుండి వస్తుంది. అయితే ఆందోళన అనేది పరిస్థితిలో తప్పుగా ఉన్న ప్రతిదానిపై దృష్టి పెట్టే దృక్కోణం నుండి వస్తుంది. ఒకటి విస్తారమైన, శక్తివంతమైన, ఆసక్తితో కూడుకున్నదైతే, మరొకటి ముడుచుకునిపోయే, శక్తిహీనమైన,

దయ, జాలిమీద ఆధారపడే విధంగా ఉంటుంది. మనకు తెలిసినట్టుగా 'గ్లాసు సగం నిండుగా, గ్లాసు సగం ఖాళీగా' అనే ధోరణిలో ఉంటుంది.

మీ వద్ద ఉన్నదానిపై దృష్టి కేంద్రీకరించడం అనేది ఏదైనా పరిస్థితిపై మీ అంచనాపై సానుకూల, ఆరోగ్యకరమైన ఆలోచన ఉంచడానికి ఒక మార్గం. మీ వద్ద ఎలాంటి వనరులు ఉన్నాయి? ఏది బాగా పని చేస్తోంది? వాస్తవానికి మీరు దేనిపట్ల కృతజ్ఞతతో ఉండాలి? మీరు ఈ ఆలోచనా విధానాన్ని కలిగి ఉన్నట్లయితే, మీరు పరిష్కారాలను, కొత్త అవకాశాలను చూడగలుగుతారు. మరోవైపు, మీరు లేని విషయాలపై దృష్టి పెట్టినపుడు, మీకు ఏమి లోపించింది లేదా ఏది తప్పు అనే దానిపై మీరు ఆలోచిస్తున్నప్పుడు, మీరు చూడగలిగేది ఒక్కటే, ఓటమి! మీరు దానిపై దృష్టి పెట్టకపోతే, మీ అసంతృప్తి నుండి బయటపడే పరిష్కారాన్ని మీరు పూర్తిగా కోల్పోవచ్చు.

ఒక సులభమైన ఉదాహరణ: ఎవరైనా పిల్లల పుట్టినరోజు పార్టీని నిర్వహిస్తున్నారని ఊహించుకోండి. భారీ సంఖ్యలో వచ్చే వ్యక్తులను అన్ని సౌకర్యాలు కలగజేయడం చాలా ఒత్తిడితో కూడిన సర్కస్ ఫీట్! ఒక చిన్న విషాదం జరిగింది! కేక్ నేలపై పడింది. పూర్తిగా ధ్వంసమైంది. హోస్ట్ ఈ వాస్తవం గురించి నొక్కి చెప్పవచ్చు. పార్టీ నాశనమైపోవడం, కేక్ లేకపోవడం ఎంత భయంకరమో దానిపై దృష్టి పెట్టవచ్చు. లేదా వారు యీ పరిస్థితిలో హాస్యాన్ని చూడవచ్చు. వంటగదిలో సృజనాత్మకతను పొందవచ్చు. వారి వద్ద ఇప్పటికీ కొవ్వొత్తులు, ఒక పెద్ద పుచ్చకాయ, పార్టీ అలంకరణలు, పర్వతాలు మాదిరిగా రాశులతో పోసిన చాక్లెట్లు ఉన్నాయి. వీటితో ఒక ఆట ఎందుకు ఆడకూడదు? మధ్యాహ్నం ముగిసే నాటికి కలలు కనే పిల్లల సమూహానికి ఉత్తమమైన పుట్టినరోజు కేక్‌ను బహుమతిగా ఇవ్వండి?

అధిక ఆలోచనాపరులు కొన్నిసార్లు సమస్యను ప్రమాణాలకు మించి ఊహించవచ్చు. అదే సమయంలో దాన్ని పరిష్కరించే వారి స్వంత సామర్థ్యం తగ్గించుకోవచ్చు. వాస్తవంలో వారు మట్టిదిబ్బ నుండి పర్వతాన్ని తయారు చేస్తారు. అయినప్పటికీ, తాము ఏమీ చేయలేమని తమను తాము తగ్గించుకుంటారు. నిజమైన విపత్తును ఎదుర్కొనే సమయంలో, ప్రశాంతంగా ఉన్న వ్యక్తులు తమ సొంత సామర్థ్యం, స్థితిస్థాపకతపై విశ్వాసాన్ని కలిగి ఉంటారు.

మనం ఈ వైఖరిని పరిశీలిస్తున్నప్పుడు, గత కొన్ని సంవత్సరాలలో గణనీయమైన పరిశోధనా దృష్టిని ఆకర్షించిన మరొక సంబంధిత భావనను

చూడటం విలువైనదే: కృతజ్ఞత. కృతజ్ఞతతో ఉండటం అంటే ప్రస్తుతం మీకు బాగా జరుగుతున్న ప్రతిదానినీ గుర్తించడం, దానికి ఆనందించడం. ఒక విధంగా, ఒత్తిడి, ఆత్రుతతో కూడిన ధోరణికి వ్యతిరేకం. 2016లో, వాంగ్ మరియు అతని సహచరులు "కృతజ్ఞతా వ్రాత" మానసిక క్షేమంలో గణాంకపరంగా గణనీయమైన పెరుగుదలకు దారితీసిందని కనుగొన్నారు. మానసిక చికిత్స పొందుతున్న రోగులను 3 గ్రూపులుగా విభజించారు: ఇతరులకు కృతజ్ఞతలు తెలుపుతూ "కృతజ్ఞతా లేఖలు" వ్రాసినవారు ఒక గ్రూప్, వ్యక్తీకరణగా వ్రాసినవారు, వారి ఆలోచనలు, భావాలను నమోదు చేయడం కోసం మాత్రమే రాసిన వారు రెండవ గ్రూప్, ఏమీ వ్రాయని వారు మూడవ గ్రూప్. మీరు ఊహిస్తున్నట్లుగా, కృతజ్ఞతతో కూడిన సమూహం శ్రేయస్సులో అతిపెద్ద అనుభూతిని పొందింది.

ఈ సమయంలో, మీకు సమస్యలుగా లేని విషయాలపై దృష్టి పెట్టడానికి ఉద్దేశపూర్వకంగా మీ మనస్సును మళ్లించండి. మనం వాటిని సులభంగా తగ్గించగలము. కానీ చాలా విధాలుగా మనం ఎంతగా ఆశీర్వదించబడ్డామో తెలుసుకోవడం వల్ల మనకు అప్పుడప్పుడు సవాలుగా అనిపించే అన్ని విషయాలకు బఫర్‌గా పని చేయవచ్చు.

వైఖరి 4: వర్తమానంపై దృష్టి కేంద్రీకరించండి. గతం లేదా భవిష్యత్తు మీద కాదు

ఆందోళన మరెక్కడా ఉండదు. ఇది గతంలో జరిగిన దాని గురించి చింతిస్తూ (అంటే మీ నియంత్రణలో లేనిది, వైఖరి 1 చూడండి) లేదా మిలియన్ ఒత్తిడితో కూడిన అవకాశాలను ఊహించుకుంటూ భవిష్యత్తులో కనిపిస్తూ ఉంటుంది. కానీ చేతన అవగాహన, ఉపయోగకరమైన చర్య మరి దేనికీ చెందనివి: అవి వర్తమానంలో జీవిస్తాయి. ప్రస్తుతం ఏమి జరుగుతుందో మీరు అర్థం చేసుకుని, అవగాహన పొందండి. మీరు అతిగా ఆలోచించే పరిధిని తగ్గించుకుంటారు. అవి మీకు సహాయం చేయడానికి ఉత్తమ అవకాశం ఉన్న ఒకే స్థలంపై కూడా మీరు మీ ఆలోచనలను ఉంచారు. ఏదైనా పరిష్కారం, ఏదైనా ఆనందం, ఏదైనా అవగాహన, ఏదైనా సహాయక చర్య ఒకే ఒక్క ప్రదేశంలోనే ఉంటుంది: 'ఇక్కడ'. కాబట్టి దాన్ని ఇక్కడే వెతకాలి.

పిల్లల పుట్టినరోజు పార్టీ కంటే కాస్త గంభీరమైన ఉదాహరణను తీసుకుంటే, దుర్వినియోగం, నష్టం, మానసిక అనారోగ్యం, దుర్భర చీకటి సమయాల చరిత్రతో పోరాడుతున్న వ్యక్తుల గురించి ఆలోచించండి. వారు తమ జీవితంలో దుర్భర దశలో ఉన్నారు. అక్కడ వారు జరిగిన విషయాలు వారు చేసిన తప్పుల గురించి మాత్రమే కాకుండా, ఇది వారి భవిష్యత్తుకు అర్థం ఏమిటి, వారు ఎక్కడికి వెళ్తున్నారు అనే దాని గురించి కూడా కలత చెందుతారు. అనేక సంవత్సరాల చికిత్స, వ్యక్తిగత అభివృద్ధి తర్వాత ఈ వ్యక్తి కొత్త శృంగార భాగస్వామిని కలుస్తాడు. విషయాలు అద్భుతంగా జరుగుతున్నాయని చెప్పండి.

కానీ ఈ చిగురించే కొత్త శృంగారంపై దృష్టి పెట్టడం కంటే, వారు చెడిపోయిన గత సంబంధం గురించి పశ్చాత్తాపం చెందారు. ఇది వారి కొత్త సంబంధాన్ని నాశనం చేస్తుందని, అన్ని భవిష్యత్ సంబంధాలు, గతంలోని తప్పులు, పశ్చాత్తాపంతో ఎప్పటికీ కలుషితమవుతాయని వారు ఆందోళన చెందారు. వాళ్లు ఎప్పుడైనా "మరొక సమస్య తలెత్తడం" కోసం వేచి చూస్తూ ఉంటారు. తమను తాము ఒక నష్టపరిచిన, క్లిష్టమైన వ్యక్తిగా భావించడంలో ఎంతగానో నిమగ్నమై ఉంటారు. అందువలన ఎప్పుడూ ఇతరులు తమను ఏ స్థాయిలో విఫలమవుతారని గుర్తిస్తారో అనే ఆందోళనలో ఉంటారు.

అన్ని సమయాలలో, ఒక విషయం విస్మరించబడింది: ప్రస్తుతం, ఈ క్షణంలో, విషయాలు అద్భుతంగా ఉన్నాయి! ఎంతమంది వ్యక్తులు దీర్ఘకాలం గడిచిపోయిన క్షణాల గురించి విచారిస్తున్నారు, దీని వలన వారు ప్రస్తుతం కలిగి ఉన్న సరికొత్త క్షణాన్ని అభినందించడం అసాధ్యం? ఎప్పటికీ రాని సంభావ్య భవిష్యత్తుల గురించి చింతిస్తూ ఎంత శక్తి, సమయం వృథా అవుతుంది. అన్ని సమయాల్లో నిజమైన, ఖచ్చితమైన ప్రస్తుత క్షణం విస్మరించబడుతుంది?

వైఖరి 5: మీకు అవసరమైనదానిపై దృష్టి పెట్టండి, మీరు కోరుకున్న దానిపై కాదు.

ఆత్రుత లేని ఆలోచనా విధానంలో ఒక విధమైన సరళత ఉంటుంది. మన వ్యక్తిగత అంతర్గత కథనాలు, మన స్వీయ-చర్చలు వాస్తవ జీవితాలతో చాలా తక్కువ సంబంధాన్ని కలిగి ఉన్న మెలికలు తిరిగిన ప్రపంచాలను

అల్లుతాయి. ఒత్తిడితో కూడిన ఓవర్‌థింకింగ్ నుండి తప్పించుకుని మనం వేరే దారి వెళ్లటానికి మార్గం ఏమిటంటే, మన సంతోషం, శ్రేయస్సుకి ఏది పూర్తిగా 'అవసరమో' దానిపై దృష్టి పెట్టాలి తప్ప మనం 'కోరుకునే' వస్తువులపై కాదని తెలుసుకోవాలి.

మీకు అవసరమనుకున్న విషయాలపై దృష్టి వుంచడం కోరుకున్న వస్తువులను దూరంగా వుంచడం అనేది మీ జీవితంలో అతి ముఖ్యమైన విషయాలను సాధించేందుకు ఎంతగానో ఉపయోగపడుతుంది. నిజంగా ముఖ్యమైన వాటిపై దృష్టి పెట్టడం, అనవసర విషయాలను వదిలివేయడం ఎప్పుడూ తక్కువ ఒత్తిడిని కలిగిస్తుంది. ఉదాహరణకు, ఎవరైనా కొత్త ప్రాంతానికి వెళ్లాలని ప్లాన్ చేస్తూ ఉండవచ్చు. వారి జీవనశైలికి ఉత్తమంగా సరిపోయే ఇంటి గురించి చిన్న చిన్న వివరాల గురించి కూడా ఆలోచించినప్పుడు వారు అధికంగా ఒత్తిడికి గురవుతారు. వారు చిన్న చిన్న వివరాలను పట్టించుకోకూడదు. A అనే స్థలంలో గొప్ప ఉద్యానవనం ఉంది. అయితే B అనే స్థలం కంటే ఖరీదైనది. అయితే ఇది దుకాణాలకు దగ్గరగా ఉంటుంది, కానీ మళ్లీ C అనే స్థలం చౌకగానూ, దుకాణాలకు దగ్గరగానూ ఉంటుంది. అయితే ఉద్యానవనం అస్సలు లేదు. అటువంటి చెక్క అంతస్తులు ఉన్న ఇళ్ల గురించీ, చుట్టూ తోటల గురించి మీరు శ్రద్ధ వహిస్తారా? కానీ అది మళ్లీ.

అంతులేని అవకాశాలు, ఎంపికలు తెలివిగా అనిపించవచ్చు. కానీ ఇది మిమ్మల్ని స్తంభింపజేస్తుంది. మీ నిర్ణయాలను తక్కువ ప్రభావవంతం చేస్తుంది. అనంతంగా ఆదర్శవంతంగా చేయడానికి ప్రయత్నించడం వల్ల మన ప్రధాన విలువల నుండి మనల్ని మరింత దూరం తీసుకెళ్తుంది. అందువల్ల ముఖ్యమైన, ప్రాథమికంకాని విషయాల నుండి వేరుపడిపోతాము. దానికి బదులుగా, మన ఉదాహరణలో ఉన్న వ్యక్తి ఒక్క క్షణం ఆగి, కొత్త ఇంటికి అవసరమైన మూడు ప్రధాన అవసరాలను ఎన్నుకోవచ్చు. ఇంటి ధర నిర్ణయించిన తర్వాత, ఒక తోట, మూడు స్నానపు గదులు ఉండేందుకు దృష్టిని కేంద్రీకరించవచ్చు. మిగిలిన కోరికలను విస్మరించవచ్చు. అవసరాలపై దృష్టి కేంద్రీకరించడం వలన మీరు మార్పులు, సవాళ్లు లేక నిరుత్సాహాలతో మరింత స్థితిస్థాపకంగా ఉండగలుగుతారు. అవి గొప్పవి కాకపోవచ్చు కానీ దానివల్ల ప్రపంచం ముగిసిపోదు. ఏదైనా కేవలం కోరిక అనేది అవసరం

కాదని మనం అర్థం చేసుకోగలిగితే, మనకు అది లభించనప్పుడు దానిని వదిలివేయడం, ముందుకు సాగడం సులభం.

చివరగా, మనం ఒక ముఖ్య విషయాన్ని గమనించాలి. మనుషులు నిజంగా తమకు కావాల్సింది ఏమిటో అంచనా వేయడంలో, అంటే, ఏది తమను సంతోషపెడుతుందో ఊహించడంలో చాలా సార్లు విఫలమవుతారు. మీరు మీ ప్రాథమిక మరియు మౌలిక అవసరాలపై దృష్టి పెట్టినప్పుడు, మీరు మీ నిజమైన విలువలను ఆలోచించడానికి ఒత్తిడికి గురౌతారు. అయితే, కోరికలు మరియు ఆశల గురించి ఆలోచించడం వల్ల, మీరు మరింత సందిగ్ధ పరిస్థితుల్లో పడవచ్చు. మనలో ఎవరు ఎప్పుడు ఓ నిర్ణయాన్ని ఎక్కువగా ఆలోచించి లేదా తమకు నిజంగా కావలసినదని భావించిన దానిని, నిజంగా అవసరం లేకపోయినా కూడా, దాని విషయంపై చిక్కుల్లో పడలేదు?

కాస్త మానసికంగా తగినంతలో వుండేందుకు సాధన చేయండి. విషయాలను కుదించండి, పెద్ద నిర్ణయాలను అధికంగా నియంత్రించేందుకు ప్రయత్నించకండి. మనం ఏమి కోరుకుంటున్నామో, ఇతరులు మన కోసం ఏమి కోరుకుంటున్నారో, సాంస్కృతిక, సామాజిక అంచనాలు, ప్రకటనలు లేదా తాత్కాలిక మోహాలు, కోరికల వల్ల తప్పుడు నిర్ణయాలు తీసుకునే అవకాశం ఉంటుంది. నిజమైన అవసరాలు సాధారణంగా, నేరుగా అనుభూతి చెందుతాయి. కానీ మనం ఎల్లప్పుడూ న్యాయపరంగా సమర్థిస్తూ, వివరిస్తూ ఉండే నిర్ణయాలు, కోరికలు సాధారణంగా నిజమైన అవసరాలు కావు.

అవసరాలపై దృష్టి పెట్టడం ద్వారా సర్వసాధారణంగా ఆందోళన తగ్గడంలో సహాయపడే మరొక మార్గం ఉంది. మీరు మీ సంబంధాల గురించి ఆలోచిస్తూ ఉంటే లేదా సామాజిక ఒత్తిడులు మీ ఆందోళనలలో ఎక్కువ భాగాన్ని ఆక్రమిస్తే, అవసరాలపై దృష్టి పెట్టడం వల్ల విషయాలను సరళం చేయవచ్చు. మార్షల్ రోజెన్‌బర్గ్ ప్రతిపాదించిన హింసా రహిత కమ్యూనికేషన్ మోడల్ అనేది సంబంధాలలో సహానుభూతి, సంబంధం, అర్థం చేసుకునే విధానాన్ని మెరుగుపరచడం గురించి చెబుతుంది. అందులో ఒక సూత్రం సామాజిక పరస్పర చర్యల్లో అవసరాలపై దృష్టి పెట్టడమనేది. మీ స్వంత అవసరాలను స్పష్టంగా పంచుకోవడం, ఇతరుల అవసరాలను వినడం ద్వారా కమ్యూనికేషన్‌లో ఒత్తిడిని తొలగించండి. ఇది సంబంధాల్లో అనుసరణను పెంచుతుంది, సంబంధిత సమస్యలను, ఆందోళనలను గణనీయంగా తగ్గిస్తుంది.

ఉదాహరణగా, మీరు కాస్త చిరాకుగా వుండి, ఎవ్వరినీ కలవకూడదని అనిపించిన రోజున ఎవరో మీకు చెప్పకుండా మీ యింటికి వచ్చారనుకోండి. వచ్చిన వారిపై దృష్టి పెట్టకుండా, వారిని తప్పుపట్టడం లేదా వారిని తప్పించుకోవడం, మీరు తర్వాత పశ్చాత్తాపం చెందటం కంటే, ఆ ఆలోచన నుండి బయటపడి వచ్చిన వారితో కలిసిపొండి. "హాయ్, మీరు ఈ రాత్రి నన్ను కలవాలని మీరు కోరుకున్నారని నాకు తెలుసు, కానీ ప్రస్తుతం నాకు కొంచెం విశ్రాంతి అవసరం ఉంది. వచ్చే వారం కలుసుకోవడంలో మీకు అభ్యంతరం లేదుగా?". అవసరాలపై దృష్టి పెట్టడం ద్వారా అనేక భవిష్యత్తు ఒత్తిళ్లను నివారించవచ్చు.

మీరు గమనిస్తే, ఈ మ్యానిఫెస్టోలోని ఐదు వైఖరులు నిజంగా ఒకే థీమ్‌పై వైవిధ్యాలు. ఆత్రుత లేకుండా, అతిగా ఆలోచించకుండా వుండే వ్యక్తులు వశ్యత, దృష్టి, స్థితిస్థాపకత మరియు ప్రయోజనకరమైన చర్యతో కూడిన జీవితం పట్ల ఒక నిర్దిష్ట వైఖరిని కలిగి ఉంటారు. ఏ పరిస్థితిలోనైనా మంచిది అనుకున్న ప్రతిదానిపై మీ అవగాహనను ఉంచండి. అంటే, మీ ఎంపికలు, మీ వనరులు, చర్యల కోసం మీ సామర్థ్యం వగైరా. మీరు ఎలాంటి ప్రతికూలతలను ఎదుర్కొన్నప్పటికీ, మీ స్వంత ఉత్తమ ప్రయోజనాల కోసం పని చేసే మీ స్థిరమైన సామర్థ్యం ముఖ్యం.

వ్యతిరేక చర్య ద్వారా భావోద్వేగ నియంత్రణ

పైన ఉన్న వైఖరులు మన ఆలోచన, మన అవగాహన, మన ప్రవర్తన, చివరికి మన ప్రపంచాన్ని నిర్మిస్తాయి.

ఈ వైఖరులను పోషించడం అనేది సానుకూలత, వశ్యత, ఆశ, కృతజ్ఞత, ఉత్సుకత, సహనం, ఆత్మగౌరవం, మనోహరమైన హాస్యం, మరో మాటలో చెప్పాలంటే, పెద్ద వ్యత్యాసం భావోద్వేగానికి సంబంధించినది. మన స్వంత భావోద్వేగాలను గుర్తించి, నైపుణ్యం సాధించగలిగినప్పుడు, మనకు ఉత్తమంగా పనిచేసే మానసిక స్థితిని మనం స్వీకరించవచ్చు. తనపై పట్టు, అంటే శరీరం, మనస్సు, హృదయం లేదా మన భావోద్వేగాలపై పట్టు సాధించడం.

పైన పేర్కొన్న CBT టెక్నిక్‌లు, భావోద్వేగ ఆధారిత పద్ధతులు ఎలాంటి అనుమానం లేకుండా మన భావోద్వేగాలతో ఏ విధంగా స్థిరత్వం పొందాలో

నేర్పుతాయి. మన భావాలను అంగీకరిస్తూ, మనకు ఏమి అనిపిస్తుందో మనం ప్రశాంతమైన అవగాహనతో చూస్తాము. ఇది ముఖ్యమైనది. భావోద్వేగ నియంత్రణ భావోద్వేగ అంగీకారంతో ప్రారంభమవుతుంది. మన భావోద్వేగాలను దూరంగా వుంచడం నేర్చుకోవడం ద్వారా మనం మంచిగా పని చేయలేము. కానీ వారి పేర్లను నేర్చుకోవడం వారితో బాగా పరిచయం చేసుకోవడం ద్వారా చేయగలము.

ఇతర చికిత్సా సందర్భాలలో పుష్కలంగా విజయవంతమైన ఒక సాంకేతికతను వ్యతిరేక చర్య టెక్నిక్ అని పిలుస్తారు, ఇది చాలా పచ్చిగా చెప్పాలంటే, "మీ భావోద్వేగాలు మీకు చెప్పే దానికి విరుద్ధంగా చేయడం". వాస్తవానికి, దీని అర్థం తిరస్కరించడం లేదా నిజమైన అనుభూతికి వ్యతిరేకంగా పోరాడడం కాదు. నిజానికి, ఈ పద్ధతిని ఆచరించాలంటే, మనం ముందుగా ఆలోచించినప్పుడు (ఉదాహరణకు భయం, భయాందోళన, అశాంతి, అవమానం) మరియు ప్రతిఘటన లేదా కట్టుబడకుండా వాటిని గమనించినప్పుడు మనం నిజంగా ఎలాంటి భావోద్వేగాలను అనుభవిస్తాము అనే దానిపై మనం నివసించాలి. మీరు మీ CBT లేదా పనిచేయని ఆలోచనల రికార్డును కంపైల్ చేసినప్పుడు మీరు ఇప్పటికే దీనితో కొంచెం అభ్యాసం చేసారు.

భావోద్వేగ నియంత్రణ ప్రక్రియ యొక్క ఈ మొదటి భాగం ఇతర ధ్యాన అభ్యాసాల నుండి భిన్నంగా లేదు. మీరు మీ భావోద్వేగాలను ఎలా ఉండాలో తెలియజేస్తున్నారు. శ్వాస, మీ శరీరం, మీ అవగాహన గురించి నిశ్శబ్ద అవగాహనతో, మీరు మిమ్మల్ని మీరు చూసుకోండి. మీలో ఎలాంటి భావోద్వేగాలు ఉత్పన్నమవుతున్నాయి. మీరు ఈ విచారణను మీ భావోద్వేగ స్థితిని షెడ్యూల్ చేసిన మైండ్‌ఫుల్‌నెస్ ప్రాక్టీస్‌తో జత చేయవచ్చు. దీన్ని మీ ఉదయం దినచర్యకు జోడించవచ్చు లేదా విజువలైజేషన్ సెషన్‌గా రూపొందించవచ్చు. లేదా కష్టమైన అనుభూతులు తలెత్తినప్పుడల్లా మీరు మీతో, మీ భావోద్వేగాలతో "ఉండటం" సాధన చేయవచ్చు లేదా మీరు సంక్షోభంలో ఉన్నట్లు భావిస్తారు.

భావోద్వేగాలను కలిగి ఉండటంలో తప్పు ఏమీ లేదు. ముఖ్యంగా, అతిగా ఆలోచించే విషయంలో, ప్రధానంగా భయపడే భావోద్వేగాలు. మీరు అనుభూతి చెందడానికి కారణం ఉంది. అయినప్పటికీ, భావోద్వేగం

మన ఆలోచనలకు, మన ప్రవర్తనకు కనెక్ట్ అవుతుందని మనం చూశాము. మనకు ఏమి అనిపిస్తుందో మనకు అనిపించినప్పటికీ, ఆ భావాలు మన ఆలోచనలను లేదా మన ప్రవర్తనలను ఎలా ప్రభావితం చేస్తాయనే దాని గురించి మనకు చెప్పలేమని దీని అర్థం కాదు.

చాలా ఎక్కువగా ఆలోచించడం వెనుక ఉన్న భావోద్వేగం 'భయం'. నియంత్రణలో ఉండాలనే భయం, నిష్ఫలంగా ఉండటం, వైఫల్యం, రాబోయే ప్రమాదం, భయాందోళన మొదలైనవి. ఊహించుకోవడంలో తప్పులేదు. అది చెల్లుతుంది. కానీ అది నిజమని అర్థం కాదు. ఇది ఖచ్చితంగా ఉపయోగకరంగా ఉందని కూడా అర్థం కాదు! మనం భయంతో ప్రవర్తిస్తే, మనం తరచుగా ఏమైనప్పటికీ మరింత భయాన్ని సృష్టిస్తాము. కానీ మన భావాలను గమనించడానికి, మన భయాన్ని అనుభవించడానికి మనకు అవకాశం ఉంది, అయినప్పటికీ భిన్నంగా ప్రవర్తించడానికి ఎంచుకోవచ్చు. ఇక్కడే వ్యతిరేక యాక్షన్ టెక్నిక్ వస్తుంది.

మనం అధికంగా ఆలోచిస్తూ, ఆందోళన వలయంలో చిక్కుకుంటే, ఉదాహరణకు, మన భయంకరమైన భావోద్వేగ స్థితి మనలో విభిన్న ప్రవర్తనలకు కారణం కావచ్చు: మనం ప్రజలను లేదా పరిస్థితులను తప్పించుకుంటాము. కానీ, సహేతుకమైన నష్టాలను తీసుకోవడంలో విఫలమవుతాము. ప్రపంచాన్ని అన్వేషించడం లేదా ఉత్సుకత కలిగి ఉండటం మానేస్తాము. ప్రతి విషయాన్నీ అనుమానిస్తాము. మన గురించి, మన సామర్థ్యాల గురించి తక్కువగా ఆలోచిస్తాము. మన కలలు, లక్ష్యాలను తగ్గించుకుంటాం. క్లిష్ట పరిస్థితులను ఎదుర్కోవడం మానేస్తాము. వైఫల్యానికి భయపడి మంచి అవకాశాలను వదులుకుంటాము. లేదంటే, మన జీవితంలో సమస్యలను కలిగించినందుకు ఇతరులను నిందిస్తూ వుంటాం.

భయం, ఆందోళనతో ఉన్నప్పుడు మనకు కలిగే ఆలోచనలు పరిమితం అయిపోతాయి:

"ప్రపంచం సురక్షితం కాదు."

"మీరు ఎవరినీ నమ్మలేరు."

"ఇది బాగా పని చేయదు, మీరు ప్రయత్నించలేకపోవచ్చు కూడా!"

"మీ మెడను బయటపెట్టకండి, ఇది చాలా ప్రమాదకరమే."

“క్రొత్తదాన్ని ప్రయత్నించవద్దు, ఏదైనా చెడు జరుగుతుంది.”

మనల్ని భయపెట్టే భావాల పట్ల మనం సానుభూతిని కనబరచి, అవి నిజమైనవని, బాధాకరమైనవని ఎటువంటి కోరికలు తీరకుండానే అంగీకరించవచ్చు. మరో మాటలో చెప్పాలంటే, మనల్ని భయపెట్టే, ఆందోళనతో నిండిన భావోద్వేగాలు కారులో మనతో షికారు కొట్టడానికి తయారౌతాయి. కాని వారు డ్రైవర్ సీట్లో ఉండటం వల్ల, మన జీవితం ఎక్కడికి వెళుతుందో నిర్ణయించలేరు!

భయం, ఆందోళనలకు వ్యతిరేకం ఏమిటి? మనం ఈ భావోద్వేగాలు, ప్రవర్తనలు, చర్యలను విలోమం చేసినప్పుడు ఏమి జరుగుతుంది?

మనం విశ్వాసాన్ని, విశ్రాంతిని చూస్తాము. మనం క్రొత్త పరిస్థితులను ఆసక్తితో సంప్రదిస్తాము. క్రొత్త విషయాలను ప్రయత్నించడానికి లేదా రిస్క్ తీసుకోవడానికి భయపడము. మనం ఇతరులను విశ్వసిస్తాము ఎందుకంటే లోతుగా, మనల్ని మనం విశ్వసిస్తాము. ట్రయల్స్ జీవితానికి సమానమని మనకు తెలుసు. మనం వాటిని నిర్వహించగలము. కొన్నిసార్లు మనం భయపడుతున్నాము. కాని మనల్ని ప్రేరేపించడానికి, సవాలు విసరడానికి మనం అనుమతిస్తాము. మన తలలో అనేక ఆలోచనలతో నిండిపోయి ఉంటుంది. “నేను XYZ ను ప్రయత్నిస్తే ఏమి జరుగుతుంది?” లేదా “ఏమి జరుగుతుందో నాకు తెలియదు కాని ఏమైనప్పటికీ ఆశిస్తున్నాను.”

మన CBT స్ప్రెడ్‌షీట్ అనారోగ్యకరమైన ఆలోచనలను గుర్తించడానికి, మంచి ప్రత్యామ్నాయాల గురించి ఆలోచించడానికి మనకు అనుమతి ఇచ్చింది. వ్యతిరేక యాక్షన్ టెక్నిక్ ఈ ఆలోచనల వెనుక ఉన్న భావోద్వేగ మౌలిక భాగాలను గుర్తించడానికి మనకు సహాయపడుతుంది, కాబట్టి మనకు మంచిగా అనిపించే ప్రత్యామ్నాయాన్ని ప్రయత్నించవచ్చు. సాధారణ ప్రక్రియ:

1. తీర్పు లేదా వ్యాఖ్యానం లేకుండా భావోద్వేగాన్ని గుర్తించండి, దానిని అనుభవించండి
2. ఈ భావోద్వేగం మీకు కారణమయ్యే ఆలోచనలను చూడండి. అలాగే అది ప్రోత్సహించే ప్రవర్తనలు. మీరు ఈ ఆలోచనలు మరియు ప్రవర్తనలను ఇష్టపడుతున్నారా, అవి మిమ్మల్ని మీ

లక్ష్యాలకు దగ్గరగా తీసుకువస్తాయా, అవి మీ విలువలకు అనుగుణంగా ఉన్నాయా? అవి మీకు వ్యతిరేకంగా అధికంగా ఉన్నాయా లేదా పనిచేస్తున్నాయా?

3. అలా అయితే, వ్యతిరేక భావోద్వేగాన్ని గుర్తించండి. బదులుగా ఈ భావోద్వేగ అనుభవాన్ని పెంపొందించడానికి ప్రయత్నించడం ద్వారా, మీరు మీ మనసుకు కొంత సమతుల్యతను తెస్తారు. మీ ఆలోచనలు, ప్రవర్తనలను ఆరోగ్యకరమైన దిశలో నడిపించండి.
4. నిర్ణీత కాలానికి (ఇది ఐదు నిమిషాలు లేదా ఒక రోజు అయినా), వ్యతిరేక భావోద్వేగ స్థితిని నిర్వహించడానికి పూర్తిగా కట్టుబడి ఉంటుంది. మీరు సందిగ్ధంలో వుంటే, మీరు ఎందుకు టెక్నిక్ చేస్తున్నారో గుర్తుంచుకోవడానికి ప్రయత్నించండి. బలమైన ప్రతికూల భావోద్వేగాల ద్వారా నడిచే ఆలోచనలు మరియు ప్రవర్తన యొక్క వ్యయం, అలాగే బదులుగా మీకు కావలసిన మంచి స్థితి గురించి మీరే గుర్తు చేసుకోండి.
5. ఫలితాలను గమనించండి. ప్రారంభంలో మీకు ఎలా అనిపిస్తుందో గమనించండి. మీరు ఉద్దేశపూర్వకంగా భిన్నంగా అనుభూతి చెందుతున్నప్పుడు మీ ఆలోచనలు మరియు చర్యలు ఎలా మారుతాయో గమనించండి. తదుపరిసారి మీరు ఇలాంటి బలమైన ప్రతికూల భావోద్వేగాన్ని అనుభవించినప్పుడు ఈ ఫలితాలను గుర్తుంచుకోండి.

ఈ టెక్నిక్ మీకు ఎలా అనిపిస్తుందో లేదా భావోద్వేగాలను తగ్గించడం గురించి కాదు. దీనికి విరుద్ధంగా! మెరుగైన భావోద్వేగ నియంత్రణ, స్వీయ నియంత్రణను అభ్యసించడం ప్రారంభించడానికి ఇది ఒక గొప్ప మార్గం. చాలా తరచుగా స్వయంచాలక, అనారోగ్యకరమైన ప్రతికూల ఆలోచనలు, ప్రవర్తన విధానాలలోవున్న వాటికి చైతన్యాన్ని తెస్తుంది.

కారు ప్రమాదంలో పడటం, ఇతర డ్రైవర్ మీతో దూకుడుగా ప్రవర్తించడం గురించి చెప్పుకున్న పాత ఉదాహరణను గుర్తుకు తెచ్చుకోండి. ఆగ్రహం, కోపం చెలాయిస్తాయి. ఏమి జరుగుతుందో ఆపడానికి, గుర్తించడానికి మీకు మనస్సు ఉనికి ఉంటే, దాన్ని మార్చడానికి మీకు అవకాశం ఉంటుంది. విపరీతమైన కోపం నుండి వచ్చే ఆలోచనలు

మరియు సాధ్యమయ్యే ప్రవర్తనలు ఎవరి ఉత్తమ ఆసక్తిని కలిగి ఉండవు అని చూస్తే, మీరు ఉద్దేశపూర్వకంగా వ్యతిరేక భావోద్వేగాన్ని కొనసాగించడానికి ప్రయత్నించవచ్చు.

కోపంతో అవతలి డ్రైవర్‌ను అవమానించడానికి బదులుగా, మీరు చేతన నిర్ణయం తీసుకుంటారు. తరువాతి పది నిమిషాలు, మీరు పిచ్చిగా, అరుస్తూ లేదా ఆరోపణలు చేయరు. మీరు మృదువైన స్వరాన్ని ఉపయోగిస్తారు. మీరు అతనితో ఏకీభవించకుండా డి-ఎస్కలేట్ చేస్తారు, తటస్థంగా ఉండండి. ఇతర డ్రైవర్‌ను ధృవీకరించండి. మీరు ఉద్రిక్తతను గమనించి, దాన్ని వీడటానికి ఎంచుకోండి. మీరు దీన్ని పది నిమిషాలు చేయాలి – ఇది అంత చెడ్డది కాదు!

కానీ పది నిమిషాల చివరలో, వాగ్వాదం ముగిసిన తర్వాత, మీరు కొన్ని విషయాలను గమనించవచ్చు: మీరు ఇప్పుడు ఎలా భావిస్తున్నారో చూసినప్పుడు, ఆ కోపం యొక్క తక్షణ ఉత్సాహం, తీవ్రత నిజంగా లేదని మీరు తెలుసుకుంటారు. మీరు ఇప్పుడు చింతిస్తున్నారని మీరు చెప్పలేదని లేదా ఏమీ చేయలేదని మీరు భావిస్తారు. అన్నింటికన్నా ఉత్తమమైనది, నిజమైన ప్రశాంతత యొక్క భావం మీపైకి వచ్చినట్లు అనిపిస్తుంది, మరియు మీరు ఏమి జరిగిందో దాని గురించి పుకార్లను వదిలివేయగలుగుతారు. మీరు దాని యొక్క అన్యాయాన్ని గంటలు ఉడికించి ఉండవచ్చు, ఇప్పుడు మీరు వెళ్లి ముందుకు సాగడం సులభం.

మీరు కోపంగా లేదా ఉద్రిక్తంగా భావించారనే వాస్తవాన్ని తిరస్కరించకుండా ఇవన్నీ సాధించబడ్డాయి. వాస్తవానికి, పది నిమిషాల తర్వాత కోపం పెరిగిందని, అది మరింత సముచితమని మీరు భావించినప్పుడు మీరు సులభంగా అనుభూతి చెందవచ్చు. ఈ భావోద్వేగాలు ఉన్నాయని ఈ సాంకేతికత పూర్తి భత్యం కలిగిస్తుంది. కాని దీని అర్థం మనం కనిపించే సెకనులో ప్రతి భాగాన్నీ వినోదం పొందాలి, లేదా మనం ఏమనుకుంటున్నారో, చెప్పే లేదా ఏమి చేస్తున్నామో మనకు నిర్దేశించటానికి అనుమతించాలి. అది సాధికారిక ఆలోచన కాదా?

జ్ఞాపకాల వలయం పై ఒక మాట

రూమినేట్ చేయడం అంటే ఏమిటి?

మనం ఈ పదాన్ని ఈ పుస్తకంలో కొన్ని సార్లు ఉపయోగించాము, కానీ దాన్ని ఉపయోగకరమైన విధంగా నిర్వచించలేదు.

ఈ పదానికి నిజంగా ఆసక్తికరమైన చరిత్ర ఉంది: ఈ పదం లాటిన్ పదం రుమినారే నుండి వచ్చింది, ఇది "పైకి ఆలోచించడం" అని అర్థం. ఈ కారణంగానే పశువుల మాదిరిగా మేతను నమిలే జంతువులను "రూమినెంట్స్" అంటారు. ఇది మనం అప్పుడప్పుడు చేసే ఒక ప్రత్యేకమైన ఆలోచన విధానాన్ని వివరిస్తుంది. ఆవు నమిలిన పదార్థాన్ని తిరిగి లాగి మళ్లీ నమలడం ద్వారా రూమినేట్ చేస్తుంది, సాధారణంగా ఎక్కువసార్లు. మానసిక రూమినేషన్ కూడా ఇదే – మనం పాత జ్ఞాపకాలు, సంఘటనలు, ఆలోచనలు, పాత వాటిని తిరిగి తిరిగి నమిలి మళ్లీ మళ్లీ ఆలోచిస్తాము. కానీ ఆవు మేతను పదే పదే నమలడం ఆరోగ్యకరమైనదిగా అనుకుంటే, మనుష్యుల విషయంలో 'రూమినేషన్' అనేది ఆరోగ్యకరమైనది కాదు!

ఒకవేళ మీకు ఒక ప్రియమైన వ్యక్తితో విచిత్రమైన తగాదా జరిగినట్లయితే, మీరు ఆ సంభాషణను మీ మనస్సులో మళ్లీ మళ్లీ జ్ఞప్తికి తెచ్చుకుంటూ ఉంటారు. బహుశా మీరు ఇంకేదైనా చెప్పాలి అనుకున్నా, లేదా పశ్చాత్తాపం లేదా విచారంతో నిండిపోయి ఉండవచ్చు. దాని గురించి ఏదో సరైనట్టు అనిపించకపోవడంతో, మీ మెదడు అదే దృశ్యానికి తిరిగి వస్తూ ఉంటుంది, దానిపై ఆలోచిస్తూ, ప్రతి అసహ్యమైన వివరాన్ని స్పష్టంగా చూపిస్తూ, విభిన్న వివరణలు మరియు ఊహాత్మక ముగింపులను యిచ్చేందుకు ప్రయత్నిస్తూ ఉంటుంది. రూమినేషన్ అనేది అతిగా ఆలోచించడం.

ఇది ఆలోచనలను ముద్దగా చేసి నమలడమే, సహజంగా, ఇది అనుత్పాదకంగా ఉంటుంది. చాలాసార్లు, మనం పాత జ్ఞాపకాన్ని తీసుకొస్తాము. తద్వారా మరిన్ని (సాధారణంగా నెగెటివ్) జ్ఞాపకాలను ఉత్తేజపరుస్తుంది. ఇది మనలను ఒక బిగుతున్న బంధంలోకి తీసుకెళ్లుతుంది, మరింత distration మరియు ఇంకా ఎక్కువ ఆలోచనల వైపు నడిపిస్తుంది. మీరు పదే పదే ఆ సంఘటనలు జ్ఞప్తికి తెచ్చుకోవడం అనేది మీ సమస్యను

పరిష్కరించటానికి బదులుగా మరింత జటిలంగా మారిపోతోంది, దానివల్ల మీ ఆందోళన పెరుగుతుంది. ఇతర మాటల్లో చెప్పాలంటే, మీకు మీరుగా చాలా చెడ్డ కథ మళ్లీ మళ్లీ చెప్పడం ఆపలేకపోతున్నారు.

మీరు గతంలోని చెడు జ్ఞాపకాలను మళ్లీ మళ్లీ తవ్వి తీసి చూస్తూ ఉంటే, ఆపడానికి మొదటి దశ మీ triggerలను గుర్తించడం. బహుశా అది మీ పాత గదిని చూడటం వల్లనో, ఒక ప్రత్యేకమైన పాట వినడం వల్ల లేదా ఒక రకమైన ఆహారం తీసుకోవడం వల్ల, లేదా అంచనా వేయబడే అనుభవం వల్లనో కావచ్చు. ఏదైనప్పటికీ, దాని ప్రభావం మీపై ఏమిటో తెలుసుకోవాలి. తద్వారా మీరు చర్య తీసుకోవచ్చు. రెండవ దశ మీ రూమినేషన్ తీసుకునే రూపాన్ని అర్థం చేసుకోవడం. మీరు పశ్చాత్తాపంతో ఆలోచిస్తారా? అసూయతోనా? నిరాశతోనా? మీరు నిరంతరం ఇతరులను నిందిస్తారా లేదా పశ్చాత్తాపంతో మిమ్మల్ని మీరు తిట్టుకుంటారా?

తరువాత, ఈ పాత, అలసిపోయిన కథను అర్థం చేసుకోండి, ఇది మొదట్లోనే నిజమైనది కాకపోవచ్చు కూడా! పూర్వంలోని సాంకేతికతలు మరియు విధానాలను చదివినప్పుడు, ఇది ఇప్పటికి మీకు పరిచయం కావాలి. ఈ కథను మానసికంగా ఒక మెట్టు వెనక్కి తీసుకుని చూడండి, ఇది ప్రారంభం కాగానే స్వయంగా నడుస్తుంది. పూర్వ mindfulness వ్యాయామాలలో ఉన్నట్లుగా, దాన్ని పరిశీలించడంలో మాత్రమే ఉండండి, దానితో ఐక్యం చెందకండి, అనుబంధం పొందకండి లేదా ప్రతిఘటించకండి.

దానినుంచి దూరం వెళ్లటానికి ఒక మార్గం (Labeling) లేబులింగ్ చేయడం. కథకు ఒక పేరు ఇవ్వండి. మీరు మీకు పరిచితంగా ఉన్న వేళ అసలు మూలం అనేది కనిపిస్తోందని గుర్తుంచుకుంటే, తప్పనిసరిగా ఎక్కడికి వెళ్ళుతున్నారో మీరు తెలుసుకుంటే, దాని నుంచి మీరు దూరంగా వెళ్లిపోవచ్చు. చిన్న వ్యత్యాసంతో దూరంగా వెళ్లండి, ఆనందం అనుభవించండి. వాస్తవంలో మీరు నిజంగా దేని గురించి కష్టపడుతున్నారో, దానిని మీరు స్వయంగా నిర్ణయించుకోవచ్చు. మీరు మాత్రమే చెడుగా అనుభవిస్తున్నారు. "నేను పనికిరాని వాణ్ణి" అనడానికి బదులుగా, "నేను యీ పరిస్థితిలో తగిన వాణ్ణి కాదు" అని చెప్పండి. "నేను నా అవకాశాలను పాడుచేసుకున్నాను" అనేది చెప్పకుండా, "నా మనసులో ఏదో బెంగ ఉంది" అని చెప్పండి. అనుభూతులకు కంచె వేయండి. ఏదైనప్పటికీ అది తాత్కాలికమేనని మీరు

అర్థం చేసుకోవడం ప్రారంభించండి. అంతా చూసిన తరువాత, నిజంగానే మనం బాధపడే విషయాలు ఎంతవరకూ వాస్తవంలో ఆధారపడి ఉంటాయి, మనకి మనమే చెబుతున్న కథలు ఎంతవరకూ ఉంటాయి?

మీరు దానిలో కొంత హాస్య చతురత కూడా కలుపుకునే అవకాశం వుంది. మీరు హాస్యం కలుపుకోగలిగితే, మీరు ప్రతికూలతలను అధిగమించి, మీ ముందున్న పెద్ద భయంకర సమస్యను అవలీలగా దాట గలుగుతారు. మీకు మీరే చెప్పుకోండి, "అరె, ఇదిగో... నా వ్యవహారం ఈ మధ్యాహ్నం పూర్తిగా తేలిపోతుంది". ఆ తర్వాత అందులోని అసంబద్ధతను కనుక్కోండి. చిన్ననాటి సరదా పరేడ్‌ను ఊహించుకుంటూ, బెలూన్లతో నవ్వుకుంటూ మీరు చేసిన ఊరేగింపు సంఘటనలను తలుచుకునేటప్పుడు అవి బయటకు వస్తాయని ఊహించండి. మీకు మీరు సరదాగా ఉండండి – ఒక చెడు స్మృతిని ఎక్కువగా గుర్తు చేసుకునేది మీరు ఒక్కరే కాదని తెలుసుకోండి.

ప్రయత్నించవలసిన మరొక విషయం ఏమిటంటే, మిమ్మల్ని మీరే ప్రశ్నించడం: మీరు చేస్తున్నది సమస్య పరిష్కరణా లేక జ్ఞాపకాల వలయంలో చిక్కుకోవడమా? నిజాయితీగా ఉండండి. మొదటి సారి ఆలోచించినప్పుడు, ఒక ఆలోచన వాస్తవానికి ఉపయోగకరమైనదిగా ఉండగలదు. కానీ సాధారణంగా, మీరు ఒక ఆలోచనపై ఎక్కువగా ఆలోచించినప్పుడు, మీరు దానిలోంచి తక్కువ పొందుతారు. మనం గమనించాం, విశ్లేషణ మోడ్‌లో చిక్కుకుపోవడానికి శక్తివంతమైన ప్రతిరసాయనం సాధారణంగా చర్యలోకి దిగడమే. ఎల్లప్పుడూ అవకాశాలు, ఊహాగానాలు, ఆందోళనలు పరిష్కరించడం కన్నా, నిజంగా ఏదైనా చేయడం ద్వారా మిమ్మల్ని మీరు వర్తమాన క్షణంలోనికి తీసుకుని రండి.

దానికి సమాధానంగా, "అవును, నేను జ్ఞాపకాల వలయంలో చిక్కుకుపోయాను" అని గనుక అయితే, మీరు తక్షణం చిన్నపాటి చర్యను చేసేందుకు ఉపక్రమించాలి. మీరు మీ స్నేహితుడితో ఏదో పనికిరాని విషయం మాట్లాడారు. అలా మాట్లాడకుండా వుండవలసిందని యిప్పుడు మీరు అనుకుంటున్నారు. స్నేహితుడితో చెప్పిన మాటలు, పదాలు మీకు తరుచూ వెంటాడుతున్నాయి. ఒక్క క్షణం మీరు ఆలోచించి, "నేను సమస్య పరిష్కారానికి ప్రయత్నిస్తున్నానా? లేక జ్ఞాపకాల వలయంలో

చిక్కుకుంటున్నానా?" అని ప్రశ్నించుకోండి. మీరు మానసికమైన వ్యథతో పనికిరాని చెత్తను నములుతున్నారు. వెంటనే దానిని నిలుపుదల చేసి క్రియాత్మకమైన చర్యను చేసేందుకు ఉపక్రమించండి.

సమస్య ఏమిటంటే మీ స్నేహితుణ్ణి గాయపరిచారు. అతనితో మీరు వ్యక్తిగతంగా క్షమాపణ కోరండి. ఒక్కసారి ఆలోచించండి. మీరు క్షమాపణ కోరకుండా మీకు మీరే గడిచిపోయిన విషయాన్ని పదే పదే తలుచుకోవడం సమస్యను పరిష్కరిస్తుందా? లేదు కదా! విషయాలను సక్రమంగా జరిగేటట్లు చూడండి. మీరు ఏమీ చేయలేకపోయినట్లయితే, అది విచ్ఛిన్నం అవుతుందని అర్థం చేసుకోండి. క్షమ మిమ్మల్ని ముందుకు నడిపిస్తుంది.

ఆందోళనను అనుకూల దిశగా మళ్లించడం ద్వారా మీ పరిస్థితిని మెరుగుపరచగలిగే లేదా కనీసం దానితో అంగీకరించే పనులలో మీరు దానిని వినియోగిస్తారు. మీరు ప్రపంచంతో మళ్లీ కలవడంలో, ఎక్కడికీ వెళ్లని వలయాకార ఆలోచనల ఉరుము నుండి బయటపడతారు.

మనం ఇప్పటికే కష్టాలను తట్టుకునే సామర్థ్యంపై చర్చించాము. కానీ మీరు మానసికంగా ధృడంగా ఉండేందుకు సరైన సమయాలలో దృష్టి మరల్చుకోవడం, వాటిని నేర్చుకోవడం ద్వారా చాలా దూరం ప్రయాణించవచ్చు. మీ తలలో ఒకే విధమైన ఆలోచనలు తిరుగుతున్నాయని గమనించినప్పుడు ("వావ్!మళ్లీ నా బుర్రలో ఆలోచనలు మొదలయ్యాయి. ఇవన్నీ విసుగుపుట్టించే పాత కథలు...") వెంటనే మీ పూర్తిస్థాయి దృష్టిని ఆకర్షించే పనిలో పడండి. అక్షరమాలను వెనుక నుండి చెప్పుకుంటూ ముప్పై జంపింగ్ జాక్స్ చేయండి. వారానికి సరిపడా సరుకుల జాబితా రాయండి. అల్లికలు నేర్చుకోండి. మీ డెస్క్‌ను సర్దుకోండి. లేదా క్లిష్టమైన పాటను పాడుతూ, సాహిత్యంపై గట్టిగా దృష్టి పెట్టండి. మీరు ఏం చేస్తారనేది పెద్ద విషయం కాదు, కానీ మీరు తాత్కాలికంగా ఆ ఆలోచనల చక్రవలయం నుండి మీ దృష్టిని మరల్చుకోవడమే ముఖ్యం.

మీరు ఏమి ఆలోచించలేక పోయినట్లయితే, మీ ఐదు ఇంద్రియాలపై అనుభూతిని కేంద్రీకరించండి. లేదా యోగా, జాగింగ్ వంటి శారీరక పరిశ్రమలో పాల్గొనండి. మీరు ఒక బైరాగిలా ఒక చోట కూర్చుని, మిమ్మల్ని చుట్టుముడుతున్న ఆలోచనలతో కుస్తీ పట్టకండి. ఒక్కసారి పైకి లేచి తల విదిలించండి. మీ మెదడు "ఇలా అయితే, అలా అయితే, అది జరిగితే, యిది జరిగితే, ఇలా అయితే ఏంటి?"

ఆలోచనలు చేస్తుంటే వాటి మొగ్గ దశలోనే త్రుంచేయండి. సాధారణంగా, మనం కలత చెందటానికి దూరంగా ఉంటాం. కానీ, విచక్షణంగా వున్నప్పుడు మనం అదే భావోద్వేగాన్ని ఆయుధంలా కూడా మలుచుకోవచ్చు.

మీరు నియంత్రించ లేని విషయాల పట్ల ఆత్రుతగా ఉన్నారా?

మీరు మట్టి దిబ్బల నుండి పర్వతం చేయాలనుకుంటున్నారా?

మీ ఊహలు సమస్యను ముందుకు తీసుకుపోతున్నాయా లేక సమస్యను పరిష్కరించడంలో ఉపయోగపడుతున్నాయా?

మీరు చెప్పుకుంటున్న కథనాలు లేదా ఘటనల వ్యాఖ్యానాన్ని మీరు గౌరవంగా తీసుకోవాలని అనుకున్నారా?

మీ జ్ఞాపకాల ఆలోచనలు 'ఎప్పుడూ పనికిరాని మాటలు చెప్పే పాత బోరింగ్ స్నేహితుడు' అని ఊహించుకోవడం ద్వారా మానసిక దూరాన్ని పొందండి. ఆ కథ కేవలం ఒక కథ మాత్రమేనని తెలుసుకునే ప్రశాంతమైన, పక్షపాతరహితమైన వీక్షకుడి స్థానంలో మీరే ఉన్నట్లు ఊహించుకోండి. అందుకే, ఆ బోరింగ్ పాత స్నేహితుడు మీ దగ్గరకు వచ్చి, "కొన్ని సంవత్సరాల క్రితం, మీరు ఫ్రెంచ్ మాట్లాడగలరని చెప్పారు, ఆపై ఎవరో ఫ్రెంచ్‌లో మాట్లాడారు, మీరు ఎలా స్పందించాలో మీకు తెలియదా? ఆ సంఘటన గుర్తుందా? అది ఎంత అవమానకరం, కదా?" అని చెప్పినట్లు ఊహించుకోండి.

మీరు ఈ జ్ఞాపకాన్ని ఒక టీవీ షోలో ఏదో చూసి లేదా ఆ సంఘటన జరిగినప్పుడు అక్కడ ఉన్న స్నేహితుడిని ఇటీవల కలవడం ద్వారా ప్రేరేపించవచ్చు. ఆ ఆలోచన ఏవిధంగానైనా ప్రేరేపించబడినా, మీరు దాని గురించి తెలుసుకోగానే, మీకు రెండు ఎంపికలు ఉంటాయి. మీరు ఆ స్నేహితుడితో కలసి ఆ సంఘటన ఎంత అసహ్యం అనిపించేదిగా ఉందో, అటువంటి అబద్ధం చెప్పినందుకు మీరు ఎంత చెడ్డవారో అనే విషయంపై ఒక పేద్ద ఉపన్యాసాన్ని చేయవచ్చు. లేదా మీరు ఆ ఆలోచనకు ప్రశాంతంగా, "అవును, నాకు ఈ పాత కథంతా తెలుసు. కానీ అది ఇప్పుడు గతం. నేను దాని ద్వారా పాఠం నేర్చుకున్నాను, ఇకపై అటువంటి పనులు చేయను. నా పొరపాటును ప్రజలు ఎప్పుడో మరచిపోయారు. ఇప్పుడు నేను చేస్తున్న పనిలో తిరిగి లీనం అవుదాం..." అని చెప్పవచ్చు.

జ్ఞాపకాల వలయం అనే యీ పాత స్నేహితుడు మీ దగ్గరకు ఎప్పుడైనా వచ్చి విసిగించాలని చూసినపుడు, "హెలో మిత్రమా! యిప్పుడు కొత్తగా చెప్పేది ఏమైనా ఉందా? ఈ క్షణంలో నేను చేయవలసిన పనులు ఏమైనా ఉన్నాయా? ఉంటే సరే, లేకపోతే యిదే నా వీడ్కోలు. నేను కాస్త యితర పనుల్లో బిజీగా ఉన్నాను" అని చెప్పండి. మీ మనస్సు తామరాకు వంటిదని గుర్తుంచుకోండి. తామరాకుపైన నీటి బిందువులు నిలబడలేనట్లే, మీ మనసులో కూడా జ్ఞాపకాల వలయం నిలబడలేదని గుర్తించండి. దాని గురించి పట్టించుకోనట్లయితే ఆ వలయం కూడా మనకు తెలియకుండానే మాయమైపోతుంది.

గుర్తుంచుకోవలసిన విషయాలు

- ఈ పుస్తకం ఆందోళన మరియు అధికంగా ఆలోచించడంలో మీకు సహాయపడటానికి టన్నులకొద్దీ వ్యూహాలను కలిగి ఉన్నప్పటికీ, ఇక్కడ లక్ష్యం కొన్ని చిట్కాలు, ఉపాయాలు నేర్చుకోవడమే కాదు. ఇది మన వైఖరులు, అవగాహనలలో ప్రాథమిక మార్పును ప్రేరేపించడం ద్వారా మరింత పరివర్తన ప్రభావాన్ని కలిగి ఉంటుంది. అలాంటి ఐదు వైఖరులను మీరు మీ మనస్తత్వంలో చేర్చుకోవాలి.
- మొదటిది మీరు నియంత్రించగలిగే వాటిపై దృష్టి పెట్టడం మరియు మీరు చేయలేని వాటిపై కాదు. మీరు ఏదైనా నియంత్రించగలిగితే, దాన్ని చేయండి. కానీ మీరు చేయలేకపోతే, దాని గురించి చింతించి ప్రయోజనం లేదు. చివరికి, మీరు ఏమీ చేయలేరు మరియు ఇక్కడ ఉన్న ఉత్తమ వ్యూహం దానిని అంగీకరించి ముందుకు సాగడం.
- రెండవది మీరు ఏమి చేయగలరో దానిపై దృష్టి పెట్టడం, మరియు మీరు చేయలేని వాటిపై కాదు. ఇది మొదటి మాదిరిగానే ఉంటుంది, కానీ మరింత నిర్దిష్టంగా ఉంటుంది. నిర్దిష్ట పరిస్థితుల్లో మీరు చేయగలిగే మరియు చేయలేని నిర్దిష్ట విషయాలు ఏమిటి?
- మూడవ వైఖరి ఏమిటంటే, మీ వద్ద ఉన్న వాటిపై దృష్టి పెట్టడం, లేని వాటిపై కాదు. తప్పిపోయిన వాటిపై ఎక్కువగా దృష్టి కేంద్రీకరిస్తూ, మన వద్ద ఉన్న అన్ని మంచి విషయాలను

అభినందించడం మనం తరచుగా మరచిపోతాము. అయితే, మన జీవితంలోని మంచి విషయాల గురించి స్పృహతో ఆలోచించడం ద్వారా దీనిని సరిదిద్దుకోవచ్చు. అదేవిధంగా, మీకు కావాల్సినవి కాకుండా మీకు కావాల్సిన వాటిపై దృష్టి పెట్టండి, ఎందుకంటే మీరు కోరుకున్నవి ఎప్పటికీ ముగిసిపోవు, ఎప్పటికీ పూర్తిగా సాధించబడవు. ఇది ఖచ్చితంగా అవసరమైన విషయాలపై దృష్టి పెట్టడంలో మీకు సహాయపడుతుంది. చివరగా, గతం లేదా భవిష్యత్తులో కాకుండా వర్తమానంలో జీవించండి. "ఇలా అయితే ఏంటి?" అనే ఆలోచనే మనం జ్ఞాపకాల వలయంలో చిక్కుకుపోయేందుకు తొలి మెట్టు.

- జ్ఞాపకాల వలయం అనేది అసంతృప్తి, అనుత్పాదకమైనది. ఇతర రకాల అసంతృప్తి, ఆందోళన మాదిరిగానే దీనిని కూడా మానసిక దూరంతో పరిష్కారం చేయవచ్చు. ఆలోచనలను లేబుల్ చేయండి. పురాతన కథలను వ్యక్తిగతంగా లేబుల్ చేయండి. మీరు వాటిని పరిష్కారం వైపు తీసుకు వెళుతున్నారా లేక మరింతగా వలయంలో చిక్కుకు పోయే విధంగా చేస్తున్నారా? అని నిష్కర్షగా ప్రశ్నించండి.

గుర్తుంచుకోవలసిన విషయాలు

అధ్యాయము 1. అతిగా ఆలోచించడం అనేది అతిగా ఆలోచించడం గురించి కాదు

- సరిగ్గా ఆలోచించడం అంటే ఏమిటి? అతిగా ఆలోచించడం అంటే ఒక విషయాన్ని అతిగా విశ్లేషించడం, మూల్యాంకనం చేయడం, జ్ఞాపకాల వలయంలో చిక్కుకునిపోవడం, కొన్ని విషయాల గురించి ఆందోళన చెందడం, అది మీ మానసిక ఆరోగ్యాన్ని ప్రభావితం చేయడం ప్రారంభించే స్థాయికి చేరుకోవడం వలన దానిని యిక మీరు ఆపలేరు.
- ఆందోళన పెరిగేందుకు కారణమైన అతిగా ఆలోచించడానికి రెండు ప్రధాన మూలాలు ఉన్నాయి. మొదటిది మనమే. దురదృష్టవశాత్తు, మనలో కొందరు కేవలం జన్యుపరంగా ఇతరులకన్నా ఎక్కువ ఆత్రుతగా ఉంటారు. అయితే, జన్యువులు మాత్రమే కారణం కాకపోవచ్చు. మనం అతిగా ఆలోచించే సమస్యను ఏదో ఒకవిధంగా పరిష్కరించుకుంటున్నట్లు అనిపించడం వల్ల మనం ఒక అలవాటుగా అతిగా ఆలోచించేవారిగా మారిపోవచ్చు. ఎందుకంటే అతిగా ఆలోచించడం ఎప్పటికీ ముగియదు. దీనికి ముగింపు అనేది ఉండదు. కానీ మనకు కొంత పురోగతి సాధిస్తున్నట్లు అనిపిస్తుంది. చివరకు యిది తప్పించుకోవడం కష్టంగా ఉండే విషవలయంగా మారుతుంది.
- ఆందోళనకు మరో కారణం మన పర్యావరణం. ఇందులో రెండు కోణాలున్నాయి. ముందుగా, మన ఇల్లు, కార్యాలయం

వంటి మనం ఎక్కువ సమయం గడిపే వాటి పరిసరాలను పరిగణించాలి. ఈ స్పేస్‌లను రూపొందించిన విధానం మన ఆందోళన స్థాయిలపై భారీ ప్రభావాన్ని చూపుతుంది. అవి చిందరవందరగా, మసకగా వెలుతురు, శబ్దంతో ఉంటే, అది మనల్ని మరింత ఆందోళనకు గురి చేస్తుంది. రెండవ అంశం ఏమిటంటే, ప్రపంచంతో మన పరస్పర చర్యల ద్వారా మన సామాజిక-సాంస్కృతిక నేపథ్యంలో మనకు ఉన్న విస్తృత అనుభవం. జాత్యహంకారం లేదా లింగవివక్షను అనుభవించడం వంటివి మనల్ని ఒత్తిడికి గురి చేస్తాయి. అలాంటివి మనలో అధిక ఆందోళనకు దారితీయవచ్చు. అతిగా ఆలోచించడం వల్ల అనేక ప్రతికూల పరిణామాలు ఉన్నాయి. దీర్ఘకాలిక సమస్యలుగా మారే శారీరక, మానసిక మరియు సామాజిక హాని కూడా వీటిలో ఉన్నాయి. జాతి వివక్ష, మైకము, అలసట, చిరాకు, భయము, తలనొప్పి, కండరాల ఒత్తిడి మొదలైనవి కొన్ని ఉదాహరణలుగా చెప్పుకోవచ్చు.

- అతి ఆలోచనల వల్ల చాలా రకాలుగా దుష్ప్రభావాలు ఉన్నాయి. ఈ నష్టాలు శారీరక, మానసిక, సామాజికంగా ఉంటాయి. అవి దీర్ఘకాలిక సమస్యలు కావచ్చు. కొన్ని ఉదాహరణలు గుండె దడ, దానికి సంబంధించిన జబ్బులు, అలసి పోవటం, చికాకు పడటం, తల నొప్పితో బాధపడటం, నరాలకు సంబంధించిన వ్యాధులు మొదలైనవి.

అధ్యాయము 2. ఒత్తిడి నుండి స్వేచ్ఛ పొందే సూత్రం, ఆ తర్వాత కొన్ని

- మనం, ఇప్పుడు, 'అధికంగా ఆలోచించడం' అంటే ఏమిటో గుర్తించాము. ఇప్పుడు దానిని ఎలా ఎదుర్కోవాలో తెలుసుకోవాలి. ఆందోళనను, అధికంగా ఆలోచించే మనస్సును నియంత్రించుకోవడానికి, శాంతపరచడానికి మీరు చేయగలిగిన సరళమైనవి, ప్రభావవంతమైనవి చాలా ఉన్నాయి.

- ఒత్తిడి నిర్వహణలో మీరు గుర్తుంచుకోవలసిన మొదటి విషయం 4 A లుగా పిలువబడే దివ్యమైన మంత్రం. ఇవి నివారించడం (Avoid), మార్చడం (Alter), అంగీకరించడం (Accept) మరియు స్వీకరించడం (Adapat). నివారించడం అంటే మీరు నియంత్రించలేని విషయాల నుండి దూరంగా నడవడం. కొన్ని విషయాలు మన ప్రయత్నంలో విలువైనవి కావు, వాటిని మన పరిసరాల నుండి పూర్తిగా తొలగించడం చేయాలి. మనం దానిని నివారించలేకపోతే, ఒత్తిడిని తట్టుకునేందుకు మన వాతావరణాన్ని ఎలా మార్చుకోవాలో నేర్చుకోవాలి. ఆ వాతావరణాన్ని మనం మార్చలేకపోతే, దానిని అంగీకరించడం తప్ప మనకు వేరే మార్గం లేదు. చివరగా, మనం పరిస్థితి గురించి పెద్దగా ఏమీ చేయలేకపోతే, మనం దానికి అనుగుణంగా ఉండాలి. అదే సమయంలో ఒత్తిడిని ఎలా ఎదుర్కోవాలో నేర్చుకోవాలి. అది మనకు కలిగించే నష్టాన్ని కనిష్టంగా తగ్గించాలి.
- మరో ప్రసిద్ధమైన టెక్నిక్ జర్నలింగ్, (పుస్తకంలో రాయడం). మనలో అధికంగా ఆలోచనలు వచ్చినప్పుడు, మన మనస్సులో విభిన్న ఆలోచనలు సుడులు తిరుగుతుంటాయి. ఇది మనకు ఏదో తెలియని ఆవేశం కలగజేస్తుంది. ఆ స్థితిలో మనం వాటిని ఒక క్రమపద్ధతిలో వ్రాసినప్పుడు, వాటిని మనం విశ్లేషించవచ్చు. అలా వచ్చిన ఆలోచనల్లో ఎన్ని పనికొస్తాయో తెలుసుకోవచ్చు. ఈ అలవాటును పెంపొందించడానికి, మీరు చిన్నపాటి పుస్తకాన్ని మీ జేబులో ఉంచుకోండి. అవసరమని మీకు అనిపించినప్పుడల్లా వ్రాయవచ్చు.
- మన దగ్గర ఉన్న మూడవ టెక్నిక్ 5-4-3-2-1 టెక్నిక్ అంటారు. భయాందోళనలకు గురైన సమయంలో యిది చాలా ప్రభావవంతంగా ఉంటుంది. మన ఐదు ఇంద్రియాలు యిందులో పాల్గొనడం ద్వారా యిది పని చేస్తుంది. కాబట్టి, భయాందోళనలు అధిగమించాయని మీకు అనిపించినప్పుడల్లా, మీరు చూడగలిగే ఐదు విషయాల కోసం చూడండి, మీరు తాకగల నాలుగు విషయాలు, మీరు వాసన చూడగలిగే మూడు,

మీరు వినగలిగే రెండు మరియు మీరు రుచి చూడగలిగేవి ఒక్కటి. మీ ఇంద్రియాలను నిమగ్నం చేయడం ద్వారా మీ మెదడును అధికంగా ఆలోచించకుండా చేయండి.

అధ్యాయము 3. మీ సమయాన్ని, వనరులను సక్రమంగా నిర్వహించండి

- ఆందోళనకు అతిపెద్ద కారణాలలో ఒకటి పేలవమైన సమయ నిర్వహణ. మనల్ని దయనీయంగా మార్చే విషయాలకు మనం ప్రాధాన్యతనిస్తాము, అదే సమయంలో మనం నిజంగా ఆనందించే విషయాలకు తగినంత సమయం ఇవ్వడానికి నిరాకరిస్తాము. మనం తగినంత విశ్రాంతి, ఖాళీగా వుండేందుకు చాలా అరుదుగా సమయాన్ని వెచ్చిస్తాము. కాబట్టి మన ఆందోళన స్థాయిలను మెరుగుపరచడానికి మనం స్పృహతో దీన్ని చేయాలి. అనుసరించాల్సిన కొన్ని చిట్కాలు ఏమిటంటే, క్రమం తప్పకుండా చేయవలసిన పనుల జాబితాలను తయారు చేయడం, మీ వాస్తవ ప్రాధాన్యతల క్రమంలో మీ పనులకు ప్రాధాన్యత ఇవ్వడం, లక్ష్యాలను చిన్న చిన్న పనులుగా విభజించడం.
- మన సమయాన్ని మెరుగ్గా నిర్వహించడంలో మనకు సహాయపడే ఇతర వ్యూహాలు కూడా ఉన్నాయి. వీటిలో ఒకటి అలెన్ యొక్క ఇన్‌పుట్ ప్రాసెసింగ్ పద్ధతి. ఇక్కడ, ఇన్‌పుట్‌లు ఏదైనా బాహ్య ఉద్దీపన. కాల్‌లు, ఇమెయిల్‌లు మొదలైన ఉద్దీపనలకు కూడా మనం ఎలా స్పందిస్తామో విశ్లేషించి, గమనించండి. ఆ తర్వాత, మన ప్రస్తుత ప్రతిస్పందనల ఆధారంగా ప్రతిస్పందించడానికి ఉత్తమ మార్గం కోసం ప్లాన్ చేసుకోవాలి, తద్వారా మనం నిర్దిష్ట ప్రాధాన్యత ఇవ్వగలము.
- SMART లక్ష్యాలను ఉపయోగించడం మరొక ఉపయోగకరమైన పద్ధతి. ఇది నిర్దిష్టమైన, కొలవగల, సాధించగల, సంబంధిత, సమయ-బౌండ్ లక్ష్యాలను సూచిస్తుంది. మీ లక్ష్యాలను చాలా నిర్దిష్ట వివరంగా గమనించండి, తద్వారా మీరు ఏమి

చేయాలో ఖచ్చితంగా తెలుస్తుంది. ఆపై, మీరు సాధించిన లక్ష్యాలను కొలవడానికి ప్రమాణాలను సెటప్ చేయండి. లక్ష్యం సాధించగలమని నిర్ధారించుకోండి; అది వింతగా ఉండకూడదు. ఈ లక్ష్యం మీ విలువ వ్యవస్థకు ఎలా సంబంధించినదో, దానిని సాధించడం వలన మీ జీవితంలో ఏ ప్రయోజనం నెరవేరుతుందో అంచనా వేయండి. చివరగా, ఈ లక్ష్యాన్ని పూర్తి చేయడానికి సమయ పరిమితిని సెట్ చేయండి, తద్వారా మీరు దీన్ని సహేతుకమైన సమయంలో పూర్తి చేయండి.

అధ్యాయము 4. అనువైన ధ్యానాన్ని తక్షణం ఎలా కనుగొనాలి?

- మీ ఆందోళన జ్వరం పిచ్‌కు చేరుకుంటాయని లేదా అది మీ నియంత్రణ నుండి స్పైరలింగ్ అంచున ఉందని మీరు భావించే సందర్భాలు ఉండవచ్చు. ఇటువంటి సందర్భాల్లో, మీ ఒత్తిడి స్థాయిలను తగ్గించడానికి మీరు కొన్ని ఋజువుకాబడిన, పరీక్షించిన పద్ధతులపై ఆధారపడవచ్చు.
- ఈ పద్ధతుల్లో మొదటిది ఆటోజెనిక్ శిక్షణ. దీని ద్వారా, ఆరు వేర్వేరు వ్యాయామాల ద్వారా మన ఆలోచనలు మరియు భావోద్వేగాలపై నియంత్రణ సాధించాలని మేము లక్ష్యంగా పెట్టుకున్నాము. మొదటి పద్ధతిని అభ్యసించడానికి, కూర్చోవడానికి లేదా పడుకోవడానికి సౌకర్యవంతమైన స్థలాన్ని కనుగొనండి. అప్పుడు, నెమ్మదిగా మరియు స్థిరంగా ఊపిరి పీల్చుకునేటప్పుడు "నేను పూర్తిగా ప్రశాంతంగా ఉన్నాను" వంటి కొన్ని శబ్ద సూచనలను మీరే ఇవ్వండి. మీరు మీ శరీరంలోని వివిధ భాగాలలోని ఉద్వేగాలను అనుభూతి చెందండి. ఈ టెక్నిక్ నైపుణ్యం కోసం కొంత సమయం పడుతున్నప్పటికీ, ఇది చాలా సులభం మరియు ఎప్పుడైనా ఎక్కడైనా చేయవచ్చు.
- రెండవ పద్ధతిని గైడెడ్ ఇమేజరీ అంటారు. ముఖ్యంగా, మీరు సౌకర్యవంతమైన స్థానాన్ని కనుగొని, వాసన, ధ్వని మొదలైన మీ విభిన్న ఇంద్రియాలను ఆహ్లాదకరంగా ఉత్తేజపరిచే మార్గాల్లో

నిమగ్నం చేసే స్థలం గురించి ఆలోచించండి. ఇది ఏ ప్రదేశం అయినా కావచ్చు, ఇది విశ్రాంతిని ప్రేరేపించేది కావాలి. మీ ఊహను పూర్తిగా ఉపయోగించడం ద్వారా మీకు వీలైనంత వివరంగా చిత్రించండి.

- మూడవది, మాకు ప్రగతిశీల కండరాల సడలింపు ఉంది. ఈ సాంకేతికత శారీరక సడలింపు మానసిక విశ్రాంతికి దారితీస్తుందనే సిద్ధాంతంపై ఆధారపడుతుంది. కాబట్టి, మీ కండరాలను మొదట టెన్సింగ్ చేయడం ద్వారా భౌతికంగా విశ్రాంతి తీసుకోవడం లక్ష్యం. మళ్ళీ, సౌకర్యవంతమైన స్థితిలో కూర్చుని, తల నుండి కాలి వరకు లేదా దీనికి విరుద్ధంగా వెళ్లి, విశ్రాంతి తీసుకోవడానికి మరియు వెళ్ళే ముందు మీ శరీరంలోని వివిధ భాగాలను ఉద్రిక్తంగా ఉంచండి.
- చివరగా, బాధ పడడం వాయిదా వేయటం అనేది ఋజువైన, ప్రామాణికమైన ఒత్తిడి నివారణకు ఒక మార్గం. మనలోపల అధిక ఆలోచనలు వస్తూ యిబ్బంది పెడుతూ వుంటే ఆ ఒత్తిడిని వాయిదా వేయటం అనేది సరైన మార్గం. అందుకు అనేక మార్గాలు ఉన్నాయి. మీరు చింతించ వలసిన ఆలోచనకోసం ప్రత్యేక సమయాన్ని కేటాయించండి. ఆ సమయం ప్రకారం మాత్రమే మీరు చింతలో ఉండవచ్చు. అందువల్ల మన జీవితంలోనుంచి దుఃఖాలను పూర్తిగా తొలగించలేకపోయినా మనం దుఃఖించడం మాత్రం కొద్దిసేపు వాయిదా వేసే అవకాశం ఉంటుంది.

అధ్యాయము 5. మీ ఆలోచనలను పునః నిర్మించండి

- మనలో చాలామంది కొన్ని నిర్దిష్ట ప్రతికూల ఆలోచనా విధానాలలో చిక్కుకుపోతారు. ఇవి మనకు చాలా ఆందోళన కలిగిస్తాయి. కాగ్నిటివ్ బిహేవియరల్ థెరపీ ఈ ఆలోచనా విధానాలను గుర్తించడంలో మీకు సహాయపడుతుంది. వాటిని మరింత సానుకూల దృక్పథాలతో భర్తీ చేస్తుంది, ఇది మీ మానసిక ఆరోగ్యాన్ని గణనీయంగా మెరుగుపరుస్తుంది.

- మీరు చేయవలసిన మొదటి విషయం ఏమిటంటే, మీరు వేటాడే విభిన్న అభిజ్ఞా వక్రీకరణలను గుర్తించడం. కొన్ని సాధారణమైనవి నలుపు మరియు తెలుపు ఆలోచనలు, ఇందులో మీరు ప్రతి విషయాన్ని విపరీతంగా, భయంకరమైన లేదా స్వర్గానికి సంబంధించినదిగా భావిస్తారు. ఏదైనా సందర్భంలో చెడుపై అసమానంగా దృష్టి సారించడానికి సానుకూలతలను తగ్గించడం. అటువంటి వక్రీకరణల యొక్క సుదీర్ఘ జాబితా ఉంది. మనం అనేక విభిన్నమైన వాటిని కలిసి ఉపయోగించుకునే అవకాశం ఉంది.
- తర్వాత, మీ కోసం ఎలాంటి పరిస్థితులు, వ్యక్తులు లేదా పరిసరాలు నిర్దిష్ట ఆలోచనా విధానాలను ప్రేరేపిస్తాయి అనే దానిపై మనం దృష్టి పెడతాము. సంబంధిత వివరాలను ట్రాక్ చేయడానికి మీరు పనిచేయని ఆలోచనల రికార్డును ఉపయోగించవచ్చు. ఇక్కడ, మీరు ప్రతికూల ఆలోచనా సరళిలోకి జారిపోతున్నట్లు భావించినప్పుడల్లా, ఆపివేసి, ఆలోచనకు ముందు ఉన్న స్థలం, పరిస్థితి లేదా సంఘటనలను గుర్తించండి, సరిగ్గా ఆలోచన ఏమిటి? అది ఏ రకమైన వక్రీకరణ? అప్పుడు, ఈ ఆలోచనకు హేతుబద్ధమైన ప్రతిస్పందన గురించి ఆలోచించండి.
- మన అభిజ్ఞా వక్రీకరణల గురించి మనం మరింత అర్థం చేసుకున్న తర్వాత, ఈ ఆలోచనా విధానాలను మార్చడానికి మనకు మార్గాలు అవసరం. దీన్ని చేయడానికి ఒక ప్రభావవంతమైన మార్గం ప్రవర్తనా ప్రయోగాలు. ఈ పద్ధతిని ఉపయోగించడానికి సులభమైన మార్గం మీ ప్రతికూల ఆలోచన లేదా నమ్మకాన్ని స్పష్టంగా చెప్పడం. అప్పుడు, ఒక పరికల్పనను రూపొందించండి, దీనిలో మీరు తప్పుగా ఉండే అవకాశాన్ని పరిగణించండి. నమ్మకం అసత్యమని సూచించే ఏవైనా ఆధారాలు లేదా గత అనుభవం ఉందా అని ఆలోచించండి. అదే సూచించే పరిశీలనలను చేయండి మరియు మీ అసలు నమ్మకాన్ని అనుమానించడానికి మీరు కారణాలను కనుగొంటే, వాటిని విశ్లేషించండి మరియు తదనుగుణంగా మీ ఆలోచనా సరళిలో మార్పులు చేయండి.

అధ్యాయము 6. నూతన వైఖరులు మరియు భావోద్వేగపు నియంత్రణ

- ఈ పుస్తకం ఆందోళన మరియు అధికంగా ఆలోచించడంలో మీకు సహాయపడటానికి టన్నులకొద్దీ వ్యూహాలను కలిగి ఉన్నప్పటికీ, ఇక్కడ లక్ష్యం కొన్ని చిట్కాలు, ఉపాయాలు నేర్చుకోవడమే కాదు. ఇది మన వైఖరులు, అవగాహనలలో ప్రాథమిక మార్పును ప్రేరేపించడం ద్వారా మరింత పరివర్తన ప్రభావాన్ని కలిగి ఉంటుంది. అలాంటి ఐదు వైఖరులను మీరు మీ మనస్తత్వంలో చేర్చుకోవాలి.
- మొదటిది మీరు నియంత్రించగలిగే వాటిపై దృష్టి పెట్టడం మరియు మీరు చేయలేని వాటిపై కాదు. మీరు ఏదైనా నియంత్రించగలిగితే, దాన్ని చేయండి. కానీ మీరు చేయలేకపోతే, దాని గురించి చింతించి ప్రయోజనం లేదు. చివరికి, మీరు ఏమీ చేయలేరు మరియు ఇక్కడ ఉన్న ఉత్తమ వ్యూహం దానిని అంగీకరించి ముందుకు సాగడం.
- రెండవది మీరు ఏమి చేయగలరో దానిపై దృష్టి పెట్టడం, మరియు మీరు చేయలేని వాటిపై కాదు. ఇది మొదటి మాదిరిగానే ఉంటుంది, కానీ మరింత నిర్దిష్టంగా ఉంటుంది. నిర్దిష్ట పరిస్థితుల్లో మీరు చేయగలిగే మరియు చేయలేని నిర్దిష్ట విషయాలు ఏమిటి?
- మూడవ వైఖరి ఏమిటంటే, మీ వద్ద ఉన్న వాటిపై దృష్టి పెట్టడం, లేని వాటిపై కాదు. తప్పిపోయిన వాటిపై ఎక్కువగా దృష్టి కేంద్రీకరిస్తూ, మన వద్ద ఉన్న అన్ని మంచి విషయాలను అభినందించడం మనం తరచుగా మరచిపోతాము. అయితే, మన జీవితంలోని మంచి విషయాల గురించి స్పృహతో ఆలోచించడం ద్వారా దీనిని సరిదిద్దుకోవచ్చు. అదేవిధంగా, మీకు కావాల్సినవి కాకుండా మీకు కావాల్సిన వాటిపై దృష్టి పెట్టండి, ఎందుకంటే మీరు కోరుకున్నవి ఎప్పటికీ ముగిసిపోవు, ఎప్పటికీ పూర్తిగా సాధించబడవు. ఇది ఖచ్చితంగా అవసరమైన విషయాలపై దృష్టి పెట్టడంలో మీకు సహాయపడుతుంది. చివరగా, గతం

లేదా భవిష్యత్తులో కాకుండా వర్తమానంలో జీవించండి. "ఇలా అయితే ఏంటి?" అనే ఆలోచనే మనం జ్ఞాపకాల వలయంలో చిక్కుకుపోయేందుకు తొలి మెట్టు.

- జ్ఞాపకాల వలయం అనేది అసంతృప్తి, అనుత్పాదకమైనది. ఇతర రకాల అసంతృప్తి, ఆందోళన మాదిరిగానే దీనిని కూడా మానసిక దూరంతో పరిష్కారం చేయవచ్చు. ఆలోచనలను లేబుల్ చేయండి. పురాతన కథలను వ్యక్తిగతంగా లేబుల్ చేయండి. మీరు వాటిని పరిష్కారం వైపు తీసుకు వెళుతున్నారా లేక మరింతగా వలయంలో చిక్కుకు పోయే విధంగా చేస్తున్నారా? అని నిష్కర్షగా ప్రశ్నించండి.

అనువాదకుని గురించి

ఆకురాతి భాస్కర్ చంద్ర, కామర్స్ లోనూ, న్యాయశాస్త్రంలోనూ పట్టభద్రులు, తెలుగు సాహిత్యం, సామాజిక శాస్త్రాలలో స్నాతకోత్తర పట్టభద్రులు. Indian Institute of Bankersలో సర్టిఫైడ్ అసోసియేట్. 36 సంవత్సరాలు బ్యాంకింగ్ రంగంలో అధికారిగా, అనేక రాష్ట్రాలలో, వివిధ సేవలు అందించారు. ఆయన 70 కి పైగా కథలు, 20 కి పైగా నవలలు, రేడియో నాటకాలు రాసారు. ఆయనకు అత్యంత ఇష్టమైన ప్రక్రియ "నాటకం". నాటక రచయితగా 20 నాటకాలు, 40 నాటికలు రచించారు. ఆంధ్రప్రదేశ్ ప్రభుత్వం వారు నిర్వహించే నంది నాటకోత్సవాలలో మూడుసార్లు ఉత్తమ రచయితగా నంది బహుమతులు అందుకున్నారు. మిగిలిన వివిధ విభాగాలలో ఆయన నాటకాలకు మరో 15 నంది బహుమతులు దక్కించుకున్నారు. "వామన వృక్షం" రేడియో నాటకం ఆల్ ఇండియా రేడియో వారు నిర్వహించిన జాతీయ నాటక ఉత్సవాలలో ఉత్తమ నాటకంగా ఎన్నిక కాబడి ఏకకాలంలో 15 భాషల్లో ప్రసారం చేయబడింది. పొట్టి శ్రీరాములు తెలుగు విశ్వవిద్యాలయం నుండి ప్రతిభా పురస్కారాన్ని, 2012 ప్రపంచ తెలుగు మహాసభలలో నాటక రంగ పురస్కారాన్ని అందుకున్నారు. నాటక రచయితగా, దర్శకుడిగా వందలకొద్దీ పురస్కారాలను అందుకున్నారు. శ్రీ దేవదాస్ కనకాల మాస్టార్ గారి దర్శకత్వంలో కొన్ని టీవీ సీరియళ్లకు, డాక్యుమెంటరీలకు రచన, స్క్రీన్ ప్లే అందించారు. కొన్ని లఘు చిత్రాలకు స్క్రిప్ట్ సమకూర్చారు. వాటిలో రెండు లఘు చిత్రాలు బహుమతులు అందుకున్నాయి. చిత్రలేఖనం కూడా ఇష్టపడే యీయన రవీంద్రనాథ్ ఠాగూర్ "గీతాంజలి" పద్యాలకు, పత్రికలలో పెన్ డ్రాయింగ్స్ గీసారు. ఆంధ్రప్రదేశ్, కృష్ణాజిల్లా, గుడివాడలో పుట్టి పెరిగి, విజయవాడలో కాలేజీ చదువు, మద్రాస్ నగరంలో సినీ జర్నలిస్ట్ గా కొంతకాలం గడిపిన రచయిత ప్రస్తుతం హైద్రాబాద్ స్థిర నివాసంగా చేసుకున్నారు.

a.bhaskarchandra@gmail.com